தி. ஜானகிராமன் கட்டுரைகள்

ஆசிரியரின் காலச்சுவடு வெளியீடுகள்

நாவல்
- அமிர்தம்
- மோக முள்
- மலர் மஞ்சம்
- அன்பே ஆரமுதே
- அம்மா வந்தாள்
- உயிர்த்தேன்
- செம்பருத்தி
- மரப்பசு
- நளபாகம்

சிறுகதை
- கொட்டு மேளம்
- சிவப்பு ரிக்ஷா
- சிலிர்ப்பு
- தி. ஜானகிராமன் சிறுகதைகள் (முழுத் தொகுப்பு)
- கச்சேரி (தொகுக்கப்படாத கதைகள்)

குறுநாவல்
- அடி
- தி. ஜானகிராமன் குறுநாவல்கள் (முழுத் தொகுப்பு)

பயண நூல்
- நடந்தாய் வாழி காவேரி (சிட்டியுடன்)
- கருங்கடலும் கலைக்கடலும்

வாழ்வியல் சித்திரம்
- அபூர்வ மனிதர்கள்

தி. ஜானகிராமன் கட்டுரைகள்

தி. ஜானகிராமன் (1921–1982)

தஞ்சை மாவட்டம் மன்னார்குடியை அடுத்த தேவங்குடியில் பிறந்தவர். பத்து வருடங்கள் பள்ளி ஆசிரியராகப் பணியாற்றியவர். பின்பு அகில இந்திய வானொலியில் பணியாற்றி ஓய்வுபெற்றார். கர்னாடக இசை அறிவும் வடமொழிப் புலமையும் பெற்றிருந்தவர்.

1943இல் எழுதத் தொடங்கிய தி. ஜானகிராமன், ‘மோக முள்’, ‘அம்மா வந்தாள்’, ‘மரப்பசு’ உள்ளிட்ட ஒன்பது நாவல்கள், நூற்றுக்கும் மேற்பட்ட சிறுகதைகள், மூன்று நாடகங்கள், நான்கு பயண நூல்கள் ஆகியவற்றை எழுதினார். சிட்டியுடன் இணைந்து எழுதிய ‘நடந்தாய் வாழி காவேரி’ பயண இலக்கிய வகையில் முக்கியமான நூலாகக் கருதப்படுகிறது.

‘மோக முள்’, ‘நாலு வேலி நிலம்’ ஆகியன திரைப்பட மாக்கப்பட்டுள்ளன. ‘மோக முள்’, ‘மரப்பசு’, ‘அம்மா வந்தாள்’, ‘செம்பருத்தி’ ஆகிய நாவல்களும் பல சிறுகதைகளும் இந்திய, ஐரோப்பிய மொழிகளில் மொழிபெயர்க்கப்பட்டிருக்கின்றன.

1979இல் ‘சக்தி வைத்தியம்’ சிறுகதைத் தொகுப்புக்கு சாகித்ய அகாதெமி விருது வழங்கப்பட்டது.

சுகுமாரன் (பி. 1957)
தொகுப்பாசிரியர்

கோவையில் பிறந்தவர். அச்சிதழ், தொலைக்காட்சி, நூல் வெளியீட்டுத் துறைகளில் பணியாற்றியவர். கவிஞர், கட்டுரையாளர், நாவலாசிரியர், மொழிபெயர்ப்பாளர். *காலச்சுவடு* இதழின் பொறுப்பாசிரியர். கனடா தமிழ் இலக்கியத் தோட்டத்தின் வாழ்நாள் சாதனையாளருக்கான இயல் விருதை 2016இல் பெற்றவர்.

தொடர்புக்கு: nsukumaran@gmail.com

தி. ஜானகிராமன் கட்டுரைகள்

தொகுப்பாசிரியர்
சுகுமாரன்

காலச்சுவடு பதிப்பகம்

அன்பார்ந்த வாசகருக்கு,

வணக்கம்.

காலச்சுவடு நூலை வாங்கியமைக்கு நன்றி.

நூலின் உள்ளடக்கம், உருவாக்கம், அட்டைப்படம் இன்ன பிற அம்சங்கள் பற்றிய உங்கள் கருத்துகளையும் ஆலோசனைகளையும் காலச்சுவடு வரவேற்கிறது. தகவல், எழுத்து, வாக்கியப் பிழைகள் தென்பட்டால் கட்டாயம் தெரிவித்து உதவுங்கள். நூல் தயாரிப்பில் கடும் குறைபாடு இருப்பின் மாற்றுப் பிரதி உங்களுக்குக் கிடைக்கக் காலச்சுவடு ஏற்பாடு செய்யும்.

மின்னஞ்சல்: publisher@kalachuvadu.com

காலச்சுவடு நாகர்கோவில் தலைமையகத்துக்கும் கடிதம் அனுப்பலாம்.

தங்கள்
எஸ்.ஆர். சுந்தரம் (கண்ணன்)
பதிப்பாளர் – நிர்வாக இயக்குநர்

தி. ஜானகிராமன் கட்டுரைகள் ❖ ஆசிரியர்: தி. ஜானகிராமன் ❖ © உமாசங்கரி ❖ முதல் பதிப்பு: நவம்பர் 2021 ❖ வெளியீடு: காலச்சுவடு பப்ளிகேஷன்ஸ் (பி) லிட்., 669, கே.பி. சாலை, நாகர்கோவில் 629001

காலச்சுவடு பதிப்பக வெளியீடு: 1000

ti. jaanakiraaman kaTTuraikaL ❖ Essays ❖ Author: Thi. Janakiraman ❖ © Umashankari ❖ Language: Tamil ❖ First Edition: November 2021 ❖ Size: Demy 1 x 8 ❖ Paper: 18.6 kg maplitho ❖ Pages: 256

Published by Kalachuvadu Publications Pvt. Ltd., 669 K.P. Road, Nagercoil 629001, India ❖ Phone: 91-4652-278525 ❖ e-mail: publications @kalachuvadu.com ❖ Printed at Mani Offset, Chennai 600077

ISBN: 978-93-5523-009-6

11/2021/S.No. 1000, kcp 3271, 18.6 (1) urss

பொருளடக்கம்

முன்னுரை: கொம்பில் பழுத்த கனிகள்	9
ஏன் பூக்கிறோம், யாருக்காக...	23

எழுத்து

எதற்காக எழுதுகிறேன்?	27
மூன்று இலக்கிய ஆசிரியர்கள்	33
கரிச்சானின் சங்கீதம்	43
வழிகாட்டி	47
சிறுகதை எழுதுவது எப்படி?	55
படைப்பின் கூறுகள்	63
பொறுப்பும் செட்டும்	71
நாவல் பிறந்த கதை	75

முன்னுரை மதிப்புரை

'மோக முள்' மலையாள மொழியாக்கத்தின் முன்னுரை	83
அறிமுகம் – அணையா விளக்கு	85
உண்மைதேடியின் அனுபவ இலக்கிய வடிவங்கள்	91
சோதனைப் படைப்பு – நித்ய கன்னி	96
ஜெட்வேகப் பாய்ச்சல் – ஹெலிகாப்டர்கள் கீழே இறங்கிவிட்டன	100
என் வாழ்த்து – இரவுக்கு முன்பு வருவது மாலை	102
சூர்க்கத்திச் சொற்கள் – கல்லிற்கு கீழும் பூக்கள்	106
பன்னிரண்டு கதைகளும் நானும்	109

கலை

நெகிழ்ச்சி	129
வித்துவான்கள்	132
வீணையும் மீசையும்	134
திருவாலங்காடு சுந்தரேசய்யர்	138
மதுர மணி	142
இரண்டு நிம்மதிகள்	146
பால சரஸ்வதியின் நடனம்	150
சென்னை சங்கீதம்	155
பாராட்டு	161
எட்டி.ஃபி	164

பயணம்

விஞ்ஞானக் கவி	189
காலா பாணி	192
நம் மொதேரா	197
கீழ விடியல்	202

சமூகம்

சாப்பாடு	209
முடக்கம் நீங்க	217

தன் அனுபவம்

ஒரு பிள்ளையாண்டான் பேசுகிறான்	225
பாடிக்கொண்டிருந்தோம்	230

பின்னிணைப்பு – 1

'அம்மா வந்தாள்': தி.ஜா. பதில்கள்	237
இலக்கியச் சந்திப்பு	239
எனக்கு ஈஃபில் டவர் முக்கியம் அல்ல!	247

பின்னிணைப்பு – 2

ஜானகிராமன் செய்த ஜாலம்	249
கற்புக்கனல் சீதை	251

முன்னுரை

கொம்பில் பழுத்த கனிகள்

தி. ஜானகிராமன் தற்செயலான கட்டுரையாளர். புனைவெழுத்துக்களில்தான் அவரது கலைமேதைமை துலங்குகிறது. அவர் பெரும் சாதனைகள் நிகழ்த்தி யிருப்பது சிறுகதைகளிலும் குறுநாவல்களிலும் நாவல்களிலும்தான். புனைவெழுத்துக்களுடன் ஒப்புநோக்கினால் அரிதாகவே கட்டுரைகள் எழுதி யிருக்கிறார். அவரது புனைவல்லாத எழுத்துக்களாக நூல் வடிவில் கிடைப்பவை நான்கு பயணக் கதைகள் மட்டுமே. கரிச்சான்குஞ்சு, சா. கந்தசாமி ஆகியோர் தி. ஜானகிராமனை நினைவுகூர்ந்து எழுதியிருக்கும் குறிப்புகளில் கட்டுரைகளும் நிறைய எழுதியிருப்பதாகக் குறிப்பிட்டுள்ளனர். ஆனால் வெளிவந்த இதழ்களிலேயே அந்தக் கட்டுரைகள் முடங்கிக் கிடந்தன. அவற்றில் சில 'எதற்காக எழுதுகிறேன்?' 'எழுதுவது எப்படி?' 'சிறிது வெளிச்சம்' முதலான தொகுப்புகளில் இடம் பெற்றுள்ளன. இவை அந்தத் தொகுப்புகளுக்கு என்று எழுதியவை. இவற்றில் முதலிரண்டு கட்டுரைகள் உட்பட, பதின்மூன்று கட்டுரைகள் தி. ஜானகிராமன் படைப்புகள் – தொகுதி 2 (ஐந்திணைப் பதிப்பகம், சென்னை)இல் சேர்க்கப்பட்டிருந்தன. இதுவரை வாசிக்கக் கிடைத்திருக்கும் தி. ஜானகிராமனின் கட்டுரைகள் அல்லது புனைவல்லாத எழுத்துக்கள் இவையே. இவற்றுடன் இதுவரை நூல் வடிவம் பெறாத புனைவல்லாத எழுத்துக்கள் இந்தத் தொகுப்பில் முதன்முறையாக இடம்பெறுகின்றன.

தி. ஜானகிராமன் 'சிறுகதைகள் – முழுத் தொகுதி', 'கச்சேரி' (தொகுக்கப்படாத கதைகள்) ஆகிய நூல்களைத் தொகுக்கும் பணிக்காக மேற்கொண்ட தேடலில் அவரது பல கட்டுரைகளும் கிடைத்தன. கதைகள் வெளியான காலத்தையும் வெளியிட்ட பத்திரிகைகளையும் குறித்த தகவல்களை உறுதிப்படுத்த அவை உதவின. சில கதைகளின் பின்னணியை அறியவும் துணை புரிந்தன.

எம்.வி. வெங்கட்ராம் தன்னுடைய *தேனீ* இதழுக்கு எல்லா மாதமும் கட்டாயம் எழுதிக்கொடுக்க வேண்டும் என்ற விருப்பத்தை தி. ஜானகிராமனிடம் தெரிவிக்கிறார். நண்பரின் வார்த்தைக்குக் கட்டுப்பட்டு எழுதிக்கொடுத்தவை *தேனீ*யின் 1948 சித்திரை முதல் புரட்டாசி வரையான இதழ்களில் தொடர்ந்து வெளிவந்தன. கதை, கட்டுரை, நையாண்டிச் சித்திரம் ஆகிய வகைப்பாட்டில் அமைந்தவை இந்த எழுத்துக்கள். அவற்றில் ஒன்றான 'சாப்பாடு' என்ற கட்டுரை ஓர் ஆய்வு நூலில் சிறுகதை என்றே குறிப்பிடப்பட்டிருந்தது. இது கதைத் தேடலில் சிறு குழப்பத்தை ஏற்படுத்தியது. இதுபோன்றே கச்சிதமான சிறுகதையான 'ராஜப்பா', *சிந்தனை* (1948) மாத இதழில் நடைச்சித்திரமாகவே வெளியிடப்பட்டது. அவர் எழுதிய 'அதர்ம சங்கடம்', 'நிழல் நஞ்சு' போன்ற ஓரங்க நாடகங்கள் சிறுகதைகளாகவே இதழ்களில் வெளிவந்துள்ளன.

தி. ஜானகிராமன் சிறுகதைகளைத் தொகுக்கும் பணியில் உபரி விளைவாகவே அவரது கட்டுரைகளைத் தொகுக்கத் தொடங்கினேன். முன்னரே குறிப்பிட்டதுபோலப் புனைவாக்கங் களுடன் ஒப்பிட்டால் கட்டுரைகள் எண்ணிக்கையில் குறைவு என்ற எண்ணமே நிலைத்திருந்தது. தொகுப்புப் பணியில் மும்முரமாக ஈடுபட்டபோதுதான் கணிசமான எண்ணிக்கையில் கட்டுரைகள் எழுதியிருக்கிறார் என்பது புலப்பட்டது. அவற்றில் அதிகமும் வெளியான இதழ்களைக் கடந்து மறுவாழ்வு பெறவில்லை.

ஏற்கெனவே கைவசமிருந்தவையும் தேடலில் கிடைத்தவையு மான தி. ஜானகிராமன் எழுத்துக்கள் எல்லாவற்றையும் சலித்து எடுத்ததில் அவற்றை வகைப்படுத்த முடிந்தது. புனைவுகள் புனைவல்லாதவை என்று பகுப்பது எளிதாக இருந்தது. கதை களிலும் கதைகளாக வெளியிடப்பட்ட நாடகங்களிலும் ஆசிரியரின் இடையீடு இல்லை. தன்மைக் கூற்றாக எழுதப்பட்ட கதைகளில் கதைசொல்லும் முதன்மைப் பாத்திரங்களுக்குப் பெயர் குறிப்பிடப்பட்டிருக்கிறது. ஆசிரியரே கதைசொல்லியாக வரும் கதைகளில் 'தன்' பாத்திரத்துக்கு கைலாசம் என்றே

பெயரிட்டிருக்கிறார். 'இக்கரைப் பச்சை', 'அத்துவின் முடிவு' ஆகிய கதைகள் உதாரணங்கள். இயற்பெயரை வெளிப்படுத்தியாக வேண்டிய கதைகளில் பெயரைச் சொல்லாமலே கதையைக் கொண்டுசெல்கிறார். உதாரணம்: 'யோஷிகி'. இந்த எளிய உபாயம் கதைகளைத் தொகுக்கப் பெருமளவு உதவியது.

தி. ஜானகிராமன் கட்டுரைகளில் அவரது இருப்பும் பார்வையும் குரலும் தெளிவாகவே முன்னிற்கின்றன. நூலிலுள்ள பெரும்பான்மைக் கட்டுரைகளில் அதைக் காணலாம். நேரடி அனுபவம், வாசிப்பு, உணர்வு சார்ந்தே கட்டுரைகளை எழுதியிருக்கிறார். 'ஐந்திணைப் பதிப்பக'த் தொகுப்பில் இடம் பெற்றவையும் கவனத்துக்கு வராமல் இதழ்களில் மட்டுமாக ஒதுங்கியிருந்தவையுமான கட்டுரைகளும் சேர்ந்து இந்த நூல் வடிவம் பெற்றிருக்கிறது.

புனைவாக்கத்தில் தாராளவாதியாகத் தெரியும் தி. ஜானகிராமன் கட்டுரையாக்கத்தில் வரையறைக்கு உட்படுத்திக் கொண்டவராகவே தென்படுகிறார். எண்ணிக்கையில் மட்டுமல்ல; மையப் பொருளிலும் சிக்கனமானவராகவே தோன்றுகிறார். அவரது கட்டுரைகள் அதிகமும் பக்க அளவில் சிறியவை. கட்டுரையின் தொடக்கத்திலேயே எடுத்துக்கொண்ட பொருளுக்கு நேரடியாகச் சென்று கச்சிதமான வார்த்தைகளில் அதை முன்னெடுத்தும் செல்கிறார். பல கட்டுரைகள் இன்னும் சற்று விரிவாக எழுதப்பட்டிருக்கலாமே என்ற எண்ணத்தை அளிப்பவை. மதுரை மணி ஐயரையும் கு.ப. ராஜகோபாலனையும் பற்றி எழுதியவையும் 'சிறுகதை எழுதுவது எப்படி?' கட்டுரையும் இன்னும் கொஞ்சம் எழுதியிருக்கக் கூடாதா என்று வாசகனாக என்னை ஏங்கவைத்தவை. கட்டுரைக்கான பொருள்களும் எண்ணிக்கையில் சுருக்கமானவை. இலக்கியம், கலை, பயணம் ஆகிய பகுப்புகளுக்குள் அடங்கிவிடக்கூடியவை. ஏறத்தாழ நாற்பதாண்டுக் காலம் இலக்கிய உலகில் செயல்பட்டவருக்கு இவ்வளவுதான் சொல்ல இருந்ததா என்ற கேள்வியும் எழுகிறது. இலக்கியத்தின் பெறுமானத்தை நிர்ணயிப்பவர்கள் காலமும் வாசகர்களுமே என்ற நிலைப்பாட்டைக் கொண்டிருந்தவரிடம் இந்தக் கேள்வி செலாவணியாகாத ஒன்றுதான். இலக்கியத்தைப் பற்றிப் பொதுவாகவோ தனது எழுத்தைப் பற்றிக் குறிப்பாகவோ தி. ஜானகிராமன் அரிதாகவே பேசியிருக்கிறார். அவருடைய இயல்பு அது.

இதிலுள்ள கட்டுரைகள் முதன்மையாகப் பொருள்சார்ந்தே நிரல்படுத்தப்பட்டிருக்கிறன. இயன்றவரை காலவரிசையும்

கடைப்பிடிக்கப்பட்டுள்ளது. எழுத்து என்ற பிரிவில் தனது எழுத்து அனுபவங்களை முன்னிருத்தியும் பொதுவாகப் படைப்பின் கூறுகள் பற்றியும் குறிப்பிட்ட சில எழுத்தாளர்களின் படைப்புகள் மீதான பார்வையை வெளிப்படுத்தியும் தி. ஜானகிராமன் எழுதிய கட்டுரைகள் இடம்பெறுகின்றன.

படைப்புகளைப் பற்றியோ அவற்றின் தன்மைகள் பற்றியோ தி. ஜானகிராமன் அதிகமாகப் பேசியவர் அல்லர். எனினும் அபூர்வமாக எழுத்தின் அடிப்படை, தரம், பொறுப்பு ஆகியவை குறித்துத் தீவிரமான எண்ணங்களை முன்வைக்கும் சில கட்டுரைகளை எழுதியிருக்கிறார். 'சிறுகதை எழுதுவது எப்படி?', 'படைப்பின் கூறுகள்', 'பொறுப்பும் செட்டும்' ஆகிய கட்டுரைகள் படைப்பாக்கம் பற்றிய அவரது சிந்தனைகளை அடையாளம் காட்டுகின்றன. பிற படைப்புகளைப் பற்றிக் குறைவாகவே எழுதியிருக்கும் ஜானகிராமன் சொந்தப் படைப்புகள் பற்றி அதை விடக் குறைவாகவே எழுதியிருக்கிறார். நாவல் பிறந்த கதை என்ற தலைப்பில் 'மோகமுள்' உருவான பின்புலத்தைச் சொல்லும் கட்டுரையை விதிவிலக்காகவே சொல்லத் தோன்றுகிறது.

தனது சமகாலத்தவர்களான எம்.வி. வெங்கட்ராம், பராங்குசம், கிருத்திகா ஆகியவர்கள் பற்றி தி. ஜானகிராமன் எழுதியிருக்கிறார். அவர்களது எழுத்தில் தான் கண்ட சிறப்புகளைச் சொல்கிற அந்தக் கட்டுரைகள் விமர்சன அடிப்படையில் அமைந்தவை என்பதைக் காட்டிலும் பாராட்டுணர்வை வெளிக் காட்டுபவை என்பதே பொருந்தும். குறிப்பாக எம்.வி.வி.யின் எழுத்துகள் பற்றிய ஜானகிராமன் கட்டுரைகள் அந்த வகையிலானவை. நூல்களுக்கு அவர் எழுதியிருக்கும் எல்லா முன்னுரை களும் பாராட்டுச் சான்றிதழ்கள்தாம்.

தி. ஜானகிராமனின் புனைவல்லாத எழுத்துக்களைத் தொகுப்பது என்ற அடிப்படையில் அவரது முன்னுரைகள், நூல் மதிப்புரைகளும் சேர்க்கப்பட்டுள்ளன. ஆர்வியின் 'அணையா விளக்கு', எம்.வி. வெங்கட்ராமின் 'நித்ய கன்னி', இந்திரா பார்த்தசாரதியின் 'ஹெலிகாப்டர்கள் கீழே இறங்கிவிட்டன' ஆகிய மூன்று நாவல்களுக்கும் ஆதவனின் 'இரவுக்கு முன்பு வருவது மாலை', மாலனின் 'கல்லிற்குக் கீழும் பூக்கள்' ஆகிய இரண்டு சிறுகதைத் தொகுப்புகளுக்கும் தி. ஜானகிராமன் முன்னுரை வழங்கியிருக்கிறார். இவற்றில் 'நித்ய கன்னி'க்கு எழுதிய முன்னுரை இலக்கிய வட்டம் இதழில் கட்டுரையாகவே வெளிவந்திருக்கிறது, முன்சொன்னதுபோல இந்த முன்னுரை களிலும் மதிப்புரைகளிலும் வெளிப்படுவது கறாரான இலக்கிய மதிப்பீடுகள் அல்ல; மாறாக தோழமை மிளிரும் பெருந்தன்மை

யான வாழ்த்துக்கள். ஆதவனின் தொகுப்புக்கு அவர் எழுதி யிருக்கும் முன்னுரைக்கு அளிக்கப்பட்டிருக்கும் தலைப்பே 'என் வாழ்த்து' என்பதுதான்.

இதையொட்டிப் பிற்காலச் சம்பவம் ஒன்றை இங்கே குறிப்பிட விரும்புகிறேன். 'காலச்சுவடு பதிப்பகம்' தி. ஜானகிராமனின் எழுத்தைப் பற்றியும் வாழ்க்கை பற்றியும் எழுதப்பட்ட கட்டுரை களின் தொகுப்பொன்றை வெளியிட 2003ஆம் ஆண்டு திட்ட மிட்டது, தொகுப்புக்காக எழுத்தாளர்கள் சிலர் கட்டுரைகளை எழுதிக்கொடுத்திருந்தார்கள். பல்வேறு காரணங்களால் தொகுப்பு வெளிவர இயலாமற் போனது. இந்தக் கட்டுரைத் தொகுப்புக்கான பணியில் ஈடுபட்டிருந்தபோது சில தகவல்களுக்கான அந்தக் கைப்பிரதிகளைப் பார்வையிட்டேன். கி.ஆ. சச்சிதானந்தம் எழுதிய கட்டுரையில் விவரிக்கப்பட்டிருக்கும் நிகழ்ச்சி தி. ஜானகி ராமனின் இலக்கியப் பெருந்தன்மையைப் புரிந்துகொள்ள உதவியது.

கசடதபற இதழைத் தொடங்கி நடத்திய எஸ். ராமகிருஷ்ணன், நா. கிருஷ்ணமூர்த்தி, சா. கந்தசாமி, ம. ராஜாராம் ஆகிய அன்றைய இளைஞர்கள் 1960களின் இறுதியில் தங்களது கதைகளைக் 'கோணல்கள்' என்ற தலைப்பில் நூல் வடிவில் கொண்டு வந்தார்கள். அதன் வெளியீட்டு விழாவில் நூலை வெளியிட்டுப் பேசிய தி. ஜானகிராமன். புதிய இளைஞர்களின் கதைகளை ஆகாசம் முட்டப் புகழ்ந்திருக்கிறார். சச்சிதானந்தத்தின் வற்புறுத்தலின் பேரில் கூட்டத்துக்கு வந்திருந்த சி.சு. செல்லப்பா தி. ஜானகிராமனின் பேச்சு தனக்குப் பிடிக்கவில்லை என்பதைக் காட்டும் பாவனையில் இரு கைகளிலும் முகத்தைத் தாங்கியபடி உட்கார்ந்திருந்தாக சச்சிதானந்தம் குறிப்பிடுகிறார். நிகழ்ச்சி முடிந்து வெளியேறியதும் ஜானகிராமனிடம் "இந்தக் கதைகளை இவ்வளவு பாராட்டினீர்களே எல்லாக் கதையும் உங்களுக்குப் பிடித்திருந்ததா?" என்று செல்லப்பா ஜானகிராமனிடம் கேட்டிருக்கிறார். "சில கதைகள் பிடித்திருந்தன. சில கதைகள் பிடிக்கத்தான் இல்லை. அதனால் என்ன, புதியவர்கள் ஆர்வத்துடன் இலக்கியத்துக்குள் வந்திருக்கிறார்கள். அவர்களை ஊக்கப்படுத்துவது முக்கியம்'' என்பது தி. ஜானகிராமனின் பதில். இதை ஜானகிராமனின் பெருந்தன்மை என்று சச்சிதானந்தம் பாராட்டுகிறார்.

முன்னுரைகளில் மட்டுமல்ல; தி. ஜானகிராமன் எழுதி வெளியான மதிப்புரையிலும் இந்தப் பெருந்தன்மை காணப்படு கிறது. கிடைத்த தரவுகளின் அடிப்படையில் ஒரே ஒரு மதிப்புரை எழுதியிருப்பதை அறியமுடிகிறது. எம்.வி. வெங்கட்ராமின்

இரண்டு நூல்களுக்கான அந்த மதிப்புரை எழுத்து முதல் இதழில் வெளியாகி உள்ளது. எம்.வி. வெங்கட்ராம் மீது அவர் கொண்டிருந்த பெருமதிப்பை தி.ஜானகிராமனின் முன்னுரைகளும் மதிப்புரையும் எடுத்துக்காட்டுகின்றன. கு.ப. ராஜகோபாலனுக்குப் பின் அவர் வியந்துபோற்றும் ஆளுமை எம்.வி. வெங்கட்ராம் தான் என்பது இருவரது நட்பின் ஆழத்தைக் காட்டுகிறது.

ஆர்வியின் 'அணையா விளக்கு' நாவலுக்கு தி. ஜானகிராமன் எழுதியிருக்கும் முன்னுரை வியந்து பாராட்டுதலுக்கு எடுத்துக் காட்டாகவும் வாசகரை வியப்பில் ஆழ்த்தும் நிலைக்கு உதாரண மாகவும் அமைந்திருப்பது. எழுதப்பட்ட காலத்தில் நடைமுறையி லிருந்த இலட்சியவாதம் சார்ந்த ஜனரஞ்சகத் தொடர்கதையாகவே இன்று அந்த நாவலைக் காணமுடியும். ஆனால் வேறு எந்தப் படைப்புக்கும் எழுதியிராத வகையில் விரிவாகவும் நுட்பங்களை விளக்குவதாகவுமான நீண்டமுன்னுரையை தி. ஜானகிராமன் அதற்கு அளித்திருக்கிறார். அவரது இலக்கிய இயல்பை அறிந்த வாசகருக்கு இந்த விஸ்தார ஆலாபனை வியப்பை அளிக்கிறது. நண்பர்கள் அல்லது நெருக்கமானவர்களின் நூல்களுக்கே முன்னுரை வழங்கியிருக்கிறார் என்று பார்க்கும்போது அவரது பாராட்டுணர்வுக்கும் ஆச்சரியங்களுக்குமான காரணமும் புரிகிறது.

இலக்கிய விவகாரங்களில் மிதவாதியாகத் தெரியும் தி. ஜானகிராமன் கலை தொடர்பான கருத்துக்களில் தீவிரவாதி யாகத் தோற்றமளிக்கிறார். எந்தவித சமரசத்துக்கும் இடம் கொடாமல் தனது ரசனையை முன்னிருத்துகிறார். இசை, நாட்டியம் பற்றிய கட்டுரைகளில் தனது நிலைப்பாட்டை அழுத்தமாக வலியுறுத்துகிறார். அந்தக் கலைகளில் மிக உச்சமான ஒன்றுடன் ஒப்பிட்டே மற்றவற்றை மதிப்பிடுகிறார். 'நாட்டியத்தை இரண்டாகப் பிரிக்கலாம். ஒன்று பாலசரஸ்வதியின் நாட்டியம். இன்னொன்று மற்றவர்களின் நாட்டியம்' என்ற வரிகள் உதாரணம். இசையிலும் நாட்டியத்திலும் செவ்வியல் மட்டத்தை எட்டாதவற்றைக் குறைவானவையாகவே கருதுகிறார். பாலசரஸ்வதி, மணி அய்யர், திருவாலங்காடு சுந்தரேசய்யர் ஆகிய கலைஞர் களையே முன்னுதாரணங்களாக நிறுத்துகிறார். அவர்களது கலை இயல்புகளையும் நுட்பங்களையுமே கலைஞர்களை எடைபோடுவதற்கான அளவீடுகளாகவும் பயன்படுத்துகிறார். இந்தக் கலைஞர்கள் தமது கலையின் இலக்கணத்தைப் பயின்றவர்கள். அது உருவாகிவந்த மரபை அறிந்தவர்கள். தங்கள் கலைத் திறனால் அதை மீறவும் முயற்சித்தவர்கள். பாடாந்தரமான முறையைவிடச் சுதந்திரமான போக்குக்கே

தங்களை ஆட்படுத்திக்கொண்டவர்கள். கலையின் கணக்குச் சுத்தத்துக்கு முன்னுரிமை கற்பிக்காமல் உணர்வுநிலைக்கு முதன்மையளித்தவர்கள். எழுத்துக் கலையில் தி. ஜானகிராமன் செய்திருப்பதும் அதைத்தானே? எனவேதான் அவர்கள்மீது தனியான வாஞ்சை கொண்டார் என்று எண்ணுகிறேன். சமகாலக் கலைஞர்களை மட்டுமல்ல; காலத்துக்கு அப்பாலிருக்கும் கலைஞர்களையும் இந்த அளவீடுகளாலேயே மதிப்பிடுகிறார். 'நெகிழ்ச்சி' கட்டுரையில் தியாகய்யர், முத்துசாமி தீட்சிதர் ஆகிய இரு வாக்கேயகார்களின் கிருதிகளை ஒப்பிடுவது இதற்குச் சிறந்த எடுத்துக்காட்டு.

ரசனை, அனுபவம், விமர்சனம் ஆகிய கோணங்களில் அணுகி எழுதப்பட்டவை தி. ஜானகிராமனின் இசைக் கட்டுரைகள். இசையில் தேர்ச்சி பெற்றவர், எனவே அவரது கருத்துக்கள் வெறும் ரசனை ததும்பும் சிலாகிப்புகளாக இல்லாமல் கர்நாடக சங்கீத்தின் நுணுக்கங்களைச் சுட்டிக்காட்டும் காத்திரமான அலசல்களாக உருவாகின்றன. கூடவே இசைக் கலையின் உச்சங்களையும் சரிவுகளையும் விவாதிக்கவும் செய்கின்றன. கலைஞர்களின் குறையையும் அடையாளம் காட்டுகின்றன. மணி அய்யரின் சங்கீதத்தை வானளாவப் புகழும் அதே சமயம் அவரது துரிதகாலப் பாடும் முறையைப் பற்றியும் குறிப்பிடு கிறார். நவாவரணக் கீர்த்தனைகளை விளம்ப காலத்தில் பாடினால் காதுக்கு அணியாகும் என்று இதமாகச் சுட்டிக் காட்டுகிறார். இசைக்குச் சாகித்தியம் பிரதானமில்லை என்ற விதாண்டாவாத நிலையால் பாரதி பாடல்கள் துக்கடாவாகப் பாடப்படுவதைப் பற்றிச் சினம் கொள்ளுகிறார். கர்நாடக இசைப்பாடகர்கள் குரல்வளத்தைப் பேணுவதில் இந்துஸ்தானி இசைக்கலைஞர்கள்போல அக்கறை காட்டுவதில்லை என்ற ஆதங்கத்தை வலியுறுத்திச் சொல்கிறார். இவை வெறும் இசை ரசிகனின் வார்த்தைகளில் அல்லாமல் துறைசார்ந்த நிபுணரின் பொருள்பொதிந்த சொற்களிலேயே முன்வைக்கப்படுகின்றன. அது அவரது இசைப் பின்புலத்தையும் தேர்ச்சியையும் காட்டுகின்றன. ஜானகிராமனின் சங்கீத ஞானம் இசைக் கலைஞர்களால் அங்கீகரிக்கப்பட்டது என்பதை அடிக்கோடிட்டுக் காட்டவே தி. ஜானகிராமனைப் பற்றி வயலின் மேதை லால்குடி ஜெயராமன் எழுதிய குறிப்பைப் பின்னிணைப்பில் கொடுத்திருக்கிறேன்.

இசை குறித்த தி. ஜானகிராமன் கட்டுரைகளில் இலக்கிய ஆர்வலனாகவும் இசை ரசிகனாகவும் என்னைக் கவர்ந்த அம்சம் ஒன்று இருக்கிறது. அது இசைக் கட்டுரைகளில் இலக்கியக் கலைச்சொற்களையும் உதாரணங்களையும்

பயன்படுத்துவதும் இலக்கியக் கட்டுரைகளில் இசைத்துறைச் சொற்கள் வாயிலாகவும் சங்கீதக் குறிப்புகள் வாயிலாகவும் விளக்குவதும். இந்தப் பரிமாற்றம் கட்டுரைகளை நுட்பமாகவும் ஆழமாகவும் புரிந்துகொள்ளத் துணைபுரிகிறது. கட்டுரைகளைக் காட்சியனுபவமாக்குகிறது. இலக்கியம், இசை இரு துறைகளி லிருந்து எடுத்தாளுவதைப்போல அவர் கையாளும் இன்னொரு துறை சமையல். அவரே கட்டுரையொன்றில். 'என்ன, சமையல் உபமானமாகவே இருக்கிறதே என்று கேட்கிறீர்களா? முன் ஜன்மத்தில் தவசிப்பிள்ளையாக இருந்தேனோ, என்னவோ, யார் கண்டார்கள்?' என்று அவரே தற்பகடியும் செய்கிறார். எதுவானாலும் அந்தச் 'சமையல் குறிப்புகள், வாசிப்பில் ருசியைக் கூட்டவே செய்கின்றன.

'எட்டிஃபி' என்ற தலைப்பில் தொகுப்பில் சேர்க்கப்பட்டிருக்கும் சினிமா விமர்சனக் கட்டுரை என்னை வியப்பில் ஆழ்த்திய ஒன்று. கூடவே கண்டுபிடிப்பாளனின் பெருமிதத்தையும் அளித்தது. இலக்கியத்திலும் பிற கலைகளிலும் செவ்வியல் நோக்குக் கொண்டவராக நான் எண்ணியிருந்த தி. ஜானகிராமன் திரைப்படக் கட்டுரைகள் எழுதியிருப்பார் என்பது ஊகத்துக்கு அப்பாற்பட்டது. 'நாலு வேலி நிலம்' படத்துக்குத் திரைக்கதை, உரையாடல் எழுதியிருக்கிறார். திரையுலகம் தொடர்பான சில சிறுகதைகளையும் (மணம், உண்டைவெல்லம், கோவிந்தராவின் மாப்பிள்ளை ஆகியவை) எழுதியிருக்கிறார். எனினும் சினிமா விமர்சனம் எழுதியிருப்பார் என்று நம்ப இயலவில்லை. எழுதியவர் பெயர் குறிப்பிடப்படாமல் வெளியான அந்தக் கட்டுரைகள் தி. ஜானகிராமன் எழுதியவை என்று கண்டுபிடித்ததே சுவாரசிய மான அனுபவம்.

புதுதில்லியில் 1981 ஜனவரி முதல் வாரம் எட்டாவது உலகப் படவிழா நடைபெற்றது. விழாப் படங்களைப் பற்றிய விமர்சனக் கட்டுரைகளை *சாவி* வார இதழ் பிப்ரவரி 2,9,16,23 தேதியிட்ட இதழ்களிலும் மார்ச் 2ஆம் தேதி இதழிலும் தொடராக வெளியிட்டது. எழுதியவர் பெயர் 'சா மா' என்று கொடுக்கப் பட்டிருந்தது. அன்று திரைப்படப் பார்வையாளனாக வேட்கையுடன் அலைந்துகொண்டிருந்தேன். கோவையில் நண்பர்களுடன் இணைந்து தொடங்கிய திரைப்படச் சங்கமான 'தர்சனா'வின் பொறுப்பாளர்களில் ஒருவனாகவும் செயல்பட்டிருந்தேன். தேடித் தேடிக் கலைப்படங்களைப் பார்ப்பதும் அவற்றைப் பற்றிப் பேசுவதும் வாடிக்கையாக இருந்த உற்சாக தினங்கள் அவை. சாவியில் வெளியான பட விழாக் கட்டுரைகள் ஆர்வத்தை மிகச் செய்தன. கட்டுரைகள் வெளியான பத்திரிகைப் பக்கங்களைக் கிழித்துத்

தனியாகச் சேகரித்தும் வைத்திருந்தேன். அவற்றைத் திரும்பத் திரும்ப வாசித்தபோது எழுத்துநடை தி. ஜானகிராமனுடையது என்ற எண்ணம் வலுப்பட்டது. சா மா வேறு யாருமல்லர், தி. ஜானகிராமன்தான் என்று அவரது கதைகளை வாசித்திருந்த பழக்கம் சாட்சி சொன்னது. சந்தேக நிவர்த்திக்காகப் பத்திரிகை அலுவலகத்துக்குக் கடிதமும் எழுதினேன். பதில் வரவில்லை. ஜானகிராமன்தான் சா மாவா என்ற குழப்பத்துக்கும் அவர்தான் சா மா என்ற முடிவுக்கும் இடையில் பல ஆண்டுகள் கழிந்தன. *சாவி* இதழுடன் தொடர்புடைய சிலரிடம் விசாரித்தும் சரியான பதில் கிடைக்கவில்லை. இதற்கிடையில் இடமாற்றங்களால் கைவசம் பாதுகாத்திருந்த சா மா கட்டுரைகள் தொகுப்பு காணாமற் போயிற்று. ஆனால் அப்படி ஒரு கட்டுரைத் தொடர் வந்ததையும் அது வெளியான ஆண்டையும் ஞாபகம் வைத்திருந்தேன். தி. ஜானகிராமன் கட்டுரைகளைத் திரட்டும் பணியில் அந்தக் கட்டுரைகளையும் தேடினேன். அதிர்ஷ்டவசமாக ரோஜா முத்தைய்யா ஆய்வு நூலகத்தின் வாயிலாகப் பழைய *சாவி* இதழ் பிரதிகளைப் பார்வையிடவும் குறிப்பிட்ட கட்டுரைகளின் நகலைப் பெறவும் வாயத்தது. எனினும் சா மா – தி.ஜா. புதிர் விடுபடாமலே இருந்தது.

தி. ஜானகிராமன் நூற்றாண்டையொட்டி குவிகம் இலக்கிய வாசல் அமைப்பு 2021 ஏப்ரல் 25 அன்று இணையவழி அளவளாவல் நிகழ்ச்சியை நடத்தியது. அதில் பங்கேற்றுப் பேசிய திருப்பூர் கிருஷ்ணன் தில்லியில் நடைபெற்ற திரைப்பட விழாவில் *தினமணி கதிர்* வார இதழ் சார்பில் அவரும் சாவி இதழ் சார்பில் தி. ஜானகிராமனும் கலந்துகொண்டதைக் குறிப்பிட்டார். எட்டிஃபி என்ற தலைப்பில் தில்லி உலகப்பட விழா விமர்சனக் கட்டுரைகளை எழுதியவர் தி. ஜானகிராமனே என்பது சந்தேகத்துக்கு இடமின்றி நிரூபணமானது. எனினும் சந்தேகம் துளியும் மிஞ்சக்கூடாது என்று கட்டுரைப் பிரதிகளை 'இது தி. ஜானகிராமன் எழுத்து என்பதில் எனக்குக் கொஞ்சமும் சந்தேகமில்லை. நீங்கள் ஒருமுறை வாசித்துச் சொன்னால் உறுதியாக இருக்கும்' என்ற குறிப்புடன் ஜானகிராமன் புதல்வி உமாசங்கரிக்கு மின் அஞ்சலில் அனுப்பினேன். 'சந்தேகமே வேண்டாம். இது அப்பாவின் விமர்சனங்கள்தாம்' என்ற உமாவின் பதில் புதிரை விடுவித்தது. எனக்குள் ஓர் ஆர்க்கிமிடீஸ் துள்ளலை ஏற்படுத்தியது. அவரே தொடர்ந்து சொன்னதுபோல் 'அவர் ஏன் தன் பெயரைப் பயன்படுத்தவில்லை என்று தெரியவில்லை'.

தி. ஜானகிராமன் சினிமாக் கட்டுரைகளும் எழுதியிருக்கிறார் என்ற செய்தி பரவசத்தைக் கொடுத்தது. கட்டுரைகளில்

வெளிப்படும் கூர்ந்த பார்வையும் சமூக விமர்சனமும் அவருடைய ஈடுபாட்டைக் காண்பித்தன. தொகுப்பில் 'யானை எய்த வேலி'யின் இனிமையை எனக்கு அளித்தவை இந்தக் கட்டுரைகள்.

தமிழில் முன்னுதாரணமாகக் கருதக்கூடிய பயணக் கதைகளை எழுதியவர் தி. ஜானகிராமன். சுற்றுலாப் பயணியின் வேடிக்கைப் பார்வையைக் கடந்து எழுத்தாளனின் நுட்பமான கண்ணோட்டத்தில் அனுபவங்களைப் பகிர்கிறார். அவரது பயண நூல்களில் காணப்படும் இந்தப் பாங்கைச் சிறு விவரணைகளாக எழுதப்பட்ட 'கீழவிடயல்', 'நம் மொதேரா' ஆகியவற்றிலும் பார்க்கலாம். கணையாழி இதழில் அந்தமானைப் பற்றிய தொடராக அறிவிக்கப்பட்ட 'காலா பானி' ஒரு இதழுடன் முடிவடைந்திருக்கிறது. வாசகர்களுக்கு இழப்பு அது.

நீண்டகாலம் வானொலியில் கல்வி ஒலிபரப்பாளராகப் பணியாற்றியவர் தி. ஜானகிராமன். அந்தப் பின்னணியில் ஆங்கிலத்தில் பல கட்டுரைகளை எழுதியிருக்கிறார். ஆனால் அவை கிடைப்பதற்கரியவையாக இருக்கின்றன. 'முடக்கம் நீங்க' என்ற கட்டுரை வானொலியை எவ்வாறு கல்வி கற்பிக்கப் பயன்படுத்த முடியும் என்பதை விரிவாக விளக்குகிறது. கேட்பறிவின் இடத்தில் காணறிவு பரவலாகிவரும் இன்று இந்தக் கட்டுரையின் கருத்துக்கள் முக்கியத்துவம் கொண்டவையாகத் தோன்றுகின்றன.

தி. ஜானகிராமன் சிறுகதைகளைத் தொகுப்பதில் எதிர்கொண்ட இடர்களுக்குச் சற்றும் குறையாத சிரமங்கள் கட்டுரைகளைத் தொகுப்பதிலும் நேர்ந்தன. கதைகளைப் பொறுத்தவரை தலைப்பு, வெளியிட்ட இதழ், வெளியான ஆண்டு ஆகிய தகவல்களாவது கிடைத்தன. ஆனால் கட்டுரைகள் குறித்த தகவல்களைத் திரட்டுவது கடினமாகவே இருந்தது. தன்னுடைய எழுத்துக்களை முறையாகப் பாதுகாக்கும் பழக்கமில்லாதவர் தி. ஜானகிராமன் என்ற உண்மையை 'கச்சேரி' தொகுப்புக்கான பணியில் உணரமுடிந்தது. கட்டுரைகளையும் வரிசைப்படுத்திச் சேகரித்து வைக்கவில்லை என்ற உண்மையைக் கட்டுரைகளைத் திரட்டும்போது அறியமுடிந்தது. 'முன்னோடிகள் செய்யாத ஒன்றை நான் செய்துவிடவில்லை' என்று அவையடக்கம் காக்கும் எழுத்தாளரிடம் இந்தத் தனியுரிமைப் பாதுகாப்பை எதிர்பார்ப்பதும் நியாயமில்லை. ஆனால் ஏறத்தாழ நான்கு பதிற்றாண்டுக் காலம் எழுத்தில் ஈடுபட்டிருந்தவரின் படைப்புகளை, குறிப்பாக எல்லாத் தரப்பினராலும் ஏற்றுக்கொள்ளப்பட்ட எழுத்தாளரின் கலைமேன்மை கொண்ட படைப்புகளை ஆவணப்படுத்தாமல்

விட்டிருப்பது நமது அக்கறையின்மைக்குச் சான்று. ‘என்னிடம் தகவல்கள் இருக்கின்றன. ஆனால் கொடுக்கமாட்டேன், போ’ என்று அந்தப் புதையலைக் கட்டிக்காக்கும் இலக்கியப் பூதங்கள் ‘பரந்த நோக்கு’க்கு அத்தாட்சி. இந்த இடையூறுகளைக் கடந்தே கட்டுரைகள் திரட்டப்பட்டன. நூலாகத் தொகுக்கப்பட்டுள்ளன. தொகுக்கப்பட வேண்டிய கட்டுரைகள் இன்னும் இருக்கின்றன என்பதை இந்தப் பணி உணர்த்தியிருக்கிறது.

‘மோகமுள்’ மலையாள மொழியாக்கத்தில் இடம்பெற்றிருப் பதும் வித்யா சங்கரின் ஆங்கில நூலுக்கு எழுதியதுமாகிய இரண்டு முன்னுரைகளின் தமிழாக்கங்கள் இந்தத் தொகுப்பில் சேர்க்கப்பட்டுள்ளன. முன்னது தி. ஜானகிராமன் தமிழில் எழுதி சி.ஏ. பாலனால் மலையாளத்தில் மொழிபெயர்க்கப்பட்டதன் தமிழாக்கம். ‘மோகமுள்’ காலச்சுவடு பதிப்பிலும் பின்னிணைப் பாகக் கொடுக்கப்பட்டுள்ளது. இரண்டாவது ஆங்கிலத்திலிருந்து தமிழாக்கம் செய்யப்பட்டது. இந்த இரண்டையும் மொழியாக்கம் செய்தது சவாலான அனுபவம். தி. ஜானகிராமன் படைப்புகளில் பயிலும் சொற்களைத் தேடியெடுத்து அவரது நடையை உருவாக்க முயன்றது நிறைவை அளித்தது.

தொகுப்பில் சேர்க்கப்பட்டுள்ள கட்டுரைகளை பெரும்பான்மை யும் எவ்வாறு இதழ்களில் வெளியாயினவோ அதே வடிவத்திலேயே கொடுத்திருக்கிறேன். அச்சுப்பிழைகளை நீக்கியதும் சில தகவல்பிழைகளைக் களைந்ததும் மட்டுமே தொகுப்பாளனின் பணி. இயன்றவரை மூலபாடத்தின் நடையை அப்படியே நிலைநிறுத்த முயன்றிருக்கிறேன். தி. ஜானகிராமன் எழுதிய காலத்தில் பின்பற்றிய மொழிவழக்கை மாற்ற விரும்பவில்லை. உதாரணமாக, வித்யாசம் என்றே அவர் பயன்படுத்துகிறார். அதை வித்தியாசம் என்று நவீனப்படுத்த முனையவில்லை. அப்படியே ஏற்றுக்கொண்டிருக்கிறேன். கட்டுரைகளில் சிலவற்றுக்கு மட்டும், தொகுப்பாளனின் அனுமதிக்கப்பட்ட சலுகையைப் பயன்படுத்தித் தலைப்புகள் இடப்பட்டுள்ளன. அவையும் கட்டுரைகளிலிருந்தே எடுக்கப்பட்டவை. தி. ஜானகிராமனின் சொற்களிலேயே அமைந்தவை.

கட்டுரைத் தொகுப்புக்கு வலுவூட்டும் என்ற நோக்கிலேயே பின்னிணைப்புகள் கொடுக்கப்பட்டுள்ளன. இசையிலும் வடமொழி இலக்கியத்திலும் புலமை மிக்கவர் என்று பாராட்டப்படுபவர் ஜானகிராமனின் தந்தையார் தேவங்குடி தியாகராஜ சாஸ்திரிகள். அதை எடுத்துக்காட்டவே அவரது கட்டுரை இணைக்கப்பட்டிருக் கிறது. தி. ஜானகிராமன் அளித்திருக்கும் நேர்காணல்கள் எண்ணிக்கையில் மிகக் குறைவு. பேட்டிகளில் அவர் விரிவாகப் பேசியதும் குறைவு. *தீபம்* இதழில் வெளிவந்த எழுத்தாளர்களின்

பேட்டித் தொடரில் மட்டுமே தனது பின்புலத்தையும் படைப்பு அனுபவங்களையும் பற்றிச் சற்று அதிகமாகப் பேசியிருக்கிறார். நூலின் பின்னிணைப்பில் அந்த நேர்காணலைச் சேர்த்ததன் காரணம் அதுவே.

'ஐந்திணைப் பதிப்பக'த் தொகுப்பில் இடம்பெற்ற கட்டுரைகளைத் தவிர மற்றவற்றைப் பலரும் தேடிக் கண்டெடுத்துக் கொடுத்தார்கள். தி. ஜானகிராமன் சிறுகதைகள் முழுத் தொகுப்புப் பணியின்போது ஆ.இரா. வேங்கடாசலபதி *தேனீ* இதழில் வெளியான ஆக்கங்களைக் கண்டெடுத்து உதவினார். அவற்றுள் 'சாப்பாடு' கட்டுரையும் ஒன்று. *திட்டம்* இதழில் வெளியான 'முடக்கம் நீங்க' கட்டுரையை பொன். தனசேகரன் அளித்தார். எட்டாவது உலகத் திரைப்பட விழா கட்டுரைகளை *சாவி* இதழிலிருந்து பெற கிருஷ்ணபிரபு துணைபுரிந்தார். ராணி திலக் 'சென்னை சங்கீதம், கட்டுரையைக் கண்டுபிடித்துக் கொடுத்தார். *எழுத்து* முதல் இதழில் வெளிவந்த எம்.வி. வெங்கட்ராம் நூல்கள் மீதான மதிப்புரையை அழிசி சீனிவாச கோபாலன் அளித்தார். கே.என். செந்தில் உதவினார். 'ஹெலிகாப்டர்கள் கீழே இறங்கிவிட்டன' நாவலுக்கான முன்னுரையை ஹரன் பிரசன்னா அளித்து உதவினார். தன்னுடைய சிறுகதைத் தொகுப்புக்கு தி. ஜானகிராமன் எழுதிய முன்னுரையையும் தான் அவரைக் கண்ட 'எனக்கு ஈ.ஃ.பில் டவர் முக்கியம் அல்ல' நேர்காணலையும் மாலன் தந்தார். இலக்கியச் சிந்தனை தொகுப்பான 'பசி'யின் முன்னுரையை கல்யாணராமன், களந்தை பீர்முகம்மது, மீ. விசுவநாதன் மூவருமே கண்டெடுத்துக் கொடுத்தார்கள். வித்யா சங்கரின் 'கர்நாடக சங்கீதம் – கலையும் விஞ்ஞானமும்' ஆங்கில நூலுக்கு தி. ஜானகிராமன் எழுதிய முன்னுரை குறித்து லலிதாராம் எடுத்துச்சொல்லி அனுப்பி உதவினார். அதன் தமிழாக்கத்தையும் சரிபார்த்துக் கொடுத்தார்.

தி. ஜானகிராமன் 'சிறுகதைகள் – ஒரு திறனாய்வு' நூலில் அதன் ஆசிரியர் டாக்டர். பழ. முத்து வீரப்பன் பிற எழுத்தாளர்களின் நூல்களுக்கு ஜானகிராமன் எழுதிய முன்னுரைகள் என்ற பட்டியலைக் கொடுத்திருக்கிறார். அதில் மாலனின் சிறுகதைத் தொகுப்பு நீங்கலாக நான்கு நூல்களைக் குறிப்பிட்டிருக்கிறார். (மாலனின் நூல் பழ. முத்துவீரப்பன் ஆய்வை அளித்த 1983இல் வெளிவரவில்லை.) ஆர்வியின் 'செங்கமலவல்லி' என்ற நூலுக்கு முன்னுரை அளித்திருப்பதாக உள்ளது (மேற்சொன்ன நூல், பக்: 343.) அந்தத் தகவலை வைத்துத் தேடினேன். நூலை வெளியிட்ட 'வானதி பதிப்பகம்' 'செங்கமலவல்லி' பதிப்பிலேயே இல்லை என்று கைவிரித்தது.

பரிசல் செந்தில்நாதன் விசாரிப்புக்குத் துணைநின்றார். பழ. அதியமான் உதவ முன்வந்தார். ஆர்வியின் மகள் கீதாவுடன் தொடர்புகொண்டு விசாரித்தார். 'செங்கமலவல்லி'க்கு ஆர்வியே முன்னுரை எழுதியிருப்பதாக கீதா தெரிவித்தார். தகவல் பிழையால் சுணக்கம் ஏற்பட்ட நிலையில் மதுரை வாசகர் சரவணன் சரியான தகவலை அளித்தார். தி. ஜானகிராமன் முன்னுரை எழுதியிருப்பது ஆர்வியின் 'அணையா விளக்கு' நாவலுக்கு என்று குறிப்பிட்டதுடன் அதன் படியையும் அனுப்பித் தந்தார்.

தேனீ, சாவி இதழ்களில் வெளியான கட்டுரைகளைச் சென்னை, ரோஜா முத்தைய்யா ஆய்வு நூலகச் சேகரிப்பிலிருந்தும் *சிவாஜியில்* வெளிவந்த இசை விமர்சனக் கட்டுரையைக் கும்பகோணம், சிவகுருநாதன் செந்தமிழ் நூலகத்திலிருந்தும் *தீபம்* இதழ் பேட்டியை சென்னை, கன்னிமரா பொது நூலகம் வழியாகவும் பெற்றிருக்கிறேன். இதற்கு இசைவு தந்து உதவியவர்கள் அனைவரையும் நன்றியுடன் நினைவுகூர்கிறேன்.

மேற்குறிப்பிட்ட ஒவ்வொருவருடைய பங்களிப்பும்தான் இந்தத் தொகுப்பு வடிவம் பெறப் பேருதவியாக அமைந்தது. சிலர் உரையாடல் வாயிலாக வழிகாட்டினார்கள். உமா சங்கரி, திருப்பூர் கிருஷ்ணன், மாலன், விக்கிரமன் கண்ணன், பழ. அதியமான், கீதா, லலிதா ராம், அன்னம் கதிர், பொன். தனசேகரன் முதலானவர்களுடன் அவ்வப்போது மேற்கொண்ட உரையாடல்கள் மிகுந்த பயனை அளித்தன.

தி. ஜானகிராமன் கதைகளைத் திரட்டும் வேலையுடனேயே அவரது கட்டுரைகளைத் தேடும் முயற்சியும் நடந்தது. முதலில் கதைகள், அப்புறம் கட்டுரைகள் என்று தீர்மானித்திருந்தேன். நூல்வடிவில் வராத கதைகளின் தொகுப்பான 'கச்சேரி' *(2020)* வெளிவந்த பின்னரே கட்டுரைகளைத் தொகுக்கும் பணி விரைவு பெற்றது. இந்தப் பணியில் கணிசமாகப் பங்காற்றியவர் ஹெமிலா. ஒளிநகல்களிலிருந்தும் பழைய பத்திரிகைகளிலிருந்தும் கிடைத்த பிரதிகளைக் கணினிப்படிகளாக மாற்றினார். துண்டு துக்காணியாகக் கிடைத்த தாள்களையும் பொடிந்துவிழும் பக்கங்களையும் பாதுகாத்து உதவினார். புத்தகப் பணியை ஒருங்கிணைத்தவர் ஜெபா. முதல் படியை மெய்ப்புப் பார்த்தவர் செல்வராஜ் ஜெகதீசன். திருத்தப் படியை வாசித்துச் செம்மையாக்கதத்துக்கு உதவியவர் அரவிந்தன். முகப்புக்கான புகைப்படத்தை உமா சங்கரி வழங்கினார். அடவி முரளி நேர்த்தியாக வடிவமைத்தார். கலா முருகன் இறுதி வடிவத்தை உருவாக்கினார்.

தி. ஜானகிராமன் படைப்புகள் மீதான என்னுடைய ஈடுபாட்டை அறிந்திருக்கும் கண்ணன் சுதந்திரமாக இயங்க வாய்ப்பளித்தார்.

இவர்கள் அனைவரது ஒத்துழைப்பின் விளைவே தி. ஜானகிராமன் கட்டுரைகள் தொகுப்பு. எல்லாருக்கும் மனமார்ந்த நன்றி.

தி. ஜானகிராமன் நூற்றாண்டில் இந்தத் தொகுப்பு வெளியாவது கொண்டாட்டத்துக்கு உரியது. அதேசமயம் முன்னோடி எழுத்துக் கலைஞருக்குச் செலுத்தும் நன்றிக் கடனும்கூட.

கோயம்புத்தூர்
10 நவம்பர் 2021

சுகுமாரன்

ஏன் பூக்கிறோம், யாருக்காக...

(1979ஆம் ஆண்டுக்கான ஸாஹித்ய அகாதமி பரிசைப் பெற்றுக்கொண்டு தி. ஜானகிராமன் நிகழ்த்திய பேச்சு)

இந்த வெகுமானம் அளித்ததற்காக ஸாஹித்ய அகாதமிக்கு என் நன்றி.

கேள்வி கேட்பதில் பிரியமுள்ளவர்கள் நான் ஏன் எழுதுகிறேன் என்று அடிக்கடி கேட்பதுண்டு. மனநிலைக்குத் தக்கவாறு பல்வேறு விடைகளை நான் தருவதுண்டு. அடிப்படையாக ஒன்று நிச்சயம்: நாலைந்து பெரியவர்களுக்கு மத்தியில் ஒரு குழந்தை. சிறிது நேரம் அதைக் கவனிக்காவிட்டால், அது வீல் என்று கத்தும், நாற்காலியைத் தள்ளும், ஒரு பாத்திரத்தை உருட்டும். நம் காதையோ, சட்டையையோ பிடித்து இழுக்கும். வேறு ஏதாவது சத்தம் போடும், அல்லது நம் மடியில் ஏறிக்கொள்ளும். நான் எழுதத் தொடங்கியது இந்த வகையில்தான். இன்னும் அப்படித்தான் இருக்கிறது என்று நினைக்கிறேன். என் எழுத்து மனித வாழ்க்கையை மாற்றவோ உலுக்கவோ போவதில்லை. அசத்தியம், நீதி வழுவல், நியாயமில்லாத நடப்பு, வாக்கு மீறல் போன்றவைகளுக்கு, ராமாயண மகாபாரத ஆதிகாவியங்களில் ஆதாரமும் முன்னுதாரணமும் பல பிரமுகர்கள் தேடும் காலம் இது. அதாவது வியாச வால்மீகிகளே மனிதர்களை நிரந்தரமாக நியாய வழியில் தைத்துவைக்கக் கடமைப்பட்டவர்களாக இருந்தார்கள் என்று அர்த்தம். நல்ல வேளையாக, இந்த மகாகவிகள் மேற்சொன்ன காரியங்களை அங்கீகரித்தார்கள் என்று யாரும் சொல்லவில்லை.

மகாகவிகளின் பாடே இப்படி இருக்கையில், என்னைப் போன்ற ஒரு சிறுவன் தன் எழுத்துக்கள் பற்றி எந்த பிரமையும் கொள்ளத் தேவையில்லை. ஆனால் ஒரு சிறுவனைப் போல நான் அன்றாட உலகைப் பார்த்து வியக்கிறேன், சிரிக்கிறேன், பொருமுகிறேன், நெகிழ்கிறேன், முஷ்டியை உயர்த்துகிறேன், பிணங்குகிறேன், ஒதுங்குகிறேன், சில சமயம் கூச்சல் போடுகிறேன். இந்த 'சக்தி வைத்தியம்' என்ற சிறுகதைத் தொகுப்பு, மற்ற தொகுப்புகளைப்போல, மேற்கண்ட சேஷ்டைகள் அடங்கிய தொகுப்புதான். வேறு ஏதுமில்லை. மனித நடமாற்றம் அற்ற இடங்களில் பல வர்ணங்களும் அமைப்புகளும் கொண்ட சின்னஞ்சிறு பூண்டு வகைகள் பூப்பதுண்டு. ஏன் பூக்கிறோம், யாருக்காக என்று அவைகளுக்குத் தெரியாது. ஒருக்கால் தெரிந்து கொள்ள அவை விரும்பவில்லை போலும்.

'சக்தி வைத்தியம்' தொகுப்புக்காக
சாகித்திய அகாதெமி விருதைப் பெற்று நிகழ்த்திய உரை. 1979

எழுத்து

எதற்காக எழுதுகிறேன்?

ஏன் எழுதுகிறாய் என்று கேட்பது, ஏன் சாப்பிடுகிறாய் என்று கேட்பதுபோல. பசிக்கிறது, சாப்பிடுகிறோம். உயிரோடிருக்கச் சாப்பிடுகிறோம். பலம் வேண்டிச் சாப்பிடுகிறோம். ருசியாயிருக்கிறது என்று ஜிஹ்வா சாபல்யத்தினால் சாப்பிடுகிறோம். சாப்பிடாமல் இருந்தால் ஏதாவது நினைத்துக் கொள்ளப்போகிறார்களே என்று சாப்பிடுகிறோம். ருசி, மணத்தைக்கூடப் பாராட்டாமல் சாப்பிடுகிறோம். சிலபேர் சாப்பிடுவதற்காகவே சாப்பிடுகிறார்கள். நம் நாட்டு அரசியல் பிரமுகர் ஒருவர் அமெரிக்கத் தூதராலய விருந்து, உடனே கவர்னர் விருந்து, உடனே ராமநவமி உத்சவச் சாப்பாடு மூன்றையும் ஏழிலிருந்து எட்டு மணிக்குள் சாப்பிடுவார்.

இத்தனை காரணங்கள் எழுத்துக்கும் உண்டு. அதாவது நான் எழுதுகிறதற்கு. பணத்துக்காக, பேருக்காக, பேரைக் காப்பாற்றிக்கொள்வதற்காக, நானும் இருக்கிறேன் என்று காண்பித்துக் கொள்வதற்காக, தாக்ஷண்யத்திற்காக, எனக்கே எனக்காக, கொஞ்சம் எனக்கும் கொஞ்சம் உங்களுக்காக, சில சமயம் எதற்கு யாருக்கு என்று தெரியாமல் – இப்படிப் பல சமயம் எதற்கு யாருக்கு என்று தெரியாமல் – இப்படிப் பல மாதிரியாக எழுதுகிறேன். சில சமயம் நாடகத தயாரிப்பாளர் சொல்லுகிறார் – ஒரு பிரமிப்பு, ஒரு தினுசான தாக்குதல் ஏற்படுத்த வேண்டும் பார்க்கிறவர்கள் மனதில் என்று – சரி என்று சொல்லுகிறேன். கடைசியில் பார்க்கும்பொழுது இத்தனை

காரணங்களும் அல்லாடி அலைந்து மூன்று குழிகளில் பிரிந்து விழுந்துவிடுகின்றன. எனக்கே எனக்கு, உனக்கே உனக்கு, எனக்கும் உனக்கும் – இந்த மூன்று தினுசுதான் கடைசியாக உண்டு என்று தோன்றுகிறது. இந்த மூன்றும் சேர்ந்து ஒரே இடத்தில் ஒரே எழுத்தில் இருக்கிறாற்போல சிலசமயம் ஒரு பிரமை ஏற்படலாம். அது பிரமைதான். உண்மையில்லை. இரவு எட்டு மணிக்குக் காய்கறி வாங்கும்பொழுது, நேற்று மாலையில் வந்தது, இன்று காலையில் வந்தது, இன்று முழுவதும் வெயிலில் காய்ந்தது, இன்று மாலை வந்தது மூன்றும் ஒரே குவியலாகக் கிடக்கும். ஆனால் சற்று உற்றுப் பார்த்து, தொடாமல்கூட, கலந்துகட்டி என்று கண்டுபிடித்துவிடலாம்.

எனக்கே எனக்கு என்று சொல்லுகிற எழுத்தைப் பற்றித்தான் இங்கு சொல்ல வேண்டும். அதுதான் மரியாதை. அதுதான் உயர்வு. அதுதான் கௌரவம்.

எனக்கே எனக்காக எழுதுவதைப் பற்றி என்ன சொல்ல முடியும்? விஸ்தாரமாகச் சொல்ல என்ன இருக்கிறது? எனக்கே எனக்காக எழுத வேண்டும் போலிருக்கிறது. எழுதுகிறேன். அது என்னமோ பெரிய ஆனந்தமாக இருக்கிறது. காதல் செய்கிற இன்பம் அதில் இருக்கிறது. காதல் செய்கிற இன்பம், ஏக்கம், எதிர்பார்ப்பு, ஒன்றிப்போதல், வேதனை – எல்லாம் அதில் இருக்கின்றன. இன்னும் உள்ளபடி சொல்ல வேண்டும் என்றால் பிறர் மனைவியைக் காதலிக்கிற இன்பம், ஏக்கம், நிறைவு – எல்லாம் அதில் இருக்கின்றன. கண்ய நஷ்டம், பாபம் பாபம் என்று மூலையில் முடங்கியவாறே கையாலாகாமல் முணுமுணுக்கிற மனசாட்சி, சந்தி சிரிப்பு, சந்தேகக் கண்கள் – இத்தனையையும் பொருட்படுத்தாமல் முன்னேறுகிற பிடிவாதம், வெறி, அதாவது ஆனந்தம் – எல்லாம் அதில் இருக்கின்றன. உங்களுக்காக எழுதும்பொழுதோ, உங்களுக்கும் எனக்கும் எழுதும் பொழுதோ, மனைவியைக் காதலிக்கிற நல்லபிள்ளைத்தனமும் நிர்பந்தமும்தான் கண்ணுக்குத் தெரிகின்றன. பல சமயங்களில் நல்லபிள்ளையாகத்தான் காலம் தள்ள வேண்டியிருக்கிறது. மனித வாழ்க்கையின் நெருக்கடிகளும் பிடுங்கல்களும் அப்படிச் செய்துவிடுகின்றன, இந்த நிர்பந்தத்துக்குப் பணியாதவர்களைக் கண்டும் நிர்பந்தங்கள் இல்லாதவர்களைக் கண்டும் பொறாமைப் படுகிறேன்.

சரி, எனக்கே எனக்காக எழுதும்பொழுது என்ன எழுதுகிறேன்? எப்படி எழுதுகிறேன்? என்ன எழுத வேண்டும் என்று எனக்கு நானே உபதேசம் செய்துகொள்கிறேனோ? பசியே தொழிலாகக் கொண்டிருக்கிற ஏழைகளைப் பற்றி, பிச்சைக்

காரர்களைப் பற்றி, பாட்டாளிகளைப் பற்றி, விருப்பமில்லாமல் வழுக்கி விழுந்த பெண்களைப் பற்றி, பள்ளிக்கூடம் போக முடியாமல், பிண ஊர்வலத்தில் நடனம் ஆடிக்கொண்டு போகிற குழந்தைகளைப் பற்றி, விருப்பமில்லாமல் திருட நேர்ந்தவர்களைப் பற்றித்தான் எழுத வேண்டும் என்று வகுத்துக் கொள்கிறேனா? இதையெல்லாம் எழுதி, உன்னைச் சுற்றிச் சாக்கடை தேங்கிக் கிடக்கிறது, ஏன் பார்க்கவில்லை என்று சமுதாயத்தைப் பார்த்துக் கோபித்துக்கொள்ள சங்கற்பிக்கிறேனா? அல்லது குடும்ப உறவுகள், உணர்ச்சிகள், கலைஞர்கள், பெரிய உத்யோகஸ்தர்கள், நடுவகுப்பு, உயர்வகுப்பு மனிதர்கள், அவர்களுடைய ஆசாரங்கள், சீலங்கள், புருவந்தூக்கும் பாங்கு, கண்ணிய வரம்புகள், மேல் பூச்சுகள், உள் நச்சுகள் இவற்றைப் பற்றி எழுத வேண்டும் என்று திட்டம் போட்டுக்கொள்கிறேனா? அல்லது சிம்மவிஷ்ணு, கரிகாலன், ராணா பிரதாப், வல்லப சேனன், அலெக்சாண்டர் – இவர்களைப் பற்றி எழுதிப் பழைய காலத்தை மீண்டும் படைக்க வேண்டும், இன்றைய மனிதனின் மூதாதையரின் நற்குண துர்குணங்கள், இவற்றை எல்லாம் எழுதி சரித்திரக் கொள்கைகளையோ, சித்தாந்தங்களையோ வகுத்து நிலைநாட்ட வேண்டும் என்று எழுதும்பொழுது திட்டம் போட்டுக்கொள்கிறேனா? எனக்கே எனக்காக எழுதும்பொழுது இந்தப் பிடுங்கல்கள் ஏதும் என்னைத் தொந்தரவு செய்வதில்லை. நான் இத்தனைப் பேரைப் பற்றியும் எழுதினாலும் எழுதுவேன். எழுதாமலும் இருப்பேன். யாரைத் தெரியுமோ அவர்களைப் பற்றி எழுதுவேன்... அதாவது அவர்கள் அல்லது அதுகள் என் மனதில் புகுந்து, தங்கி அமர்ந்து என்னைத் தொந்தரவு பண்ணினால் எழுதுவேன். தொந்தரவு தாங்க முடியாமல் போனால்தான் எழுதுவேன். நானாகத் தேடிக்கொண்டு போய் "உன்னைப் பற்றி எழுதுவதாக உத்தேசம்" என்று பேட்டி காண மாட்டேன், அப்ஸர்வ் பண்ண மாட்டேன்.

அவர்களாக, அதுகளாக வந்து என்னைத் தாக்கினால்தான் உண்டு. அதனால்தான் எனக்கு எழுதுவதற்காக யாத்திரை, பயணங்கள் செய்வதில் உற்சாகம் கிடையாது. அதைவிடக் காதல் செய்து பொழுதுகளைப் போக்கலாம் (என்ன காதல் என்று நிர்ணயித்துக்கொள்வது என்னுடைய இஷ்டம், வசதியைப் பொறுத்தது).

அப்படியென்றால் நீர் எழுதுவதற்காகப் பயணம் செய்வதில்லையா என்று யாராவது கேட்டால்? ம்... செய்கிறதுண்டு. அது உங்களுக்காக, உங்களுக்கும் எனக்குமாக எழுதும்பொழுதுதான். அதனால் கொஞ்சம் பணம் சம்பாதிக்க லாம், ஏமாளிகளைப் பிரமிக்க அடிக்கலாம் என்று தோன்றினால்

செய்வதுண்டு. நடுநடுவே அல்ப சந்தோஷங்கள் படுவதில் தப்பொன்றுமில்லை.

ஆக, எனக்குத் தெரிந்தவர்களையும், தெரிந்ததுகளையும் பற்றி எழுதுகிறேன். நான் பார்த்தவர்களையும் பார்த்ததுகளையும் பற்றி எழுதுகிறேன். அல்லது என் கண்ணிலும் மனதிலும் பட்டவர்களையும் பட்டவைகளைப் பற்றியும் எழுதுகிறேன். சில சமயம் என்ன அம்மாமி பாஷையாக இருக்கிறதே என்று சிலர் சொல்கிறார்கள். நான் என்ன செய்ய? அம்மாமிகளைத்தான் எனக்கு அதிகமாகத் தெரியும். ஆத்தாள்களைப் பற்றி ஏதோ சிறிதளவுதான் தெரியும். தெரிந்த விகிதத்துக்குத்தான் எழுத்தும் வரும்.

எதற்கு எழுதுகிறாய் என்று கேட்டதற்கு, என்ன எழுதுகிறேன் என்று சொல்வதா பதில் என்று யாராவது கேட்கலாம். எனக்காக என்று சொல்லும்பொழுது, என்ன, எப்படி இரண்டும் சொல்லத்தான் வேண்டும் என்று முன்னாலயே சொல்லி விட்டேன். மறுபடியும் சந்தேகம் வரப்போகிறதே என்பதற்காக ஞாபகமூட்டினேன்.

எப்படி என்ற கேள்விக்குப் பதில் சொல்வதுகூட அவ்வளவு கடினமில்லை. ஏனெனில் எனக்காக எழுதுவது சொற்பம்தான். எழுதுகிறது என்னமோ அதிகம்தான். கூலிக்கு மாரடிப்பதும், கோயில் மேளம் வாசிப்பதும் நிறைய உண்டு. ஆனால் அது என்றும் சொந்தத்திற்கு என்று எழுதுகிற எழுத்தைப் பாதிப்பதில்லை என்று நிச்சயமான உணர்வு இருக்கிறது. கூலிக்கு மாரடித்தால், மார்வலியோ, சோர்வோ இருந்தால் வலியடங்கி சோர்வகன்ற பிறகு அதுவும் அவசியமானால், முடிந்தால் எழுதுகிறதே தவிர, வலியோடும் சோர்வோடும் எழுதுகிறது கிடையாது. எவனாவது எழுதுவானோ அந்த மாதிரி? எழுதத்தான் முடியுமா? திராணி எங்கே இருக்கும்?

எப்படி எழுதுகிறேன் என்று சொல்வதைவிட எப்படி எழுத ஆரம்பிக்கும் நிலைக்கு வருகிறேன் என்று சொல்வதுதான் இன்னும் பொருந்தும். புகையிலையை மென்றுகொண்டு சும்மா உட்கார்ந்து மனம் சுற்றிச் சுற்றி ஒன்றை முற்றுகையிடுகிற, வழி காணாமல் தவிக்கிற, வழி காணப் பறக்கிற ஆட்டங்களைப் பார்த்துக்கொண்டே உட்கார்ந்திருக்கிறேன். சாப்பிடும்பொழுது, வேறு வேலை செய்யும்பொழுது, வேறு ஏதோ எழுதும்பொழுது, யாருடனோ பேசும்பொழுது இந்த அமர்க்களமும் தவிப்பும் நடந்துகொண்டுதானிருக்கின்றன. நடப்பது தெரிகிறது. வழி தெரிந்ததும் எழுத முடிகிறது. அவ்வளவுக்கு மேல் அதைப் பற்றிச் சொல்ல ஒன்றுமில்லை.

கலை வடிவத்துக்கும் எனக்காக எழுதுவதற்கும் என்ன சம்பந்தம்? எனக்காக எழுதுவது எல்லாம் கடைசல் பிடித்த கலை வடிவம் கொண்டிருக்க வேண்டுமா? அவசியம் இல்லை. கலை வடிவம் என்பது தவத்தையும், அதன் தீவிரத்தையும் பொறுத்தது. அந்த முனைப்பு சிறு நொடியிலோ, பல வருடங்களிலோ சாத்தியமாகலாம். காலம் முக்கியம் என்றாலும் அவ்வளவு முக்கியமில்லை. உணர்வின் அனுபூதியில், அமுங்கி முழுகுவதின் தீவிரத்தன்மைதான் முக்கியமானது. இது எனக்காக எழுதும் எழுத்திலும் சாத்தியம். எனக்காக எழுதும் எழுத்தில் கலை வடிவம் சில சமயம் மூளியாகவே முழுமை பெறாமலோ, நகாசு பெறாமலோ இருக்கலாம். ஆனால் அதுதான் அதன் வடிவம். அதாவது மூளியும் முழுமையில்லாததும் அதனுடைய ஒரு அம்சம்.

கூலிக்காக நான் எழுதும் எழுத்திலும் அல்லது உங்கள் சந்தோஷத்திற்காக நான் எழுதும் எழுத்திலும் கலை வடிவம் என்ற ஒன்றைக் கொண்டுவந்துவிட முடியும். இங்கு கலை வடிவம் என்பது பயிற்சியின், சாதகத்தின் ஒரு விளைவாகப் பரிணமித்து விடுகிறது. இந்த இடத்தில்தான் ஒரு முக்கியமான வேற்றுமை தோன்றுகிறது. கலைக்கும் நுண்தொழிலுக்கும் உள்ள வேற்றுமை அது. சிலசமயம் நான் செய்கிற நுண்தொழிலைக் கண்டு கலை வடிவம் என்று தப்பாகப் புரிந்துகொண்டுவிடுபவர்கள் உண்டு. அப்படிச் சொல்லி என்னையே ஏமாற்றப் பார்ப்பார்கள்.

ஆனால் எனக்குத் தெரியும். எது கொம்பில் பழுத்தது, எதை நான் தடியால் அடித்து குடாப்பில் ஊதிப் பழுக்க வைத்திருப்பேன் என்று. எனக்காக நான் எழுதும்போது, கொம்பில் பழுத்த பழம். நான் பண்ணிய தவத்தின் முனைப்பில் பழுத்த பழம் அது. என் தவம் எத்தனைக்கெத்தனை தீவிரமாக ஒன்றிப்பிலும் தன் மறப்பிலும் கனிந்து எரிகிறதோ, அப்போது வடிவம் தானாக அமைந்துவிடும். அது சில சமயம் மூளியாகவோ குறையுள்ளதாகவோ இருக்கலாம். ஆனால் பூப்புநிலையில் பூவில் இட்ட முட்டை வண்டாக வளர்கிறமாதிரி, அதை நான் தடுத்திருக்க முடியாது. அந்த ஒரு கறுப்பு, கசப்பு எல்லாம் அதன் அம்சம். தவிர்க்க முடியாத நிலையில் எழுதப்பட்ட விதி. இந்தக் கனிவில்தான், இந்த தவத்தில்தான் என் சுயரூபம் எனக்குத் தெரிகிறது. என்னுடைய உள் பிரபஞ்சத்தில் உள்ளதெல்லாம் மேலே மேலே இருள் நீங்கி என் சிந்தைக்கும் உணர்விற்கும் புலனாகிறது. என் தவம் மிகமிக, மேலும்மேலும் என் சுயரூபம் எனக்குத் தெரியும். அதற்கு வளர்ச்சி என்றோ மாறுதல் என்றோ பெயர்களிட நான் விரும்பவில்லை.

இந்தக் கலை வடிவம்தான் வடிவம். இதை ஒரு மரச்சட்டமாகச் செய்து இறுகச் செய்துவிடுகிறார்கள், இலக்கியச் சட்டம் சேர்க்கிற தச்சர்கள். அதை வைத்துக்கொண்டு பிறகு வரும் கலை வடிவங்களையும் பிறருடையவற்றையும் அதிலே பொருத்தப் பார்க்கிறார்கள். தானே வடித்த வடிவத்தை, சட்டத்தில் திருவாசியில் அடைக்க முடியாது. இப்படி அடைத்து, சமஸ்கிருத நாடகத்தை வளரவிடாமல் அடித்த ஒரே பெருமை தச்சர்களுக்கு உண்டு. சமஸ்கிருத நாடகம் சூம்பிப்போனதற்குப், பல காரணங்களில் இதுவும் ஒன்று.

அதற்காகத்தான் மீண்டும் சொல்கிறேன், கலை வடிவம் என்னுடையது. என் தவத்தின் பெருமையைப் பொறுத்தது. மூளியும் அதன் பெருமை. சட்டம் போட்டு என்னை பயமுறுத்தாதீர்கள். நான் உங்களுக்காக எழுதுகிறதைப் பற்றி நீங்கள் அந்தத் தீர்ப்பெல்லாம் சொல்லலாம், நான் கவலைப்படவில்லை. வாலைப் போட்டுவிட்டு பல்லியைப் போல் தப்பிவிடுவேன்.

எழுத்து பிரசுரம் 1962

மூன்று இலக்கிய ஆசிரியர்கள்

1947−64இல் நூற்றுக்கணக்கில் தமிழில் எழுத்தாளர்கள் தோன்றியிருக்கிறார்கள். சிறுகதைகள் என்ற பெயரில் சில ஆயிரங்கள், நாவல் என்ற பெயரில் சில நூறுகள், இலக்கியத் தரத்தை எட்டாத பல நாடகங்கள், குழந்தை இலக்கியம் என்ற பெயரில் சோவென்ற ஒரு வெள்ளம். முழுநேர வாசகர்கள் என்ற உத்தியோகம் பார்த்தால் ஒழிய இத்தனை நதிகளிலும் வாய்க்கால்களிலும் அருவிகளிலும் கடல்களிலும் யாருக்கும் குளிக்க நேரம் இருந்திருக்காது. கேணி முழுகுபவர்களையும் கடல் மீனவர்களையும் போல விமர்சனத்தையே தொழிலாகக் கொண்டவர்கள்தான் இதை உடம்புக் கேடு விளைவித்துக்கொள்ளாமல் சாதிக்க முடியும். அந்த வாய்ப்பும் திடமுமில்லாதவர்கள் தாங்கள் கண்டு அறிந்ததில் நல்லது என்று சுவைத்ததைப் பற்றித்தான் கூற முடியும். நண்பர்களுக்குச் சொல்லியோ எழுதியோ பகிர்ந்துகொள்ள முடியும். இது ரொம்ப சாதாரணமான தர்மம். மனப்பூர்வமாக அனுபவித்து இடம், காலம் என்று பாராமல் தைரியமாகவும் மனம்விட்டும் பாராட்டுகிற ரசிகர்கள் முதல் படைப்பவனிடம் ரகசியமாக பேஷ் பேஷ் என்று (மனப்பூர்வமாகவே) சொல்லிவிட்டுப் புகழும் பணமும் தருகிற பெரியவர்களிடமும் ஸ்தாபனங்களிடமும் சொல்லும்பொழுது வேறு வேண்டியவர்களுக்கு 'பேஷ்' சொல்லுகிற செல்வாக்கான ரசிகர்கள் வரையில் – எல்லாருக்குமே இதுதான் சாத்தியம். எல்லாருக்கும் எல்லாவற்றையும் படிப்பது இயலாது.

“என் பெயரைச் சொல்லவில்லையே, அவர் பெயரைச் சொல்லவில்லையே” என்று கோபக்குரல்களை அடிக்கடி எழுதுகிறவர்களிடையே கேட்கிறோம்.

தண்ணீரைப் பார்த்த இடங்களிலெல்லாம் குளிக்க முடியாத இந்த நிலையைத்தான் இவர்களுக்கு பதிலாகச் சொல்லத் தோன்றுகிறது. சிறுசிறு புதர்த் தீயாகத்தான் இலக்கியம் வளர்கிறது. உண்மையாகவே வீர்யமுள்ளவை வேகமாகப் பரவுகிறது; நின்று எரிகிறது. வீர்யமில்லாத இலக்கியத்தை வீம்புக்காகப் பாராட்டியும் ஜே போட்டும் வளர்த்துவிட முடியாது. எண்ணெயில்லாத விளக்குபோலத் திரியைத் தின்றுவிட்டு அணைந்துவிடும் அது.

எனவே ஒரு பாடம். நல்ல இலக்கியம் வாசிக்க வேண்டியவர்களின் கைக்குப் போய்க் கொண்டுதானிருக்கிறது. லட்சம் பேர் வாசிக்கவில்லையே என்று இலக்கியத்துக்கு நல்லது நினைப்பவர்கள் வருந்த வேண்டிய தேவையில்லை.

அதேபோல எல்லாவற்றையும் வாசித்துவிட்டேன் என்று சொல்லுகிற விமர்சகனை நம்பி மோசம்போக வேண்டியதுமில்லை. கிலி அடைய வேண்டியதுமில்லை.

எந்த உண்மையான விமர்சகனும் எல்லாவற்றையும் வாசித்திருக்க மாட்டான். அவனும் ஒரு மனிதன். ஒழிந்த நேர வாசகர்களைவிட அவன் பத்து அல்லது ஐம்பது அல்லது நூறு மடங்கு அதிகமாக வாசித்திருக்கலாம். எல்லாவற்றையும் படித்திருக்க முடியாது.

எனவே அவனும் மனிதன் என்று நினைக்கும்போது இன்னொரு சலுகையையும் அவனுக்கு அளிக்க வேண்டும். பத்திரிகைகளில் வருவதெல்லாம் இலக்கியம் என்று அவன் நினைக்காததைக் கண்டு கோபப்பட்டுப் பயனில்லை. நம்முடைய நாட்டில் இலக்கியத்துக்கென்று தனிப் பத்திரிகை இல்லை. கதைகளையும் நாவல்களையுமே பிரசுரிக்கிற பல வெளிநாட்டுப் பத்திரிகைகள்கூடத் தாங்கள் இலக்கியப் பத்திரிகைகள் என்று சொல்லிக்கொள்வதில்லை. அந்த கௌரவத்தை இலக்கியத்துக்காகவே தங்களைத் தியாகம் செய்துகொண்ட சஞ்சிகைகளுக்கு விட்டிருக்கின்றன. நம்முடைய நாட்டில் கூழுக்கும் மீசைக்கும் சேர்த்து ஆசைப்படுகின்றன பத்திரிகைகள். ஸாக்கில் கொஞ்சம், பேக்கில் கொஞ்சம் என்று இலக்கியம், பொழுதுபோக்கு இரண்டையும் ஒரே இதழில் தர முயலுகின்றன. இதன் பயன் ஒரு குழப்பம். விமர்சகன், வாசகன், எழுதுகிறவன் எல்லாருக்குமே திண்டாட்டம். வாசகர்களில் இரண்டு வகை. இலக்கிய ரசனை தானாகவே உள்ளவர்கள் ஒரு வகை. நல்ல சகவாசம் என்று

சொல்வதுபோல, நல்லது இது என்று சொல்லிச் சொல்லிப் பயில்விப்புக்குள்ளாக வேண்டியவர்கள் இன்னொரு வகை. இந்த இரண்டாவது வகை பெரும்பான்மை. அவர்கள் மனதில் கூழ் – மீசைப் பத்திரிகைகள் மயக்கமும் குழப்பமும் விளைவிக்கின்றன. எனவே விமர்சகனும் கஷ்டப்படுகிறான். இலக்கிய ரசனையில் அரிச்சுவடிப் பாடம் நடத்திக்கொண்டே அவன் பொழுதைப்போக்க வேண்டியிருக்கிறது.

பரவாயில்லை. இந்த நிலை விரும்பத் தகாததாக இருக்கலாம். ஆனால் நடந்துவிட்டதை என்ன செய்ய முடியும்? கூழ் – மீசைப் போக்கிலும் பத்திரிகைகள் இலக்கியத்தில் நல்ல படைப்புகளை அவ்வப்பொழுது அளித்துத்தான் வந்திருக்கின்றன. தேறுவது சொற்பமாக இருக்கலாம். போனால் போகிறது. தேறியவரை சந்தோஷம். பத்திரிகை மூலமும் அப்பாலும் தேறியது சொற்பமாக இருப்பதற்குக் காரணம் பல இருக்கலாம். எல்லாரும் பொதுவாகச் சொல்வது சுதந்திரம் வந்த பிறகு மனஅளவிலும் போராட்டம் நின்று படைப்புக்கு ஆதாரமான உந்து சக்தி சோர்ந்துவிட்டது என்பது. இது ஓரளவு உண்மை. பல நாட்டு வரலாறுகளில் இந்தச் சோர்வை இலக்கியத் துறையில் காண்கிறோம். ரோமானிய ஆட்சியாளரின் சோம்பேறிக் கோலாகலமும், இன்ப போதையும், புளித்த ஏப்பமும் மண்டிக் கிடந்த சுமார் நானூறு ஆண்டுகளில் (கி.பி 410 வரையில்) சொந்தப் படைப்புகள் சோர்ந்துபோய், வியாக்கியானங்களும், 'பற்றி'களும் மண்டிவிட்டன என்று கிப்பன் கூறுகிறார். ஆனால் நம் நாட்டில் அப்படி நிறையவோ சோம்பலோ வந்துவிடவில்லை. சுதந்திரம் வந்த பின் சொந்தப் படைப்புகள் ஏராளமாக, அதிகப்படியாகவே, வந்திருக்கின்றன. பெருகிக்கொண்டுமிருக்கின்றன.

தரம்தான் குறைந்துவிட்டது என்கிறார்கள். நான் அதுவும் சொல்லத் தயாரில்லை. நாலு பத்திரிகை இருந்தாலும் நல்ல உண்மையான இலக்கியம் படைப்பவர்களின் எண்ணிக்கை அப்படியேதானிருக்கும். லட்சக்கணக்கில் எழுத்தறிவு பெருகியதையோ பன்மடங்கு பத்திரிகைகள் பெருகியதையோ, நூற்றுக்கணக்கில் எழுதுகிறவர்கள் உண்டாவதையோ காட்டி, நேர்விதக் கணக்கில் இலக்கியத் தரமுள்ள எழுத்தாளர்கள் பெருகிவிட மாட்டார்கள். எனவே வெகுஜன விளம்பர – செய்தி – பொழுதுபோக்குச் சாதனங்கள் வளர்ந்ததைப் பார்த்தும், போருக்குப் பின் வந்த நிராசை வெறியினால் தொற்றிவரும் புதிய பொழுதுபோக்கு முறைகளைப் பார்த்தும் நேர்விதக் கணக்குப் போட்டு இலக்கியத் தரம் குறைந்துவிட்டது என்று சொல்ல முடியாது. பத்திரிகைகள் போட்டு வாழ்க்கை நடத்துவது ஒரு தொழில். இலக்கியம், யோகம், தவம், உபாசனை. எனவே

ஜனரஞ்சகம் என்று தாங்கள் நினைத்ததைச் செய்யும் முயற்சிகளைப் பார்த்து கலைத்தரமில்லையே என்று சொல்வது மாவு மிஷின் கொட்டகைக்குள் போய் நின்று "என்ன இந்த வாத்யம் இவ்வளவு பயங்கரமாயிருக்கிறதே" என்று குறை கூறுவது போலாகும். பத்துக் கோடி இருபது கோடி என்று ஜனத்தொகை பெருகிவிட்டதால், விகிதாசாரப்படி இரண்டு காந்திகளோ, மூன்று ஜவஹர்களோ தோன்றிவிட மாட்டார்கள். எனவே உண்மையின் தோற்றத்திற்கு இப்படி இயந்திர ரீதியில் எஸ்டிமேட் போடுவதும், எதிர்பார்ப்பதும் ஏமாற்றத்தில்தான் முடியும்.

ஆமாம் – நல்ல இலக்கியம் என்பது உண்மையை ஒரு படைப்பாளன் தேடும் தவம். உண்மையை அவனவன் கண்ட விதத்தில் வெளிப்படுத்தும்போது மனிதக் குரல்களையும் முகங்களையும் போலச் சாயல்களும் தனித்தன்மையும் வளமாகக் கொழிக்கின்றன. உண்மையைக் காணத் திராணி இல்லாதவர்கள் வேறு எவற்றுக்கெல்லாமோ ஆசைப்பட்டுத் தங்களையே நகல்களாக்கிக்கொண்டுவிடுகிறார்கள். பலபேர் வார்ப்படம் வைத்துக்கொண்டு ஒரே மாதிரியாக பொம்மை செய்துகொண்டே போகிறார்கள். போலி என்பதைக் கூட்டிக் கொண்டு போகிறார்கள்.

மனித முகங்கள் வேறுபடுவதைப் போலத்தான் நல்ல இலக்கிய முயற்சிகள் வேறுபடுகின்றன. வேறுபட வேண்டும். தான் உண்மை என்று தேடிய வழியையும் கண்டதையும், சமூகத்திற்கோ, பெரியார்களுக்கோ, கெட்ட பெயருக்கோ, புறக்கணிப்புக்கோ பயப்படாமல் ஒருவர் சொல்லும்போது அதில் தனித்துவமும், அதனால் ஏற்படும் கவர்ச்சியும் அழகும் நிறைந்து கிடக்கும். தன்னுடைய முயற்சியில் நம்பிக்கையும் தான் கண்டது உண்மை என்ற திடநம்பிக்கையும் (பிறர் ஒப்புக்கொள்ளாவிட்டாலும் சரி) எழுத்துக்கு அடிப்படையாக இருக்கும்பொழுது அது கட்டாயம் நல்ல சிருஷ்டி இலக்கியமாகத் தானிருக்கும். தனக்காக ஒரு ஸ்கேல் செய்தோ இரவல் வாங்கியோ வைத்துக்கொண்டு அளக்கும் "கொக்கு விமர்சகர்களின்" அளவுக்குச் சரிப்பட்டு வராவிட்டால்கூட அது நல்ல இலக்கியமாகத்தானிருக்கும்.

பண்டிதர்களிடமும் வாசகர்களிடமும் பிழைப்புத் தருபவர்களிடமும் தர்மோபதேசிகளிடமும் பயப்படுகிறவர்கள் உண்மையைச் சொல்லப் பயப்படுகிறார்கள். அந்தக் கிலியில் உண்மை அவர்களுக்கே நாளாவட்டத்தில் புலனாகாமல் போய் விடுகிறது. தான் ஒரு மனிதன், தனக்கு ஒரு தனித்தன்மை உண்டு என்பதையும் மறக்கப் பழகிவிடுகிறார்கள். உண்மையைக் காணாமலிருக்கலாம். ஆனால் அதைத் தேடும் முயற்சியாவது

தன்னுடையது, தனக்கென்ற ஒரு வழி உண்டு என்ற திடம்கூட இல்லாமல் ஏதோ வசியத்துக்குள்ளானதுபோலத் தன்னைப் பிறரின் வழிக்கு ஆட்படுத்திக்கொள்பவன் நல்ல இலக்கியம் சிருஷ்டிக்க முடியாது.

நல்ல விமர்சகர்கள் ஆத்திரப்படுவது இந்தத் தனித்தன்மை இல்லாததைக் கண்டுதான் என்று தோன்றுகிறது. ஆனால் தனித்து இயங்க தைரியம், தியாகம், நல்ல பிள்ளை என்று பெயர் எடுப்பதில் ஆசையில்லாத சுதந்தரப் பாங்கு இவை எல்லாம் வேண்டும். 1947-64இல் இந்த மாதிரி தைரியசாலிகள் இருக்கத்தான் இருக்கிறார்கள். மூன்று பேர் எனக்கு நினைவுக்கு வருகின்றனர். மற்றவர்களைப் பற்றி நான் சொல்லவில்லை. அவர்களை நாடு அறிந்திருக்கிறது. வாசகர்கள் படித்திருக்கிறார்கள். பொதுவான அறிமுகம் அல்லது ஞாபகப்படுத்தல் என்ற முறையில் தான் இந்த மூன்று பேர்களையும் குறிப்பிடுகிறேன். அவர்கள் பராங்குசம், கிருத்திகா, எம்.வி. வெங்கட்ராம் மூவரும்.

எம்.வி. வெங்கட்ராமனை அறிமுகப்படுத்தவில்லை. ஞாபகப் படுத்துகிறேன். அதுகூட நகைப்புக்கிடமான காரியம்தான். ஏனென்றால் வெங்கட்ராமன் இருபத்தெட்டு வருஷங்களாக எழுதிவருகிறவர். பதினாறு வயதிலிருந்தே எழுதிவருகிறார் என்று ஞாபகம். மாணவராக இருந்தபோதே அவர் கதைகள் பழைய மணிக்கொடியில் வந்துகொண்டிருந்தன. பின்பு கலாமோகினி, கிராம ஊழியன், சிவாஜி, ஜோதி, அவரே ஆரம்பித்து நடத்திய 'தேனீ' முதலான பத்திரிகைகளில் எழுதிவந்திருக்கிறார். வாசகனை நிமிர்த்தி உட்காரவைக்கும் அதிர்ச்சியும் ஆற்றலும் உள்ள எழுத்து அது. சோதனை சோதனை என்று விமர்சகர்களின் அளவுகளையே வைத்துப் பார்க்கும்பொழுது சிறுகதைத் துறை ஒன்றிலேயே அவர் செய்துள்ள சோதனைகளை வேறு யாரும் செய்ததில்லை. ஆனால் தமிழ்நாட்டில் வந்துள்ள பல விமர்சகர் கட்டுரைகளில் அவற்றைப் பற்றி யாரும் அவ்வளவாகப் பேசியதில்லை. நான் ஆரம்பத்தில் சொன்ன காரணமாகத்தான் இருக்க வேண்டும். ஒரு விமர்சகன் எல்லாவற்றையும் படித்திருக்கத்தான் இயலாது.

'நித்திய கன்னி', 'இருட்டு', 'உயிரின் யாத்திரை' என்று மூன்று நாவல்கள் இதுவரை வெளியாகியிருக்கின்றன. வயிற்றுப் பாட்டுக்காக அவர் மொழிபெயர்த்த சில நூல்களும் வெளியாகி யுள்ளன. சிறுகதைகள் வரவில்லை. சிறுகதைகள்தான் "விக்க மாட்டேங்கு"தாமே!

வெங்கட்ராமனின் கதைகள் மேகம் போன்றவை. அவற்றின் உருவ ஓரங்கள் விமர்சகர்களின் வரைபடக் கோடுகளை ஒட்டி

வராமல் துரத்திக்கொண்டோ உள்தள்ளியோ இருக்கலாம். ஆனால் அதுவே வடிவமாகிவிடும். தனித்தன்மை பெற்றதாக இருக்கும்.

மகாபாரதத்திலும் நம் நாட்டின் பழைய இலக்கிய மரபுகளிலும் நன்கு தோய்ந்தவர் வெங்கடராமன். மகாபாரத சம்பவங்களையும் பாத்திரங்களையும் புதுக் கண் கொண்டு பார்த்த அவருடைய பல கதைகள் சொந்த சிருஷ்டிகள்தான். வடமொழி இலக்கிய விமர்சகர் ஆனந்தவர்த்தனன் நாடகாசிரியனுக்குச் சிபாரிசு செய்துள்ளதுபோல, கதையை மட்டும் எடுத்துக் கொண்டு, தன் சொந்தக் கற்பனையால் புதிய செயலும் ஊக்கமும் பெறும்படி பாத்திரங்களைத் தூண்டியிருக்கிறார். 'நித்ய கன்னி' என்பது இப்படி வந்த ஒரு புதிய முயற்சி. அபாரமான சுய அனுபூதியுடன் மாதவியின் உள்ளத்தில் தோய்ந்து, ஒரு பெண்ணின் ஏக்கங்களையும் கனவுகளையும் சித்தரிக்கிறார் வெங்கடராமன்.

'இருட்டு', 'உயிரின் யாத்திரை' ஆகிய இரு நாவல்களும் மனிதனின் ஆத்ம விசாரத்தையும் இரட்டை வாழ்க்கையையும் பாத்திர உருவில் தெளிவுபடுத்திக் காட்டுகிற புதிய முயற்சிகள். அவருடைய தைரியமும் தனித்தன்மையும் விசிறிக்கொண்டு நம்மைத் தாக்குகிற படைப்புகள் அவை. வெங்கட்ராமன் 1947–க்குப் பத்து வருடங்கள் முன்பாகவே எழுதத் தொடங்கி, சிறுகதையில் பல வெற்றிகள் அடைந்தவர். 1947–64 என்று சொல்லும் பொழுது இந்த மூன்று நூல்களும் எனக்கு ஞாபகம் வந்தன. 'நித்ய கன்னி' 1947–க்கு முன்னமே எழுதப்பட்டதாக ஞாபகம். பாதகமில்லை. நடுவில் பல ஆண்டுகள் அவர் எழுதுவது தடைப்பட்டிருந்தது. எனவே நித்ய கன்னியையும் இந்தக் காலத்தில் சேர்க்கலாம்.

அவருடைய சிறுகதைகள், என்று புத்தக உருவில் வரப் போகின்றனவோ தெரியவில்லை. எழுத்தாளர்கள்கூட பிரசுரகர்த்தர்களாக மாறும்போது பக்கத்துக்கு ஒரு ரூபாய் வாங்கிக்கொண்டு, சர்வ வில்லங்க சுத்தியாக உரிமையை எனக்கு எழுதிக்கொடு என்று இன்னும் கேட்கிற இந்த நாளில் இத்தகைய நல்ல புத்தகங்கள் வர நாள் பிடிக்கத்தான் செய்யும்.

தனித்தன்மை, தைரியம் – என்று சொல்லும்போது இரண்டாவதாக என் நினைவுக்கு வருவது கிருத்திகாவின் எழுத்துக்கள். பெண் எழுத்தாளர்களில் தனித்து நிற்பவர் இவர். இவருடைய படைப்பு களின் நடுநாயகக் கருத்து மனிதனின் தனித்தன்மையும் அதைக்

காத்துக்கொள்ள அவன் செய்யும் போராட்டமும்தான். உண்மையைப் பேசவும் நினைக்கவும் செயலாற்றவும் அஞ்சி, மித்யாசாரங்களில் உலகத்தை ஏமாற்றுவதாக நினைத்துக் கொண்டு தன் கண்ணிலேயே மண்ணைத் தூவிக்கொள்ளும் பாத்திரங்கள் அவருடைய நூல்களில் நடமாடுகிறார்கள். 'புகை நடுவில்', 'சத்தியமேவ', 'பொன்கூண்டு' என்ற அவருடைய மூன்று நாவல்களிலும் போலி ஆசாரங்கள் மனித வாழ்க்கையைக் கவ்வியுள்ள காட்சியை, சமுதாயம், அரசியல், இல்லறம், காதல், ஆன்மிக வாழ்வு ஆகிய வெவ்வேறு கட்டங்களில் அவர் சித்தரித்து அம்பலத்திற்குக் கொண்டுவருகிறார்; சிரிக்கிறார். இந்த மூன்று நாவல்களும் ஒரு எண்ணத்தின் மூன்று கிளைகளாக மூன்று வர்ண இதழ்களாக மலர்ந்திருக்கின்றன. மூன்றிலும் கதை, பாத்திரங்கள். சம்பவங்கள் எல்லாம் வெவ்வேறு. ஆனால் ஒவ்வொன்றிலும் ஒரு பெண்தான் பிரதான பாத்திரமாக விளங்குகிறாள். அவள் கண் மூலம்தான் ஒவ்வொரு நாவலும் உலகத்தைக் காண்கிறது. போலி ஆசாரங்களின் மூச்சைத் திணற அடிக்கும் பொய்மையில் சிக்கி அதிலிருந்து எதிர்நீச்சுப் போட்டு ஒரு மனித உள்ளம் முன்னேறும் இயக்கத்தை மூன்று நூல்களிலும் அபாரமான வேகத்துடன் நையாண்டியுடன் உள்ளதை உள்ளபடி பளிச்சென்று காணும் ஆற்றலுடன் லாவகத்துடன் தீட்டியிருக்கிறார் கிருத்திகா. போலி ஆசாரங்களுக்குத் தலைநகரான டில்லி போன்ற ஒரு களம் அவருடைய வெற்றிக்குக் கைகொடுத்திருக்கிறது. ஆனால் ஒரு பொதுப்பார்வையும் அதில் விரவிக் கிடக்கிறது. அதாவது ஒவ்வொரு மனிதன் உள்ளத்திலும் ஒரு குட்டி டில்லி வளர்ந்திருக்கிறது என்ற உணர்வை நம் நினைவுக்குக் கொண்டு வருகிறார் ஆசிரியை. அவருடைய தைரியம் அசாத்தியமானது. பெண் எழுத்தாளர்கள் கிடக்கட்டும்; ஆண் எழுத்தாளர்கள் எத்தனை பேர் அவ்வளவு தைரியமாக உண்மையை எழுதத் துணிந்திருக்கிறார்கள்!

வளவளப்பில்லாமல் சொற்செட்டுடன் கோடுகள் போட்டும் கோடுகளிடையே வெற்றிடம் விட்டும் எல்லாவற்றையும் கண்முன் நிறுத்திவிடும் ஓவியனின் பாணியில் அவருடைய எழுத்து நம்மைக் கவர்கிறது. வடிவத்தில் முழுமை, விகித உணர்வு – இரண்டும் அவருக்கு இயல்பாக வந்துள்ளன. இவ்விரண்டையும் அவருடைய நாடகங்களிலும் காண முடிகிறது. புறச்செயல் ஓட்டம் குறைவாக இருந்தாலும் அகஅளவில் தீவிரச் செயல் ஓட்டம் நிறைந்திருப்பவை அவருடைய நாடகங்கள். எனவே கூட்டமாக மக்கள் அவற்றைப் பார்த்து ரசிக்க அவர்களும் நாடக சம்பிரதாயங்களும் வளர்ச்சி அடைய வேண்டும்.

நாடகங்களிலும் கிருத்திகாவின் தைரியமும் தன்னம்பிக்கையும் நிறைந்து துடிக்கின்றன. கண்ணகி, அரிச்சந்திரன், சந்திரமதி – ஆகிய பாத்திரங்களை அவர் புது நோக்குடன் கண்டிருக்கிறார். குண்டைத் தூக்கி எறிவது போல வாசகர்களுக்கு அதிர்ச்சி உண்டாகலாம். ஆனால் அவர் தான் உண்மை என்று உணர்ந்ததை அசாதாரணமான துணிவுடன் வெளிப்படுத்துகிறார். அதுவும் ஒரு பெண் எழுத்தாளர் என்ற நினைவுடன் வாசிக்கும்பொழுது அவர் சொல்லுவதை ஏன் ஒப்புக்கொள்ளக் கூடாது என்று தான் தோன்றும். கோழைத்தனத்தையும் சுயநலத்தையும் நல்லபிள்ளைத் தனம் என்ற சந்தனக் காப்புப் போட்டு மறைத்துக் கொண்டு பொய் மணம் வீசும் ஒரு கூட்டத்துக்குள் ஒரு தைரியசாலியும் உண்மையில் தீவிரப் பற்றும் கொண்ட ஒரு நபர் வந்தால் புதுக்காற்று வீசும், தெம்பு கொடுக்கும். மற்றவரையும் அந்த தைரியமும் நம்பிக்கையும் தொற்றிக்கொள்ளும். இந்த அளவில் கிருத்திகாவின் எழுத்து ஒரு தனிச்சிறப்பு பெற்று விளங்குகிறது. இத்தகைய தைரியம் நிறைந்தவர் ஒரு பெண் எழுத்தாளர் என்று நினைக்கையில் இன்னும் நம்பிக்கை பிறக்கிறது. இந்த தைரியத்தையும் தனித்தன்மையையும், தொனி நிறைந்த கலை உணர்வு, வடிவ முழுமை, அநாவசிய அழுத்தம் கொடுக்காத நாதக்கட்டு – இவற்றுடன் வெளிப்படுத்தும்பொழுது கிருத்திகா எழுத்தைத் தவமாகக் கொண்டவர்களில் முக்கிய இடம் பெறுகிறார் என்றுதான் சொல்லவேண்டும்.

உண்மையும் தைரியமும் நிறைந்த எழுத்து பராங்குசம் அவர்களின் தனிச்சிறப்பு. இவர் அச்சுக்காக எழுதியது மிகவும் குறைவு. இவருடைய சிறுகதைகள் கலாமோகினி, சிவாஜி, சுதேசமித்திரன் வாரப் பதிப்பு, தேனீ முதலியவற்றிலே வெளிவந்தன. வெங்கட் ராமன் தனிமனிதனின் ஏக்கங்களோடு விளையாடுபவர். கிருத்திகா தனிமனிதன் சமுதாயத்தில் போலி ஆசாரங்களிலிருந்து விடுபடும் திணறலைச் சித்தரிப்பவர். பராங்குசம் சமூகத்தைத் தனிமனிதன் உருவாக்க முடியும், திருத்த முடியும், அழகுறச்செய்ய முடியும், இப்பொழுதைவிடப் பண்பும் பயனுமுள்ளதாக வாழச்செய்ய முடியும் என்ற நம்பிக்கையைக் கொண்டவர். அவருடைய எழுத்தில் இந்த நம்பிக்கை விரவிக் கிடக்கிறது. சிலசமயம் கணிப்பாக ஒலிக்கிறது. இதைக் காணும்பொழுது முந்திய இருவரையும்விட பாரத இலக்கியப் பண்பு இவரிடம் ஓங்கி யிருக்கிறது என்பதை உணர முடியும். பெரும்பாலான இந்திய இலக்கியச் சிந்தனையின் பிரதிநிதியாக விளங்கும் வடமொழி இலக்கியம் மனிதனுக்கு வழியும் ஒளியும் காட்டி எழிலும் தர்மமும்

பயனும் பரிமளிக்கும் வாழ்வில் நடைப்படுத்துவதே காவியத்தின் நோக்கமாகக் காட்டியிருக்கிறது. கலையையும் வாழ்வையும் இந்தியப் பண்பாடு தனியாகப் பிரித்ததில்லை. அதனால்தான் நுண்கலைகள் – சாதாரண கலைகள் என்று கலைகளைப் பாகுபடுத்தவில்லை. தச்சு, கொத்து வேலைகளைக்கூடக் கலைகளாகவே பாவித்திருக்கிறது. கலைகளை அறுபத்தி நாலாக்கி அன்றாட வாழ்க்கையோடு இழையப் பிணைத்திருக்கிறது. உபயோக நாகரிகம் இன்றுபோல் பரவாத முப்பது நாற்பது வருடங்களுக்கு முன், சராசரி இந்தியர்களின் வீட்டைப் பார்த்தாலே இது தெரியவரும். செட்டிநாடு, ஜார்ஜ் டவுன் வீடுகளின் கதவுகளின் வேலைப்பாடுகள், கதவைத் தாண்டி வீட்டுக்குள்ளே போனால் தென்படும் அரிவாள்மணை, பாக்கு வெட்டி, வேட்டி, புடவை, நகை, பாத்திரங்கள், அலமாரிகள், தட்டுமுட்டுச் சாமான்கள் எல்லாவற்றுக்கும் கலை உணர்வுடன் உருவம் கொடுத்திருந்ததை நாம் எல்லோரும் பார்த்திருக்கிறோம். பாக்கு வெட்டி, சுண்ணாம்புக் கரண்டான், ராமாயணம், பாரதம் எல்லாவற்றிலும் வாழ்க்கையையும் கலையையும் இணைத்து அனுபவிக்கிற அழகுணர்வு நமக்கு இருந்துவந்திருக்கிறது. அழகுப் பொருட்கள் என்று கையாள முடியாத, பயனில்லாத பொருளாக வாங்கி, தனியாக ட்ராயிங் அறையில் மட்டும் வைப்பது இந்தியாவில் பொதுவாகப் பழக்கமில்லை. அது இன்றைய நாகரிகமாக இருக்கலாம். இலக்கியத்திலும் இந்தப் பயன்–அழகுப் பிணைப்பை ஆதாரமாக வைத்தது இந்தியக் காப்பிய மரபு. அறிந்தோ அறியாமலோ பராங்குசம் இந்தப் பிணைப்பைத் தன் கதைகளில், தன் சொந்தத் தனித்தன்மையை விட்டுக் கொடுக்காமலும் உருவாக்கிக் காட்டியிருக்கிறார். தன்மை நவிற்சியின் உத்திகளை இலட்சியவாதத்திற்குக் கருவிகளாகச் செய்துகொள்வதால் கதைகளின் மையத் தத்துவத்தையும் குறிக்கோளையும் வாசகர் உள்ளத்தில் உரைத்து இழைத்து விடும் வெற்றி எளிதில் இவருக்குக் கிடைத்துவிடுகிறது. இலட்சியவாதம் என்பதை இன்று பலர், முக்கியமாக நம் பழைய வரலாற்றுப் பெருமைகளை ஏக்கத்துடன் திரும்பி நோக்கிக்கொண்டிருக்கும் இந்த வேளையில், பழைய மரபு என்று அர்த்தம் செய்துகொண்டு விடுகிறார்கள். ஆனால் பராங்குசம் செய்வது அதற்கு நேர்ரெதிரானது. காதல்முதல் ஆன்மிக வாழ்வுவரையில் நீலப்பூவும் கொள்ளையழகுமாகக் குளத்தைத் தூர்த்துக்கொண்டு பூண்டும் வெங்காயப் பூண்டுபோல, மரபு என்ற பெயரில் உண்மையைப் புதைத்து வளர்ந்துள்ள போலி தர்மங்களைச் சாடுகிறார். அவர் கதைகள் அவர் மனதில் உருவாகியுள்ள அழகிய மானிட மரபுகளில் பண்பும் உண்மையும்

நிறைந்த வாழ்க்கையின் பிரதி பிம்பங்கள். அவர் நடை எளியது. சொல்லாட்சி சிக்கனமும் அத்யாவசிய உணர்வால் ஏற்படும் கவர்ச்சியும் கொண்டது. சொற்களைப் போட்டுத் தேய்த்துத் தேய்த்து மெருகேற்றுவதில் அவர் நேரத்தை வீணாக்குவதில்லை. ஆனால் முழுமையில் பார்க்கையில் அந்தச் சொற்களுக்கு வேகமும் வடிவத்தில் ஒரு அமைதியும் வந்திருப்பதை நாம் உணர முடியும். வழவழப்பில்லாத, கரடுமுரடான மேற்தோல் கொண்ட சிற்ப பாணியின் கவர்ச்சியும் புதுமையும் லேசான நகைப்பும் நிறைந்து மிளிரும் எழுத்து. இதை அவ்வளவு எளிதாகச் செய்துவிட முடியாது. பார்த்தால் எளியது போலிருக்கும். ஆழ்ந்த சிந்தனை, அதில் நீடித்துத் தோய்வது, விஷயங்களைப் பற்றிய வரையில் தீர்மானமான பிடிப்பு – இவ்வளவும் இருந்தால்தான் சாத்தியமாகும்.

அச்சேறிய அவர் கதைகள் நாற்பதுகூடத் தேறாது என்று நினைக்கிறேன். அதுவே அவருடைய சுதந்திரத்திற்கு ஒரு புறச்சான்று என்று கூறலாம். எழுத்துக்கு ஒரு அவசியமான நோக்கமுண்டு என்று அவர் வகுத்துக்கொண்ட கொள்கையைச் சொல்லக்கூட அவருக்குத் தைரியமிருக்கிறது. அவர் எழுத்து தீராப் பொறியான அவசியம் என்று அவர் உணர்ந்தபோது வருவது. அதை அவருடைய கதைகளின் குறுகிய அளவிலும் நேராகச் சொல்லும் வேக அழகிலும் உணர முடியும்.

தனித்தன்மை, உண்மை, ஒரு ஆன்மிக நிர்பந்தம் – இந்த மூன்றும் உந்துவதால்தான் எம்.வி.வி., கிருத்திகா, பராங்குசம் ஆகிய மூன்று பேரும் எழுதுகிறார்கள். இவர்களைப் போல ஆன்மிக வெற்றியுடன் எழுதுகின்றவர்களின் எண்ணிக்கை இப்பொழுது மிகக் குறைவு என்றே எனக்குத் தோன்றுகிறது. குமாஸ்தா முதல் ஆள்கிறவர் வரையில் தைரியத்தையும் ஆன்மிக சுயேச்சையும் இழந்து நிற்கிற சுதந்திர இந்தியாவில் தைரியசாலிகளைக் கண்டு நான் மரியாதை செலுத்துவது எனக்கே பெருமைதான்.

இலக்கிய வட்டம், 3 ஜூலை 1964

கரிச்சானின் சங்கீதம்

இந்தக் கரிச்சான் குருவி இலக்கியத்திற்கு ஒரு புது விருந்தாளி. பட்டுக் கருப்பு, நல்ல அழகு, சுறுசுறுப்பே வடிவம். நிமிஷத்தில் நூறுமுறை கழுத்தைத் திருப்பி அது எட்டுத் திக்கும் பார்ப்பதிலேயே ரொம்ப 'சூடிகை'யான பிரகிருதி என்று தெரிந்துவிடும். ஸன்னமான சாரீரம். சங்கீதத்தில் தேட்டையான ஞானம். சம்பிரதாயத்தையும் இலக்கணத்தையும் உண்டு பிழைத்துக்கொண்டிருந்த கவி மகாசயர்களுக்குக் குயிலோடு சங்கீதமே அற்றுப்போய்விட்டது போல் தோன்றிற்றோ என்னவோ, அலுக்காமல் சலிக்காமல் குயிலைக் கூப்பிட்டுப் பாடச்சொல்லி, தாங்களும் பாடி வேடிக்கை பார்த்துக்கொண்டிருந்தார்கள். ஆயுஸில் ஒருதரமாவது அதை நேரே பார்த்திராவிட்டாலும் அது மாம்பூவைத் தின்று கம்மல் குரலில் பாடிற்று. அதற்கு அஜீரணம் என்று அதன் அபோஜனத்தைக் கூடப் பாடினார்கள். இந்த அதிஸ்தோத்ரத்தில் இன்னும் பல பெரிய பாடகர்கள் அவர்களுடைய கண்ணில் படவில்லை. அதிர்ஷ்ட காலம் பூஜ்யமாகி இருளில் விழுந்து கிடக்கும் பல சங்கீத மேதைகளைப் போல, பிரகிருதியின் சில பெரிய பாடகர்களும் தங்களுக்கு உரித்தான புகழைப் பெறவில்லை. இந்த துரதிர்ஷ்டக் கோஷ்டியில் கரிச்சான் ஒன்று. ஆனால் அது புகழைப் பற்றிக் கவலைப்படவில்லை. வெறும் இனிமைக்காக, ஆத்மார்த்தமாக, தன்னுடைய ஆனந்தத்திற்காகவே நாதோபாஸனை செய்கிறது.

இந்தக் கரிச்சானுக்கு பாரத்வாஜம் என்று ஸம்ஸ்கிருதப் பெயர். வால்மீகி இதைப் பார்த்துவிட்டு

மற்ற பக்ஷிகளோடு இதுவும் பாடிற்று என்று சொல்லிக்கொண்டே போவார். ஆனால் அவர் ஆதி கவி. குயிலைப் போல இது அவருடைய கவனத்தை அவ்வளவாக இழுக்கவில்லை. பின்னால் வந்த கவிகள் கவனித்திருக்கலாம், ஆனால் கவனிக்கவில்லை.

காரணம்? கரிச்சானின் கவிதைகளை ஒருவரும் கேட்க வில்லை என்று தோன்றுகிறது. அது பாடும் நேரத்தில் – பஞ்ச உஷக்காலத்தில் – உலகம் முழுவதும் தூங்குகிறது. கதை எழுதுவோருக்குக் கேட்பானேன்? இராக்கண் விழித்து நடுநிசியில் பேனாவை மூடிவைத்துப் படுக்கையை விரிக்கிறவர்கள்!

ஒருசமயம் கவிகள் கேட்டிருக்கலாம். ஆனால் வெளியே சொல்ல சங்கோசப்பட்டிருப்பார்கள். குயில் மாதிரி இது பாடுகிறதோ, இது நல்ல பாட்டோ என்று அவர்களே குழம்பியிருக்க வேண்டும். மயிலையும் குயிலையும் கமலப் பொய்கையையும் சந்திரனையும் போற்றிய பழமையின் கூச்சலுக்குப் பயந்துவிட்டார்களோ என்னவோ!

குடியானவர்கள் மூன்றாம் ஜாமத்தில் வயலுக்குச் செல்லும் போது அதைக் கேட்பார்கள். ஆனால் அவர்களுக்கு ஒரு கடிகாரம்தான் அது. ஓரிரண்டு பேர் ரஸித்தாலும் ரஸிக்கலாம். இறுதியாக கரிச்சானின் புகழ் மிகவும் சிறிய எல்லைக்குட்பட்டது தான். குடவிளக்கு.

இலக்கியச் சோலையில் புதுவிதை நடப்போன கு.ப.ரா., பிச்சமூர்த்திகளின் காதில் அது விழுந்தபோது, அதற்கு அதிர்ஷ்டம் பிறந்தது. பிச்சமூர்த்தி பஞ்ச மகாகவிகளில் ஒன்று என்று அதில் லயித்துவிட்டார். கு.ப.ரா. அதன் பெயரையே ஸ்வீகரித்துக் கொண்டார். இந்த மனுஷ்ய கரிச்சான் பல காதற்கவிதைகளையும், கட்டுரை, கதைகளையும் பாடிற்று. யதுநாத சர்க்காரின் கையில் கருகிப்போன சிவாஜியின் புகழ், வீரம், தூய்மைகளுக்கு இந்த பாரத்வாஜம்தான் புத்துயிர் அளித்தது.

கு.ப.ரா.வின் ஒரு பெரிய குணத்திற்கும் இந்தக் கரிச்சான் காதலுக்கும் சம்பந்தமுண்டு. இளம் எழுத்தாளர்களுக்கு அவர் பெரிய ஆதரவாக இருந்தவர். அவர்கள் எழுதி வாசித்துக்காட்டிய ஆயிரக்கணக்கான கட்டுரை, கதைகளை அலுப்பில்லாமல் சுணங்காமல் கேட்டுத் திருத்தங்களை ருசித்துக்கொண்டே ...பார். இந்த இளம் ஹ்ருதயங்களை முன்னுக்குக் கொண்டு ...ர்வம் கரிச்சானையும் முன்னுக்குக் கொண்டுவந்தது. ...ரிச்சானைத் திருத்த வேண்டிய அவசியம் மட்டும் ...லை. அது பிறக்கும்போதே மகாவித்துவானாகத்தான்

பழமைக்கும் புதுமைக்கும் 'ராஜி' செய்துவைக்க கு.ப.ரா. செய்த பல முயற்சிகளின் முத்திரையாகக்கூடத் தோன்றுகிறது இந்தக் கரிச்சான் காதல்.

இலக்கியக்காரர்களின் வழக்கம் கு.ப.ரா.விடம் பூர்ணமாக இருந்தது. இரா முழுவதும் பேசுவார்; படிப்பார்; சிந்திப்பார். தீராப்பறியாகத் தூங்கின தூக்கம் மூன்றாம் ஜாமத்தில் கலைந்து விடும். கரிச்சானின் உஷக்கால கீதத்தை அவர் கேட்காமல் இருந்ததில்லை.

ஒருநாள் இரவு. நான்கு மணிவரையில் பேசிக்கொண்டே இருந்தோம்.

"சிரமமாயிருக்குமே, படுத்துக்கொள்ளலாமே," என்று ஆரம்பித்தேன்.

"என்ன ஸார், வந்தி பாடகன் ஆரம்பித்துவிட்டானே, இனிமேலா" என்று சொன்னவர் சற்றுப் பெரிதாகவே சிரிக்க ஆரம்பித்தார். கரிச்சான் அந்த நிசப்தத்தில் ஒரு மெட்டைத் திருப்பித் திருப்பிப் பாடிக்கொண்டிருந்தது. சாதகம் செய்பவன் வரவர அபிவிருத்தி காண்கிறதுபோல, அதன் மெட்டு போகப் போகத் தெளிவுபடவே, அது உயிர் முழுவதையும் செலுத்திப் பாடத் தொடங்கிற்று.

"இப்பொழுதுதான் சூடு ஏறி மேளம்கட்டியிருக்கிறது" என்றார் அவர். அதன் புதுப்புது மழலையைக் கேட்டு அவருக்குச் சிரிக்காமல் இருக்க முடியாது.

ஒரு இம்மிகூட மறதி, மாறுதல் இல்லாமல் அது ஒரே மெட்டை அனுபவித்துப் பாடும்போது, "பெரிய ஜீனியஸ்" என்று சொல்லிவிட்டுக் கேட்டுக்கொண்டேயிருந்தார்.

சற்றுக் கழித்துப் பறவை ஓய்ந்துவிட்டது.

"இனிமேல் படுத்துக்கொள்ளலாம். இனிமேல் கோழி கத்தும். வெயில் வந்ததும் ஒரு நிகழ்ச்சி உண்டு. நாம் எழுந்துகொள்வதற்கும் அதற்கும் சரியாக இருக்கும்" என்று அவர் யோசனை சொன்னார்.

கரிச்சானைக் கேட்கும்போதெல்லாம் கு.ப.ரா. சொல்லுவார், "நல்ல இருட்டில் வெளிச்சத்தினாலே கோடு எழுதுகிறாற் போல இருக்கு – மின்னல் மாதிரி. என்ன ஸ்வ்னமான சாரீரம் பார்த்தேளா!"

இரட்டையர்கள் – கு.ப.ரா.வும் ந.பி.யும் கடைசி முறை யாகச் சந்தித்தபோதுகூடக் கரிச்சானைப் பற்றித்தான்

பேசினார்கள். தஞ்சாவூர் மொட்டை மாடியில் தேய்பிறை ஒளியில் படுத்துக்கொண்டிருந்தபோது பறவை பாடிற்று.

"ஒவ்வொரு வார்டுக்கு ஒரு குருவி உண்டுபோல் இருக்கு." என்றார் கு.ப.ரா.

வானம்பாடி, மைனா, கரிச்சான் இன்னும் இரண்டு பேரைச் சேர்த்து "பஞ்ச மகாகவிகள்" என்ற ஒரு பாட்டைப் பாடிக்கொண்டிருந்தார் பிச்சமூர்த்தி.

கடைசி முறையாக இரட்டையர்கள் சேர்ந்து கேட்க வேண்டுமென்று ஒரு கவிதையைப் பாடிவிட்டுக் கரிச்சான் பறந்துபோயிற்று. இப்பொழுது அதற்கே பெரிய நஷ்டம்.

கலாமோகினி, **1.6.1944**

வழிகாட்டி

கு.ப.ராஜகோபாலன் காலமானது 1944ஆம் ஆண்டு ஏப்ரல் மாதம் 27ஆம் தேதி. கடைசி ஒரு வார காலம் என் மனதில் இருள் சூழ்ந்து கிடந்தது. அவருடைய உயிர்பற்றி ஒரு அச்சமும் ஏக்கமும் வயிற்றில் நமநமவென்ற கலக்கமும் சுமந்து அழுத்திக் கொண்டிருந்த ஞாபகம். என் தகப்பனார், மனைவி இருவரிடமும் அடிக்கடி நான் அவரைப் பற்றி ஏதாவது சொல்லிப் புலம்பிக்கொண்டிருந்த ஞாபகம். 'கரிச்சான் குஞ்சு'வும் என்னோடு சேர்ந்து அழுதுகொண்டிருந்தான். அவன் என்னைவிட உணர்ச்சிவசப்படுகிறவன். இந்த பயமும் கரையலும் ஏப்ரல் 21ஆம் தேதிக்குப் பிறகு என்று நினைக்கிறேன். ராஜகோபாலன் கிடந்த கிடையும் பட்ட சித்திரவதையும் ஒரு அநிச்சயத்தையும் கலவரத்தையும் எங்கள் இருவர் மனதிலும் மூட்டியிருந்தன. நாங்களும் கையாலாகாமல் தவித்த ஞாபகம். அவருக்கு முழங்காலுக்குக் கீழ், ஆடுசதை கல் சதையாக இறுகிக் கிடந்தது. கடுகுப் பத்துப் போட்டிருந்தார்கள். அந்த எரிச்சல் வேறு. காலுக்குள், வெளியே – இரண்டு பக்கமும் எரிச்சல். அது பையப்பைய உயிரை அரித்துக்கொண்டிருந்தது என்று கடைசி மூன்று நாட்களுக்கு முன்தான் சந்தேகம் வந்தது எங்களுக்கு. ஏற்கனவே, மெலிந்து, துவண்ட அந்தப் பூஞ்சை உடல் எப்படி இந்த வதையைத் தாங்குகிறது, இன்னும் எத்தனை நாள் தாங்கும் என்று நாங்கள் கிலிக்கு ஆளாகி, அவரை விட்டு அகன்று அப்பால் வந்தபோதெல்லாம், அவரைப் பற்றியே புலம்பிக்கொண்டிருந்தோம்.

உணர்ச்சிவசப்படுவது பேதைமையில்லை. அது பேதைமை என்ற பரிதாபப்படுகிற ஸ்திதப் பிரக்ஞர்களைப் பற்றியும் நாங்கள் அப்பொழுது கவலைப்படவில்லை. மேலும், நாங்கள் சற்று அதிகமாக அவரைப் பற்றியே பேசியதற்குக் காரணம் ஒரு கோபம். 'செக்சு' கதைகளை எழுதி அவர் தீட்டுப்பட்டு விட்டது போலவும், இலக்கிய நெறியிலிருந்து குப்புறச் சரிந்துவிட்டதாகவும் சில விமர்சகர்கள் அந்தக் காலத்தில் எழுதிக்கொண்டிருந்தார்கள். கற்பிழந்து 'அந்த'த் தெருவுக்குக் குடிபோய்விட்ட பெண்பிள்ளையைப் பற்றிப் பேசுவதுபோல் அவரைப்பற்றி எழுதிக்கொண்டிருந்தார்கள். அதற்கெல்லாம் அவர் மறுப்போ, பதிலோ எழுதிய ஞாபகம் எங்களுக்கு இல்லை. ஆனால் எங்களோடு பல நாட்கள் அதைப் பற்றிப் பேசியிருக்கிறார். 'இதைப் படிக்கிறபோது, தன் பெண்டாட்டியைப் பற்றி எழுதுகிறானோ என்று கவலைப்படுகிறார்களோ?' என்று இயல்பான மெல்லிய குரலில் பதில் அடங்கிய கேள்வி ஒன்றை அவர் எங்களிடம் கேட்டது ஞாபகம் இருக்கிறது.

'வீடு பெண்களுடைய சிம்மாசனம், அரண்மனை, ராஜ்யம். அங்கு அவள் இட்டதுதான் சட்டம்' என்று சொல்லிப் பெண்ணைச் 'சக்தி'யாகச் செய்து, சுவாசினி பூஜைகள் செய்து தங்கச் சிறை ஒன்றை ஆண்கள் கட்டி வைத்திருப்பதாக நான் இரண்டு முறை அவரிடம் சொல்லியிருக்கிறேன். பொருளாதார நிலை, விடுதலை யின்மை, வெகுகாலமாக விதித்துவைத்திருக்கிற பார்யா தர்மங்கள், படிப்பின்மை, நடுநடுவே இல்லத்தரசி என்ற முகமன்கள் – இந்தப் பம்மாத்து வித்தைகள் ஆண் – பெண் உறவைப் பற்றிய அடிப்படை உண்மைகளை எதிர்நோக்கும்பொழுது, நாக்குழறித் தடுமாறுகின்றன. இந்தத் தடுமாற்றங்களைத்தான் கு.ப.ரா. பல கோணங்களிலிருந்து பார்த்து, சூடனை நிறைந்த அந்தக் கலைச் சிறுகதைகளைப் படைத்தார். 'இந்த அழுக்கெல்லாம்தான் இருக்கவே இருக்கே – இதைக் கதையில் வேற எழுத வேண்டுமா?' என்று இன்று சொல்லுகிற வாதம்தான் அப்பொழுதும் எதிராக வந்துகொண்டிருந்தது. பதுங்கிக் கிடக்கிறதைக் கோடிகாட்டிச் சொன்னாலே, என்னமோ பெண்களுக்கு 'இடம்' கொடுத்து வேண்டாத துணிச்சலை உண்டு பண்ணுவதாக நினைப்பவர்கள் இன்னும் எத்தனையோ பேர் இருக்கிறார்கள். அழுக்குக்குப் பூஜைபோடுவோரின் வாதம். புதுமைப் பெண்ணைப் பற்றி பாரதியார் கவிதையில் சொன்னதைத்தான் வேறு கோணங் களிலிருந்து ராஜகோபாலன் கதைகளில் சொன்னார். உண்மையை 'சிறிது வெளிச்ச'த்தில்கூட நேராகப் பார்ப்பது எப்பொழுதுமே கவலை தருகிற அனுபவம்தான். யாரோ காட்டித் தொலைக்கிறான். வெசவாகக் கட்டிக்கொள்கிறான்.

ராஜகோபாலனும் கட்டிக்கொண்டார். வருத்தமும் பட்டார் – புரிந்துகொள்ளாமல் பேசுகிறார்களே என்று. அவர் பட்ட மனவேதனைதான் எங்கள் கோபத்திற்கும், வருத்தத்திற்கும் காரணம்.

25 ஆண்டுகளுக்குப் பிறகு, ராஜகோபாலனின் இலக்கியச் சாதனைகளை எடைபோட நான் இப்போது வரவில்லை. அவரைப் பற்றி ஏதாவது சொல்ல வேண்டும்போல் தோன்றுகிறது. காரணம், நினைவுகளின் பசுமை. மேலும், இப்பொழுதைய வாசகர்களுக்கு அவரைப் பற்றிச் சிறிது சொல்ல வேண்டும் என்ற துடிப்பு.

நாங்கள் ராஜகோபாலனோடு பழகியது அவருடைய கடைசிக் காலத்தில்தான். அதாவது ஒன்றரை வருடகாலம். 1942 கடைசியிலிருந்து 1944 ஏப்ரல்வரை. நாங்கள் என்று என்னையும் 'கரிச்சான் குஞ்சு'வையும் சொல்லிக்கொள்கிறேன். இன்னும் சற்று அதிக காலம் பழகியவர்கள் சாலிவாஹனன், திருலோக சீதாராமன், அ.வெ.ர. கிருஷ்ணசாமி ரெட்டியார் ஆகியோர். சிட்டி, பிச்சமூர்த்தி என்று அவரோடு வெகு காலமாக நெருக்கமாக இருந்தவர்கள் திருச்சியிலும், செட்டி குளத்திலும் இருந்தார்கள். இந்த ஒன்றரை வருட காலம் பழகியதும் கும்பகோணத்தில். அப்பொழுது ராஜகோபாலன், கண் பார்வையே போய்விடும் நிலையிலிருந்து சிகிச்சையால் மீண்டு, கும்பகோணத்தில் வசித்துவந்தார். 'கிராம ஊழியன்' ஆசிரியர் பொறுப்பை ஏற்றுக் கொள்ளுமாறு திருலோக சீதாராமன் அவரைக் கேட்டுக் கொண்டிருந்த காலத்தில்தான் நாங்கள் நேரில் பரிச்சயமானோம். அதற்குச் சில மாத காலம் முன்பு என்று ஞாபகம். நான் தற்செயலாக ஆனையடி கோவிலுக்கு முன் அவரைச் சந்தித்து நானாக என்னை அறிமுகப்படுத்திக்கொண்டேன். எனக்கு இருபத்திரண்டு வயது அப்பொழுது. 'ஹீரோ வொர்ஷிப்'பில் ஈடுபட்டுள்ள இளைஞன் பாணியில்தான் பேசினேன். சுமார் ஐந்து ஆண்டுகளாக அவர் கதைகளை வாசித்து ஏற்பட்ட பிரமிப்பையும், அதர்ப்பட்ட இலக்கிய உற்சாகத்தையும் பற்றிச் சொன்னேன். எல்லாம் மூன்று நிமிடங்களில் முடிந்துவிட்டது. 'வீட்டுக்கு வாருங்களேன்' என்று நேரம் சொன்னார். அன்று மாலை தொடங்கிய பேச்சு, நாள்தோறும் – இல்லை, இரவு தோறும் – சராசரி ஏழு மணி, எட்டு மணிநேரம் என்று நடந்து கொண்டேயிருந்தது.

நான் அப்பொழுது பள்ளி ஆசிரிய வேலைக்குச் சென்னையில் பயின்றுவந்த சமயம். திரும்பி வந்ததும் கும்பகோணத்தில் வேலை கிடைத்தது. கரிச்சான் குஞ்சு என்ற நாராயணசாமி அப்போது

சென்னையில் தமிழாசிரியனாக இருந்தான். ராஜகோபாலன் கும்பகோணத்தில் இருப்பதை நினைத்து அவனும் சென்னை வேலையை விட்டுவிட்டுக் கும்பகோணத்திற்கு வந்தான். அந்த வேலைகூட ராஜகோபலன் சொல்லிக் கிடைத்தது என்ற ஞாபகம்.

ராஜகோபாலனோடு வம்பு பேச முடியாது. இலக்கியம்தான் பேச முடியும். வம்புகூட இலக்கிய சம்பந்தமாகத்தான் இருக்கும். இலக்கியம் படைப்பவர்களின் குடும்பம், வரும்படி, தனி குணங்கள் – இவற்றைப் பற்றி இராது. ராஜகோபாலன் வெற்றிலை, புகையிலை நிறையப் போடுவார். ஒன்பது மணிக்குச் சாப்பிட்டுத் தொடங்குகிற பேச்சு, நள்ளிரவு கடந்து, விடியற்காலை மூன்று மணி, நான்கு மணிவரை இழுத்துக்கொண்டே போகும். வெற்றிலை தீர்ந்துவிடவே, மூலையில் கிள்ளியெறிந்த வெற்றிலைக் காம்புகளை எடுத்து, அவற்றில் சுண்ணாம்பைப் பூசிப் போட்டுக் கொள்வார். எனக்குக் கலியாணம் ஆன புதிது அப்பொழுது. ஒரு சமயம் மேநாட்டு ஊராக இருந்திருந்தால், ஒரு நாளைப் பார்த்தாற்போல் விடியற்காலை நேரத்திலேயே வீடு திரும்பி வரும் காரணத்திற்காக விவாகரத்து வழக்குக்கூட நடந்திருக்கும்.

ராஜகோபாலன் நல்ல சிவப்பு, குள்ளம். மெலிந்த பூஞ்சை உடல். பூ மாதிரி இருப்பார். முழுசாகப் பத்துக் கிலோ எடை இருப்பாரா என்று சந்தேகம் வந்துவிடும். சாப்பாடுகூட, கொறிப்புதான். ‘இரண்டு இட்லி சாப்பிட்டேன்’ என்று இரண்டு விரல்களைக் காண்பித்து, கண்ணை அகட்டிக்கொண்டு சொல்லு வார் – ஏதோ இரண்டு பானைச் சோற்றைச் சாப்பிட்டதுபோல.

பல பெரியவர்களுக்குக் கிட்டுகிற ‘தனிப்பட்ட முக அமைப்பு’ அவருடையது. தலையில் பாதி வழுக்கை. கண்ணுக்கு தடிக்கண்ணாடிகள். கண் சதையை அரிந்த பின்பு அணியும் பூதக்கண்ணாடி. அதற்குப் பின்னால் இரண்டு கண்களும் இரண்டு மடங்கு பெரிதாகத் தெரியும். சிந்தனையில் ஆழ்ந்த கண்கள். அவருடைய உடலில் பெரிதாக இருந்தது கண் ஒன்றுதான். உலகத்தைப் பார்ப்பதுதான் பிழைப்பு என்று சொல்வது போல அந்தக் கண்ணாடியும் கண்களைப் பெரிதாக்கிக் காட்டும்.

ராஜகோபாலனுக்குத் தீவிரமாகச் சிந்திக்கும் ஆற்றல் இருந்தது. அது முகத்தில் தெரியும். எப்போது எழுதுவார் என்று எங்களுக்குத் தெரியாது. நட்ட நடுநிசிக்கு வெகுநேரத்திற்குப் பின் எங்களை அனுப்பிவிட்டுத்தான் அவர் எழுதியிருக்க வேண்டும். தீவிரமான சிந்தனையும் வேகமாக, குறுகிய நேரத்தில் செய்துவிடுவார் என்று தோன்றுகிறது. மறுநாள் இரவு சந்திக்கும் பொழுது, எழுதிவைத்ததை, கதையையோ, விமர்சனத்தையோ

காண்பிப்பார். சிவாஜியைப் பற்றி அவர் தொடர்ச்சியாக எழுதியதை நான் அவ்வப்பொழுது துறையூருக்கு அனுப்பு முன் படித்திருக்கிறேன். அடித்தல், திருத்தலின்றி, ஒரு முடிவான உணர்வோடு எதையும் எழுதியிருப்பார். செட்டாக, தெளிவாக, எழுதியிருப்பார். சந்தேகமான, இப்படியா அப்படியா என்ற ஊசல் கிளப்பும் தோரணையில் அவர் எழுதியதில்லை. ஒரு நேர்மையும் துணிச்சலும் பளிச்சென்று தெரியும் எழுத்து. அந்த நேர்மையிலும் துணிச்சலிலும், சத்தம், ஆர்ப்பாட்டம் ஏதும் மருந்துக்குக்கூடத் தொனிக்காது. கண்டிப்பான, பட்டுத் தெறித்த எழுத்து. அதே சமயம் மென்மையும், கண்யமும், அடக்கமும் நிறைந்த எழுத்து.

அது அவருடைய இயல்பு. பேசுவதும் மிக மென்மையான பேச்சு. சற்று தள்ளி உட்கார்ந்தால் காதில் விழாது. அபிப்ராயங்களை அழுத்தமாக, உறுதியாகச் சொல்லுவார். நகைச்சுவையுடன் சொல்லுவார். புண்படுத்தாமல் சொல்லுவார்.

அவருடைய இலக்கியப் படைப்புகள் பெரும்பாலும் அந்தக் காலத்தில் சோதனைகள்தாம். ஆனால் சோதனை செய்திருக்கிறேன் என்று அவர் சொல்லிக்கொண்டதில்லை. காரணம், நாமாக சங்கல்பம் செய்துகொண்டு வீம்புக்குச் சோதனை செய்ய முடியாது என்று அவர் உணர்ந்திருக்க வேண்டும். சோதனை தானாக இயங்குவது. பொருளும் உணர்வின் தனித்தன்மையும் நிர்ணயிக்கிற விஷயம் அது. சோதனைக்கு என்று சோதனை செய்வதில் அநேகமாக கெட்டிக்காரத்தனம்தான் ஓங்கியிருக்கிறதே தவிர, இயற்கைத் தன்மையும், ஓட்டமும் இருப்பதில்லை. இதற்கு விலக்குகள் இருக்கலாம். ஆனால் ஊறுகாயையே முழுச் சாப்பாடாக யாரும் சாப்பிடுவதில்லை. அதனால் அது பற்றிக் கவலையில்லை.

சத்தப்படுத்தாமல், பறையடித்துக்கொள்ளாமல் அவர் செய்த சோதனைகள் அவருடைய பல சிறுகதைகளில் காணப்படுகின்றன. உருவம், உள்ளடக்கம் என்று தனியாக அவர் பிரிக்கவில்லை. உள்ளடக்கமே உருவத்தை நிர்ணயிக்கும் என்று அவர் நினைத்ததால் அவருடைய சோதனைகள் இரண்டையும் ஒன்றாக இணைத்த முழுமையாகவே இருந்தன. உணர்ச்சியின் தீவிரத்தன்மையும் இணைந்திருந்ததால் அவருடைய படைப்புகள் ஒரு முழுமையுடன் விளங்குகின்றன. கதைகளின் கருத்துகளிலகூட, அவர் செய்ததைப்போல, பின்பு வந்த யாரும் அவ்வளவு துணிவுடனும், கலை நுணுக்கத்துடனும் செய்யவில்லை. அவருடைய கதைகளையும், பின்பு வந்த கதைகளையும் ஒப்பிட்டு ஆழ்ந்து படித்தால் இந்த உண்மை நன்கு புலனாகும்.

தீவிரமான உணர்ச்சி முனைப்பு இருந்ததால் அவருடைய கதைகளில் ஒரு தர்க்க ரீதியான முடிவும் திருப்தியும் காணப்பட்டன. 'கதை எழுதும்போது உரிய இடத்தில் பேனா தானாக நின்றுவிட வேண்டும்' என்று அவர் எளிதாக இதைச் சொல்லுகிற வழக்கம்.

எந்த உண்மையான கலைஞனும் தன் படைப்பைப் பற்றி ஒரு அதிருப்தியோடுதான் வாழ்கிறான். அது பூர்ணமாக ராஜகோபாலனிடம் இருந்தது. பிள்ளையார் செய்யத் தொடங்கி, குரங்காக முடிந்து, பிறகு அதையே 'சோதனை செய்தேன்' என்று மீசையில் மண் ஒட்டாத கதையாக அவர் சொன்னதில்லை. நேர்மையும் கண்யமும் அவரிடம் சற்று அளவுக்கு மீறியே இருந்தன. சில சமயம் ஒரு சின்ன காந்திபோல அவர் எனக்குத் தோற்றமளிப்பதுண்டு. இதற்குக் காரணம் தெரியவில்லை. மணிக்கொடி எழுத்தாளர்கள் எல்லாரையுமே காந்தி சகாப்தம் பாதித்துத்தான் இருந்தது. பண்பளவுக்கு ராஜகோபாலனை அது பாதித்திருந்தது என்று, கண்டிப்பு, தைரியம், மென்மை, பொறுமை, தன்னடக்கம், நட்பு, எளிமை, அன்பு – இத்தனையும் கலந்த அவருடைய இயல்பைக் கண்டு சொல்லத் தோன்றுகிறது.

எங்களைப் போன்ற வேறு இளைஞர்கள் அவரிடம் வருவார்கள். எழுதிய கதைகளைக் காண்பிப்போம். பொறுமையாக வாசித்துவிட்டு, விளக்குவார். உண்மையை, மென்மையாகப் படும்படி சொல்லுவார். ஏனடா பேனா பிடித்தோம் என்று கிணற்றை நாடும் நிராசையை ஏற்படுத்தியதில்லை. தம் நண்பர்கள், தம் கோஷ்டியைச் சேர்ந்தவர்கள் என்பதற்காக, மூன்றாம் தரங்களை ஒப்பிலாத சோதனைகள், புதுப் பாணிகள், இடியம்கள் என்று மனசாரப் பொய்யும் சொன்னதில்லை. ஒரு இலக்கிய சீனியருக்கு இந்தக் காருண்ய பாவம் தேவையா என்று வேறு சீனியர்கள் கேட்கலாம். கேட்கட்டும். நான் ஏதோ ஒரு மனிதருடைய சுபாவத்தைப் பற்றிச் சொல்லிவைக்கிறேன்.

நல்ல இலக்கிய கர்த்தராக மட்டுமின்றி, நல்ல மனிதராகவும் ராஜகோபாலன் வாழ்ந்தார் என்று சொல்லத்தான் இத்தனை பாடு. இரண்டு அம்சங்களிலும் அவரிடம் நேர்மை இருந்தது. 'எனக்கு இலக்கிய நேர்மையே போதும், மனித நேர்மை தேவையில்லை, இரண்டு நேர்மைகளும் வெவ்வேறு' என்று கீதோபதேசம் செய்ய அவருக்கு அவசியமோ, சந்தர்ப்பமோ எழவில்லை. ராஜகோபாலன் அந்த அளவில் அதிர்ஷ்டக்காரர்தான்.

ராஜகோபாலனைப் போல ஒரு கதை, ஒரு வரியாவது எழுத வேண்டும் என்று எனக்கு வெகுகால ஆசை. அது நிறைவேற மறுத்துக்கொண்டேயிருக்கிறது. அவருடைய

எழுத்துகளைப் படிக்கும்பொழுது ஒரு பிரமிப்புத்தான் ஏற்படு கிறது. பட்டுப்போன்ற சொற்களிலும், பத்துப் பக்கங்களுக்கு மேற்படாத கதைகளிலும் எப்படி இவ்வளவு பெரிய கலை வடிவங்களையும் உணர்ச்சி முனைப்பையும் வடிக்கிறார் அவர்! இந்தத் தொகுப்பிலேயே உள்ள 'மூன்று உள்ளங்கள்', 'படுத்த படுக்கையில்', 'சிறிது வெளிச்சம்', 'தாயாரின் திருப்தி' – இவைகளை மீண்டும் மீண்டும் படிக்கும்போது ஒரு பிரமிப்பே மிஞ்சுகிறது. இத்தனை சிக்கனத்தை எப்படி இவர் சாதிக்கிறார் என்ற பிரமிப்பு. ஒவ்வொரு சொல்லுக்கும், வரிக்குள்ளும் எத்தனை ஒளிகள், கார்வைகள்! எழுதியதைவிட எழுதாமல் கழித்ததே முக்கால்வாசி என்று தோன்றுகிறது. ஆடம்பரம் இல்லாத எளிய சொற்களுக்குக்கூட, உணர்ச்சி முனைப்பாலும், ஒரு கூட்டுச் சக்தியாலும் ஒரு புதிய பொருளும் வேகமும் கிடைக்கின்றன. சாதாரணச் சொற்களுக்குக்கூட ஒரு புதிய வீர்யத்தை ஏற்றிய பாரதியின் வெற்றிதான், ராஜகோபாலனின் கதைச் சொற்கள் கண்டிருக்கின்றன. அதனாலேயே சத்தமில்லாத வேகமும், சிக்கனமும் கைகூடி அவர் கதைகள் அடர்த்தியும், இறுக்கமும் நிறைந்த சிற்ப வெற்றிகளாகத் திகழ்கின்றன. இத்தனை வெற்றிகள் திணித்த கதைகளை தமிழில் யாரும் இதுவரை இன்னும் எழுதவில்லை. உண்மையாகவே மௌனங்கள் நிறைந்த சிறு கதைகளை அவர் ஒருவர்தான் எழுதியிருக்கிறார்.

சளசளப்பும், சப்த ஜாலங்களும், ஏதோ பெரியதாகச் சொல்லப் போவதுபோல மிரட்டுகிற மூடுமந்திரச் சொற்பிரயோகங்களும், முழுமையில்லாத தோல்வி மூளிகளை உள்மனச் சோதனைகளாகச் சப்பைக்கட்டு கட்டும் மூடவெறியும் காதைத் துளைக்கிற காலத்தில் ராஜகோபாலனின் எழுத்தின் தெளிவும் அமைதியான வீர்யமும் தன்னம்பிக்கையும் சிறு பிரவாகமாக எங்கோ சலசலத்துக் கொண்டிருப்பதை இப்பொழுதைய வாசகர்களை போய்ப் பார்க்கச் சொல்ல வேண்டும் போலிருக்கிறது. கோபம் கொண்ட இளைஞர்கள் என்ற இங்கிலீஷ் சொற்கட்டு ஒன்று அடிக்கடி கேட்கிறது. வயதுக்கும், கோபத்துக்கும் சம்பந்தமேயில்லை. ராஜகோபாலன் எழுதியதும் கோபக்கார இளைஞனின் எழுத்துத்தான். 42 வயதில் செத்துப் போகாமல் இன்று அவர் இருந்திருந்தால், அதே கோபக்கார இளைஞனாகத்தான் இருந்திருப்பார். ஆனால் மேலும் மேலும் மெருகேறிய கலைச் சிற்பங்களைப் படைத்துக் கொண்டே இருந்திருப்பார். தவம் நிறைந்தவர்கள்தான் கலைக்கோபிகளாக இருக்க முடியும். ராஜகோபலன் தவம் நிறைந்த கலைக்கோபி. அறுபத்து ஐந்து வயதிலும் அவருடைய கோப இளமை நீடித்திருக்கும்.

நான் இதை ஏன் சொல்லுகிறேன் என்று ஞாபகம் வருகிறது. கடைசி காலத்தில் கு.ப.ரா. ஏதோ 'நீர்த்துப்' போய்விட்டார் என்றும், வளர்ச்சி குறைந்துவிட்டார் என்றும் சிலர் என்னிடம் சொல்லியிருக்கிறார்கள். அதற்குக் காரணம்கூடச் சொன்னார்கள். இந்தத் தொகுதியில் உள்ள கதைகளே அந்தக் கூற்றின் அறிவீனத்தை எடுத்துக் காட்டும். கடைசி காலத்தில் முதிர்ச்சி பெறாத இளைஞர்களே அவரைச் சூழ்ந்திருந்தார்கள் என்றும், அதனால்தான் அவர் தேங்கிவிட்டார் என்றும் ஒருவர் அந்த வாதத்திற்கு விளக்கம் தந்தார். முதிர்ச்சிக்கும், வயதிளமைக்கும் தொடர்பில்லை. ராஜகோபாலன் தாமும் வளர்ந்து, சூழ்ந்துள்ள இளைஞர்களையும் வளர்த்துக்கொண்டிருந்தார். கலைஞன் ஒவ்வொரு நிமிஷமும் சூழ்நிலையைப் பார்த்துப் பூரித்து உண்டு வளர்ந்துகொண்டேயிருப்பான். பத்துப் பதினைந்து வயது குறைந்தவர்களோடு பழகிக்கொண்டிருப்பதால் மழுங்கி விடுவதில்லை. உலகில் எந்த உண்மைக் கலைஞனும் இப்படிச் சூம்பிப்போனதில்லை. அவனுக்குப் போஷாக்கு அவனுடைய இதயத்தின் ரகசிய ஊற்றுக்களிலிருந்து சுரந்துகொண்டே தானிருக்கிறது.

வாசகர் வட்டம், சென்னை வெளியிட்ட 'சிறிது வெளிச்சம்' தொகுப்புக்காக எழுதியது. 1969

சிறுகதை எழுதுவது எப்படி?

எல்லோரும் நாட்டியம் ஆடுவதில்லை. எல்லோரும் சங்கீதம் பாடுவதில்லை. எல்லோரும் வயலினோ, மிருதங்கமோ வாசிப்பதில்லை. சிலருக்குத்தான் இந்தக் காரியங்களைச் செய்ய முடிகிறது. அந்தச் சிலரிலேயே ஓரிரண்டு பேர் செய்யும்பொழுது நமக்கு மெய்மறந்துவிடுகிறது. தெய்வத்தையே கண்டுவிட்டாற்போலப் புல்லரித்துப் போகிறோம். வேறு பலர் செய்யும்பொழுது, நமக்கு இந்த அனுபவம் ஏற்படுவதில்லை. ஒருசமயம் நாம் பிரமிக்கலாம்; மலைக்கலாம்; வியக்கலாம். நுட்பமான ரசானுபவம், தன்மறதி போன்ற உணர்வு நிலைகள் வருவதில்லை. கலைஞர் உணர்வு மயமாக ஆகி ஆடும்போதோ, வாசிக்கும்போதோ, தானாக ஒரு முழுமையும் ஓர் ஒருமையும் அந்தக் கலைப் படைப்பில் நிறைந்து, நம்முள்ளேயும் பரவி நிரம்பும். உணர்வு இல்லாமல் இயந்திர ரீதியில் படைக்கிறவர்கள் இருக்கிறார்கள். இவர்கள் தங்கள் சாமர்த்தியத்தையும் அசகாய சூரத்தனத்தையும் காட்டி நம்மைப் பிரமிக்கவைக்க முடியும், ஆனால் மெய்மறக்கச் செய்ய இயலாது. நான் இந்த நோக்கில்தான் எந்தக் கலைப் படைப்பையும் பார்க்கிற வழக்கம். சிறுகதையையும் அப்படித்தான் பார்க்கிறேன்.

எந்தக் கலைப் படைப்புக்கும் முழுமையும் ஒருமையும் அவசியம். அவை பிரிக்க முடியாத அம்சங்கள். சிறுகதையில் அவை உயிர்நாடி. ஓர் அனுபவத்தைக் கலை வடிவில் வெளிப்படுத்தச் சிறுகதையில் இடமும் காலமும் குறுகியவை.

எனவே எடுத்துக்கொண்ட விஷயம் – உணர்வோ, சிரிப்போ, புன்சிரிப்போ, நகையாடலோ – முறுக்கேறிய, துடிப்பான ஒரு கட்டத்தில்தான் இருக்க முடியும். சிறிது நேரத்தில் வெடித்துவிடப் போகிற ஒரு தெறிப்பும் ஓர் அவசரத்தன்மையும் நம்மை ஆட்கொள்ள வேண்டும். தெறிக்கப்போகிறது பட்டுக் கயிறாக இருக்கலாம். எஃகு வடமாக இருக்கலாம். ஆனால் அந்தத் தெறிப்பும் நிரம்பி வழிகிற துடிப்பும் இருக்கத்தான் வேண்டும். இந்தத் தெறிப்பு விஷயத்திற்குத் தகுந்தாற்போல் வேறுபடுவது சகஜம். கதையில் பொருள் சோம்பல், காதல், வீரம், தியாகம், நிராசை, ஏமாற்றம், நம்பிக்கை, பக்தி, உல்லாசம், புதிர் அவிழல் அல்லது இவற்றில் சிலவற்றின் கலவைகளாக இருக்கலாம். அதற்குத் தகுந்தபடி அந்தத் தெறிப்பு பஞ்சின் தெறிப்பாகவோ, பட்டின் தெறிப்பாகவோ, எஃகின் தெறிப்பாகவோ, குண்டு மருந்தின் வெடிப்பாகவோ சத்தம் அதிகமாகவோ குறைந்தோ மௌனமாகவோ மாறுபடும். எனக்கு வேறு மாதிரியாக இந்த அனுபவத்தை விளக்கத் தெரியவில்லை. பல சமயங்களில் சிறுகதையைப் பற்றி நினைக்கும் போது, நூறு அல்லது ஐம்பது கஜ ஓட்டப் பந்தயத்திற்கு ஆயத்தம் செய்துகொள்ளுகிற பரபரப்பும் நிலைகொள்ளாமையும் என்னைக் கவ்விக்கொள்கிறதுண்டு. இது ஒரு மைல் ஓட்டப் பந்தயமல்ல; சைக்கிளில் பல ஊர்கள், வெளிகள், பாலங்கள், சோலைகள், சாலைகள் என்று வெகுதூரம் போகிற பந்தயம் இல்லை. நூறு கஜ ஓட்டத்தில் ஒவ்வோர் அடியும் ஒவ்வோர் அசைவும் முடிவை நோக்கித் துள்ளி ஓடுகிற அடி அசைவு. ஆர அமர, வேடிக்கை பார்த்துக்கொண்டு செல்லவோ வேகத்தை மாற்றிக்கொள்ளவோ இடமில்லை. சிறுகதையில் சிக்கனம் மிக மிக அவசியம். வளவளப்புக்கு இடமே கிடையாது. வளவளப்பு என்றால் அதிகச் சுமை. ஓடுவது கஷ்டம்.

இத்தனை தெறிப்பும் துடிப்பும் வேகமும் தேவையான சிறுகதை எழுத எத்தனையோ பேர்வழிகள் சொல்லியிருக்கிறார்கள். வகுப்புக்கூட நடத்துகிறார்கள். தபால் ட்யூஷன்கூட நடத்துவ தாகக் கேள்வி. என்ன நடத்தினாலும் உத்திகளைத்தான் சொல்லிக் கொடுக்கலாம். உணர்வில் தோய்வதைச் சொல்லிக் கொடுக்க முடியாது. உணர்வில் லயிப்பதையும் முறுக்கேறுவதையும் சொல்லிக்கொடுக்க முடியாது. ஆனால் உத்திகளைச் சரியாகக் கையாண்டு, இலக்கணரீதியாகப் பழுதில்லாத ஆயிரம் சிறுகதைகள் இப்பொழுது நம் நாட்டிலும் அயல்நாடுகளிலும் பல பத்திரிகைகளில் வருகின்றன. ஆனால் நாவலோ, நாடகமோ எழுதும் ஆசிரியர்களின் எண்ணிக்கையில் நூற்றில் ஒரு பங்குகூட அசல் சிறுகதை ஆசிரியர்கள் இந்த உலகத்தில் இல்லை. இதுதான்

வேடிக்கை. உத்திகளைத் தெரிந்துகொண்டு மட்டும் சிறுகதைகள் எழுதி, பத்திரிகைகளை நிரப்பலாம். அது ஒன்றும் பெரிய காரியமல்ல. ஆன்டன் செக்காவின் உத்திக்கு ஓர் அச்சு தயார் செய்துகொண்டு அதில் நம் சரக்கைப் போட்டு வார்த்துவிடலாம். ஆனால் அது செக்காவ் அச்சின் வார்ப்பாகத்தான் இருக்கும். புதிதாக ஒன்றும் வந்துவிடாது. உணர்வும் நம் பார்வையின் தனித்தன்மையும்தான் முக்கியம். அவை கண்யமாகவும் தீவிரமாக வும் இருந்தால் நமக்கு என்று ஓர் உருவம் கிடைக்கும். இதை எப்படிச் சொல்லிக் கொடுக்கப் போகிறார்கள்?

தனித்தன்மையும் உணர்ச்சி நிறைவும் தெறிப்பும் எல்லாம் இல்லாவிட்டால் சிறுகதையின் பிரசித்திபெற்ற இலக்கணமான ஒருமைப்பாடு உயிரில்லாத ஜடமாகத்தான் இருக்கும். இன்று உலகப் பத்திரிகைகளில் வரும் பெரும்பாலான கதைகள் தனித் தன்மை இல்லாத, அல்லது போலி உணர்ச்சிகள் நிறைந்த ஜடங்கள்தான். ஆனால் பொதுவாகப் பத்திரிகைகள்தான் சிறுகதைக் கலையை வளர்ப்பதில் பெரும் பங்குகொண்ட கருவியாக இருந்திருக்கின்றன. செக்காவ், மாப்பஸான், ஹென்றி ஜேம்ஸ், சாமர்செட் மாம், மெல்வில், ஸ்டீபன், க்ரேன், ப்ரெட் ஹார்ட்டிமுதல் ஜெர்மனி, ஜப்பான், இந்தியா ஆகிய நாடுகளில் எழுதிய, எழுதுகிற சிறுகதை எழுத்தாளர்கள்வரை முக்காலே மூன்று வீசம் பேர் பத்திரிகைகளில்தான் எழுதியிருக்கிறார்கள் – எழுதுகிறார்கள். எனவே, பொறுப்புள்ள பத்திரிகைகள் நல்ல சிறுகதைகளையும், பொறுப்பில்லாதவை ஜடங்களையும் வளர்க்கின்றன என்று சொல்லிவிட்டு மேலே போவோம்.

சிறுகதையில் வரும் கதையோ நிகழ்ச்சியோ ஒரு க்ஷணத்திலோ, நிமிஷத்திலோ, ஒரு நாளிலோ, பல வருடங்களிலோ நடக்கக் கூடியதாக இருக்கலாம். காலையில் தொடங்கி இரவிலோ, மறுநாள் காலையிலோ அல்லது அந்த மாதிரி ஒரு குறுகிய காலத்திலோ முடிந்துவிட வேண்டும் என்று அவசியமில்லை. சொல்லப்பட வேண்டிய பொருளின் ஒருமைதான் முக்கியமானது. எட்டு நாளில் நடந்த சங்கதியை முதல் நாளிலிருந்து வரிசையாகச் சொல்லிக்கொண்டு போகலாம். இரண்டாவது, மூன்றாவது, நாலாவது நாளிலிருந்தோ அல்லது கடைசிக் கணத்திலிருந்தோ ஆரம்பித்து, பின்பார்வையாகப் பார்த்துச் சொல்லிக்கொண்டு போகலாம். நடந்தது, நடக்கப்போவது இரண்டுக்கும் இடையே ஒரு வசதியான காலகட்டத்தில் நின்றுகொண்டு நிகழ்ச்சியைச் சித்திரித்துக்கொண்டு போகலாம். எப்படிச் சொன்னாலும், ஒரு பிரச்னை, ஒரு பொருள், ஓர் உணர்வு, ஒரு கருத்துதான் 'ஓங்கியிருக்கிறது' என்ற நிலைதான் சிறுகதைக்கு உயிர்.

சிறுகதையில் சொல்லக்கூடாத விஷயங்களே இல்லை. கடந்த 100 ஆண்டுகளில் சிறுகதை வளர்ந்துள்ள போக்கைப் பார்த்தாலே இது தெரியும். வெறும் புற நிகழ்ச்சிகளில் தொடங்கி நுட்பமான மனத்தத்துவ ஆராய்ச்சி வரையில் அதன் பொருள் இப்பொழுது விரிந்திருக்கிறது. மேலெழுந்த வாரியான கவனத்திற்குப் புலப்படாத அக உணர்வுகள், நினைவோட்டங்கள், அடிமன நிலைகள், வெறும் கண்பார்வைக்குப் பின்னால் ஒளிந்து கிடக்கும் மன உந்தல் – இவை எல்லாம் இன்று சிறுகதைப் பொருளாக வந்துள்ளன. ஆனால் எதைச் சொன்னாலும் ஓங்கி நிற்கும் ஒருமை அவசியம். ஒருமையுள்ள சிறுகதை முடிய வேண்டிய இடத்தில் தானாக முடிந்துவிடும். முடிகிற எல்லையைக் கடந்தால் ஒருமைக்கோப்புக்கும் ஊறு விளையத்தான் செய்யும். பந்து எல்லையைக் கடந்து ஓடினால் கிரிக்கெட்டில் ஒன்றுக்கு நாலாகரன் கிடைக்கும். சிறுகதையில் கிடைப்பது பூஜ்யம்தான்.

என்னை ஒரு நண்பர் கேட்டார். சிறுகதை, நாவல் எழுதுகிறவன் பெரிய இலக்கிய கர்த்தர்களின் நூல்களைப் படிக்க வேண்டுமா என்று. அவசியமில்லை என்று நான் சொன்னேன். அது எனக்கும் என்னைப் போன்றவர்களுக்கும் சொல்லவில்லை. இயற்கையாகவே அபாரமாக எழுதும் மேதை படைத்தவர்களை, புது வழி வகுக்கும் ஆற்றல் படைத்தவர்களை மனத்தில் வைத்துக்கொண்டு சொன்னது. என்னைப் போன்றவர் நிறைய படித்தால்தான் நல்லது. செக்காவ், மாப்பஸான், எட்கர் ஆலன் போ, மாம், தாகூர், கு.ப.ரா. புதுமைப்பித்தன், லா.ச.ரா., ஸீன் ஓகாஸி, ஜாய்ஸ், ஸ்டீஃபன்க்ரேன், ஹென்றி ஜேம்ஸ், போவன், காவபாட்டா போன்ற வெவ்வேறு சிறுகதை ஆசிரியர்களைப் படித்தால், சிறுகதைக்கான பொருள்களை நாடுவதில் எத்தனை சாத்தியக்கூறுகள் உண்டு என்பதும், சிறுகதை உருவத்தில் எத்தனை நூறு வகைகள் சாத்தியம் என்பதும் தெரியும். உருவம் என்று சொல்லும்போது ஆரம்பம், இடை, முடிவு மூன்றும் தெள்ளத் தெளிவாகத்தான் இருக்க வேண்டிய அவசியமில்லை என்பதும் இந்தக் கதைகளைப் படித்தால் தெரியும். இந்த மூன்றும் தெளிவாகத் தெரிவதும், தெளிவில்லாமல் பூசினாற்போல் இருப்பதும் சொல்லுகிற விஷயத்தைப் பொறுத்தவை. ஒரு மரத்தின் நிழல் கருக்காகக் கத்தரித்தாற்போலும் விழலாம். பூசினாற்போலும் விழலாம். அது விளக்கின் தூரம், ஒளி முதலியவற்றைப் பொறுத்தது. உருவம் சரியாக அமைவது நம்முடைய உணர்வின் தீவிரத்தன்மையைப் பொறுத்தது. என்னுடைய அனுபவத்தில், உணர்ச்சியோ, சிந்தனையோ போதிய தீவிரத்தன்மை பெறும்போது உருவமும் தானாக ஒருமைப்பாட்டுடன் அமைந்துவிடுகிறது. உணர்ச்சியின்

தீவிரத் தன்மை எப்போது, எந்தக் கால அளவில் போதிய அளவுக்குக் கைகூடும் என்று சட்டம் போடுவதற்கில்லை. அது ஒவ்வோர் ஆசிரியரின் திறமையைப் பொறுத்தது. ஒருவருக்கு ஒரு மணியிலோ, ஒரு நிமிஷத்திலோ கைகூடுகிற தீவிரத் தன்மை, ஊறும் தன்மை, எனக்குக் கிட்ட ஒரு வாரமோ, ஒரு வருஷமோ பிடிக்கலாம். எனக்கு ஒரு கதையைப் பற்றிச் சிந்தித்துக்கொண்டிருக்கையில், திடீரென்ற வேறு ஒரு கதை தோன்றிச் சில நிமிஷங்களில் அதை எழுதி முடித்ததுண்டு. யோசித்துப் பார்த்தால், அந்தக் கதைக்கான வித்து மனத்தில் விழுந்து எத்தனையோ வருஷங்கள் ஆகியிருக்கும். தோட்டத்து மண்ணில் எப்பொழுதோ உதிர்ந்த விதையொன்று, மண்ணுள் பல காலம் உறங்கி, திடீரென்று ஒரு மழை அல்லது நைப்பிற்குப் பிறகு முளைப்பது மாதிரிதான் அது. உணர்ச்சியைக் குறுகிய காலத்தில் தீவிரமாக அனுபவிக்கப் பழக்கியும்கொள்ளலாம் என்று சொல்கிறார்கள். எழுத்து தொழிலாகி, பத்திரிகைகள் பெருகிவிட்ட இந்த நாளில் இப்படிப் பழக்கிக் கொள்வது அவசியம் என்பதில் தவறில்லை.

எப்படி எழுதுவது என்பதை எனக்குச் சரியாக விவரிக்கத் தெரியவில்லை. மாபஸான் "நெக்லேஸை"யோ, "இரு நண்பர்களை"யோ, செக்காவ் "டார்லிங்"கையோ, "கோரஸ் பாடகி"யையோ, கு.ப.ரா. "நூருன்னிஸா"வையோ, பிச்சமூர்த்தி "பதினெட்டாம் பெருக்கை"யோ, தாகூர் "ஊர் திரும்புதலை"யோ எப்படி எழுதினார்கள் என்று அவர்களைக் கேட்டால்தான் தெரியும். என் சொந்த அனுபவத்தில் தெரிந்ததைத்தான் நான் சொல்லுவேன். ஒருநாள் நான் ரயிலில் போய்க்கொண்டிருந்தபோது கச்சலும், கறுப்புமாக நாய் பிடுங்கினாற்போன்ற ஒரு பத்து வயதுப் பெண் குழந்தையுடன் யாரோ பணக்கார அம்மாள் எதிர் இருக்கையில் அமர்ந்திருந்தாள். பள்ளிக்கூட விடுமுறைக்கு மூத்த அக்காளின் ஊரில் தங்கிவிட்டு ஊர் திரும்புகிறது அந்தப் பெண். நல்ல துணை ஒன்று இந்தப் பணக்கார அம்மாளின் உருவில் கிடைக்கவே, அக்காள் அந்த அம்மாளோடு குழந்தையை அனுப்பியிருக்கிறாள். ஏதோ பேசிக்கொண்டிருக்கும்போது அந்த அம்மாள் "இது படித்து என்ன பண்ணப்போகிறது? நான்கூட, கூடமாட ஒத்தாசையாயிருக்க இதையே சாப்பாடு போட்டு வீட்டில் வைத்துக்கொண்டுவிடலாம் என்று பார்க்கிறேன்" என்றாள். என்னமோ, அந்த யோசனையும் அந்த அம்மாள் அதைச் சொன்ன தோரணையும் என் உள் மனத்தில் பாய்ந்து குத்திக்கொண்டுவிட்டன. அந்தப் பெண்ணையே பார்த்துக் கொண்டு வந்தேன். அந்த ஆறு மணி நேரப் பயணத்தில் ஒன்றும் வேண்டும் என்று கேட்காமல், ஆசைப்படாமல், கேட்ட

கேள்விகளுக்கு மட்டும் பதில் சொல்லிக்கொண்டு வந்தது அது. எனக்கு உணர்ச்சிவசப்படுகிற இயல்பு அதிகம். அந்தப் பெண் தன் பொறுமையினாலும், பொறுப்பினாலும் எதையும் சமாளிக்கும். எதையும் ஆளும் என்று தோன்றிற்று. ஓடி ஆடி, கத்திக் கூச்சலிட்டு, விளையாடிப் பிதற்ற வேண்டிய வயதில் அது உலகத்தின் சுமைகளையும், கவலைகளையும் தாங்கிக் கொண்டிருப்பது போல் எனக்குத் தோன்றிற்று. எனக்குப் பயமாக இருந்தது. வயிற்றைக் கலக்கிற்று. அது ஒரு படம்.

இன்னொரு படம். என் மகன் ஆறு வயதில் ஒரு விடுமுறைக்கு அவன் தாத்தா வீட்டுக்குப் போயிருந்தான். நான் போய்த் திரும்பி அழைத்து வந்தேன். குணத்தில் எனக்கு நேர் விரோதம் அவன். கூப்பிடாததற்கு முன் போய் யாரோடும் பேசிச் சிரித்து, நெடுநாள் சிநேகம்போல ஐக்கியமாகிவிடுகிற சுபாவம். பார்ப்பதற்கும் அப்போது கஷுகு முஷ்கென்று உருட்டி விட்டாற்போல் இருப்பான். கூடப் பிரயாணம் செய்தவர்களோடு பேசிச் சிரித்துக் களைத்துப்போய் அவன் தூங்கத் தொடங்கினான். ஆரஞ்சுப் பழத்திற்காகக் கத்திவிட்டு, வாங்கிக் கொடுத்ததும் சாப்பிடாமல் தூங்கிவிட்டான். அது கையிலிருந்து உருண்டு ஒரு ஓரமாகக் கிடந்தது. அவ்வளவு கத்தினவன் ஏன் உடனே அதைத் தின்னவில்லை? எனக்கு அப்போது முன்பொரு தடவை ரயில் பயணம் செய்தபோது பார்த்த அந்தப் பெண்ணின் ஞாபகம் வந்தது. இந்த இரண்டு படங்களும் எனக்கு அடிக்கடி ஞாபகம் வருவதுண்டு. ஆனால் எழுத வேண்டும் என்று தோன்ற வில்லை. சுமார் ஒரு வருடம் கழித்து *கலைமகள் தீபாவளி மலருக்காக* அழைப்பு வந்தபோது, இந்த இரண்டு படங்களும் இணைந்து கலந்து ‘சிலிர்ப்பு’ என்ற கதையாக உருவாயின. அதை வேகமாக எழுதின ஞாபகம் எனக்கு. கம்ப்யூட்டரில் கொடுத்தது போல இந்த இரு நிகழ்ச்சிகளும் அந்த ஒரு வருஷ காலத்திற்குள் ஒரு கதையாக உருவாகிவிட்டனவோ என்னவோ! உட்கார்ந்து கதையை எழுதி முடிக்கிறவரையில் என்னால் துயரம் தாங்க முடியவில்லை. ஒரு அபூர்வமான உணர்ச்சி லயம் அது. உடல், உள்ளமெல்லாம் நிரம்பி அன்று நான் கரைந்துகொண்டிருந்த ஞாபகம். 13 வருஷம் கழிந்து இன்னும் தெளிவாக நினைவிருக்கிறது. கடைசி வரிகளை எழுதும்போது ஒரு குழந்தையின் நிர்மால்யமான அன்பில் திளைக்கும் சிலிர்ப்பும் கசிவும் என்னைக் கரைத்துக் கொண்டிருந்தன. எழுதி முடித்ததும் ஒரு அதிசயமாக சுமையிறக்கமும் விடுதலையும் நெஞ்சு கொள்ளாத நிறைவும் என்னை வந்து அணைத்துக்கொண்ட நினைவு இன்னும் எனக்கு இருக்கிறது. ‘சிலிர்ப்பு’ என்றே பெயர்வைத்துக் கதையை அனுப்பினேன் (எழுதி முடித்த பிறகுதான் தலைப்புக் கொடுக்கிற பழக்கம் எனக்கு).

நான் ஒரு சின்ன ஹோட்டலில் சாப்பிடப் போனபோது ஒரு புதுக் கண்டாமணி கல்லாவிற்கருகில் வைத்திருந்தது. ஹோட்டல் முதலாளி அதைக் கோவிலுக்கு விடப்போவதாகச் சொன்னார். ஏதோ செல்லக் குழந்தையைப் பார்ப்பதுபோல அதை அவர் பார்த்துக்கொண்டு நின்றார். எதற்காக மணி வாங்கி விடுகிறார் என்று எனக்குள் கேட்டுக்கொள்ளத் தொடங்கினேன். இன்னொரு நாள் லஸ் மூலை ஹோட்டல் ஒன்றில் சாப்பிடுகையில் ரவாதோசையின் மடிப்பைத் திறந்தபோது பாதி குடித்த பீடி ஒன்று கிடந்தது. ஹோட்டல் முதலாளியிடம் காண்பித்தேன். அவருக்கு வருத்தம். பத்துப் பேருக்கு நடுவில் சொன்னார். அதே லஸ் மூலையில் இன்னொரு ஹோட்டலில் சாம்பாரில் ஒரு சின்ன கருவண்டு கிடைத்தது. நல்ல வேளையாகச் சுண்டை வற்றல் குழம்பு இல்லை. வண்டு அடையாளம் தெரிந்தது. (ஒரு தடவை ரசத்தில் பல்லிகூடக் கிடைத்திருக்கிறது. சாப்பாடு விஷயத்தில் எனக்குத் தனி அதிர்ஷ்டம் உண்டு.) சர்வரிடம் சொன்னதும், பீடி தோசை முதலாளி போலல்லாமல், அவர் பயந்து பரபர வென்று காதோடு காதாக மன்னிப்புக் கேட்டுக்கொண்டு ராஜோபசாரம் செய்து என்னை வழியனுப்பிவைத்தார். பல ஆண்டுகள் கழித்து இவையெல்லாம் சேர்ந்து ‘கண்டாமணி’ என்ற கதையாக உருவாயின. இந்தக் கதைக்கு மையக்கரு, சந்தேகம் அல்லது பயம். ஒரு உணவு விடுதிக்காரர் சாதம் குழம்புகள் பரிமாறிவிட்டு உள்ளே வந்தபோது, குழம்பிற்குள் கரண்டியை விட்டுக் கிளறித் தூக்கியபோது நீளமாகப் பாம்புக்குட்டி போன்ற ஒரு ஜந்து கிடப்பதைப் பார்க்கிறார். கணவனும் மனைவியும் பதறிப்போய் தெய்வத்திடம் அபவாதம் ஆபத்து ஏதும் வராமல் காப்பாற்றும்படி வேண்டிக்கொள்கிறார்கள். செய்தி பரவாமலிருக்க வேண்டும் என்று அவர்களுக்குக் கவலை. கண்டாமணி வார்த்துக் கட்டுவதாக நேர்ந்துகொள்கிறார்கள். மறுநாள் காலை அந்த ஆள் செத்துப்போய்விட்டதாகத் தெரிகிறது. அது இங்கே சாப்பிட்டதனால்தானா என்று நிச்சயமாகச் சொல்வதற்கில்லை. ஆனால் விடுதிக்காரருக்குத் தன் குழம்புதான் யமன் என்று பயம். சந்தேகமும் பயமும் அவரை ஆட்டுகின்றன. சொன்னபடி கண்டாமணி வார்த்துக் கோயிலில் கட்டிவிடுகிறார். ஆனால் அந்த மணியோசையைக் கேட்கும்போதெல்லாம், தான் செய்து விட்டதாக நினைத்த குற்றம் அவரை அலைக்கழிக்கிறது. கடைசியில் தாங்க முடியாமல் கோயில் நிர்வாகியிடம் சென்று வேறு என்னவோ சாக்குகள் சொல்லி மணியைத் திருப்பிப் பெறப் பார்க்கிறார். சின்னச் சின்னதாக வெள்ளிமணிகள் செய்து வைக்கிறேன் என்று வேண்டுகிறார். கண்டாமணியோ நன்றாக அமைந்துவிட்டது. அதிகாரி அதை எண்ணி, “போய்யா பைத்தியம்” என்கிற மாதிரி

சிரித்துவிட்டு மறுத்துவிடுகிறார். விடுதிக்காரருக்கு அழுத்தி வற்புறுத்தவும் பயம். பேசாமல் திரும்பிவிடுகிறார். இந்தக் கதையைச் 'சிலிர்ப்பு' மாதிரி பரபரவென்று நான் எழுதவில்லை. அந்தச் சந்தேகமும் பயமும் கதாநாயகர்களாக இருப்பதாலோ என்னவோ மெள்ள மெள்ளத் தான் எழுத முடிந்தது. வேறு தொல்லைகள் குறுக்கிட்டதனாலும் மூன்று நான்கு தடவை உட்கார்ந்து எழுதி முடித்ததாக ஞாபகம்.

இந்த மாதிரி பல கதைகளுக்குச் சொல்லிக்கொண்டு போகலாம். அதனால் உங்களுக்கு எந்தப் பிரயோசனமும் இராது. அவரவர்கள் அனுபவிப்பதும் எழுத்தாக வடிப்பதும் அவரவர் முறை.

என் அனுபவத்தை மீண்டும் ஒருமுறை சொல்ல ஆசைப்படுகிறேன். எந்த அனுபவத்தையும் மனசில் நன்றாக ஊறப்போடுவதுதான் நல்லது. பார்த்த அல்லது கேட்ட ஓர் அனுபவம் அல்லது நிகழ்ச்சியைப் பற்றி உணர்ந்து உணர்ந்து சிந்தித்துச் சிந்தித்து ஆறப்போடத்தான் வேண்டும். இந்த மன நிலையை ஜே. கிருஷ்ணமூர்த்தி அடிக்கடி சொல்லும் (Choiceless awareness) என்ற நிலைக்கு ஒப்பிடத் தோன்றுகிறது. ஒரு நிகழ்ச்சியைச் சுற்றிச் சித்தம் வட்டமிட வட்டமிட, அதன் உண்மை நம் அகத்தின் முன்னே மலரும். கதை உருவ முழுமையுடன் வடிவதற்கு என் அனுபவத்தில் இதுதான் வழி. அனுபவம் நம் முன்னில் தோய்ந்து ஒன்றிப் பக்குவ நிலைக்கு வருமுன் அவசரப்பட்டு எழுதினால் உருவம் மூளிப்பட்டுவிடுகிறது. பழக்கத்தில் இது தெரியும்.

நான் சிறுகதை ஆசிரியனும் இல்லை. சிறுகதை வாத்தியாரும் இல்லை. (சிறுகதை எழுது என்று யாராவது என்னைக் கேட்டால் எனக்கு வயிற்றில் புளியைக் கரைக்கத் தொடங்கிவிடும்!) நான் எழுதிய நூற்றுக்கு மேற்பட்ட கதைகளில் ஒன்றோ இரண்டோ தான் சிறுகதை என்ற சொல்லுக்குச் சற்று அருகில் நிற்கின்றன. மற்றவைகளைச் சிறுகதை என்றால் சிறுகதை என்ற சொல்லுக்கே இழிவு செய்கிற மாதிரி. இப்படியானால் ஏன் இத்தனை நாழி கதைத்தாய் என்று கேட்காதீர்கள். தோல்வி பெற்றவர்கள்தான் உங்களுக்கு நல்ல வழி சொல்ல முடியும்.

'மகரம்' தொகுத்த 'எழுதுவது எப்படி?'
(பழனியப்பா பிரதர்ஸ், சென்னை 1969)
நூலில் இடம்பெற்ற கட்டுரை

படைப்பின் கூறுகள்

கார்பன் காப்பிகளைப் பார்த்து நாம் வியப்படையவில்லை. ஒரு படத்தை ப்ளாக் செய்து ஒரே அச்சாகக் காட்சியளிக்கும் லக்ஷம் பிரதிகளைப் பார்த்து நாம் வியப்படையவில்லை. ஆனால் ஒரே அச்சான இரட்டைக் குழந்தைகளைப் பார்த்து வியக்கிறோம். நமக்கு ஒரு தீர்மானம், இயற்கை (அல்லது கடவுள்) தன்னைத் தானே ஒருமுறை கூட காப்பி அடித்துக்கொள்வதில்லை என்று. இந்தத் தீர்மானம் சரியானதுதான். சிறிது உற்று நோக்கினால், இரட்டைக் குழந்தைகளிடையே ஏதாவது ஒரு வேறுபாடு இருக்கும்.

படைப்புக் கலைஞனிடமும் நாம் இதை எதிர்பார்க்கிறோம். கதைத் துறையை எடுத்துக் கொண்டால், இதுவரை கோடிக்கணக்கான கதைகள் வந்துவிட்டன. எப்படிப் பின்னினாலும் நூறு விதக் கதைகளுக்குள் எல்லாம் அடங்கிவிடும். சில நிபுணர்கள் இதை ஐம்பது, முப்பது என்று குறைத்திருக்கிறார்கள். நாம் கதை கேட்க விரும்பவில்லை. இந்த நூறு விதக் கதைகளுக்கு ஆதாரமான மனித உணர்வுகளையோ, நடவடிக்கைகளையோ ஒரு குறிப்பிட்ட ஆசிரியன் எப்படிப் பார்க்கிறான் என்று காணவே நமக்கு ஆவல். திண்ணையிலும், கோவிலிலும் மண்டபத்திலும் நூற்றுக்கணக்கான ஆண்டுகளாகத் திருப்பித் திருப்பிச் சொல்லப்படும் ராமாயணக் கதையைக்கூடக் கதைக்காகக் கேட்க வில்லை. அதை இவன் எப்படிச் சொல்கிறான் என்று அறியத்தான் ஆசைப்படுகிறார்கள். இந்த உதாரணம் முதிர்ந்த, தேர்ச்சி அடைந்த உயர்தர

ரசிகர்களுக்கு விரசமாகத் தோன்றலாம். இதைக் குறிப்பிட்ட நோக்கம் என் போன்ற பாமரர்கள்கூட ஒருவனிடம் புதுமையையும் தனித்தன்மையையும் எதிர்பார்க்கிறார்கள் என்று சொல்வதுதான்.

இது அடிப்படையான அரிச்சுவடி உண்மை. மனிதர்கள் இயந்திரங்களைப் பார்த்துக் காப்பி அடிக்கத் தொடங்கி விட்டதால் இதை ஞாபகப்படுத்திக்கொள்ள வேண்டியிருக்கிறது. இயந்திர நகலுக்கும் இயற்கை நகலுக்கும் வித்தியாசம் இருக்கிறது. கோடிக்கணக்கான வேப்பமரங்களில் நிச்சயம் ஒன்றின் அச்சாக இன்னொன்றில்லை. இயந்திர நகல் கோடியையும் ஒரே மாதிரியாக இருக்கச் செய்ய முடியும். இதை மீறும்போதுதான் கலைப் படைப்புக்கு உந்துதல் கிடைக்கிறது.

அதாவது சுதந்திரமாகச் செயல்பட்டால்தான் புதுமையும் தனித்தன்மையும் கைகூடுகின்றன. கலைப் படைப்பில் முதல் முயற்சிகளில் சுதந்திரம் சற்று எளிதில் சாத்தியமாகிவிடுகிறது. ஆனால் போகப்போகத் தேடி இழுத்து இருத்திக்கொள்ளும் முயற்சி தேவையாகிறது. கடைத் தெருவுக்கோ கோயிலுக்கோ சில குறிப்பிட்ட சாலை, தெரு வழியாக ஒரு தடவை போனால் மறுநாளும் அதே வழியாக நம் கால் இழுக்கிறது. அடுத்தடுத்து, நம்மையறியாமல் பாதை பழக்கமாகிவிடுகிறது.

இது ஒரு சிக்கனம். பாதை கண்டுபிடிக்கிற அளவில் மூளை கஷ்டப்படத் தேவையில்லை. தசைகள் தாமாகவே மூளையாகிவிடுகின்றன. இது இயற்கையின் வரம். ஆனால் இதைக் கலைப் படைப்பில் செய்யும்போது நாளடைவில் பழக்கத்தால் வந்த மழுக்கமே மிஞ்சுகிறது. அதனால்தான் கலைஞன் தன்னிடமிருந்தே சுதந்திரம் பெற வேண்டிய கட்டாயம் ஏற்படுகிறது. தன்னுடைய பழங்காலத்திலிருந்து அவன் பிரயத்தனப்பட்டு விடுபட வேண்டியிருக்கிறது. சங்கீத ரசிக நண்பர் ஒருவர் இதற்கு அரியக்குடி பாட்டையும், மகாராஜபுரம் பாட்டையும் உதாரணங்களாகச் சொல்லுவார். இருபது வயதில் பாடிய பாட்டை அல்லது ராகத்தை அதே சங்கதி – நுணுக்கங்களுடன் எழுபதாவது வயதிலும் அரியக்குடி பாடினார் என்றும், மகாராஜபுரம் பாடும் பாட்டோ ராகமோ இன்றுபோல் நாளை நிச்சயமாக இராது என்பதும் அவர் கூற்று. அரியக்குடி பாடகர், மகாராஜபுரம் கலைஞர் என்பது அவருடைய கணிப்பு. இது பெரும் அளவுக்கு சரியான கணிப்புதான். ஆனால் இருவருக்குமே பல ஆயிரக்கணக்கான ரசிகர்கள் இருந்திருக்கிறார்கள். இருவருக்கும் தனித்தனி ரசிகர்கள். சிலர் இருவரையுமே அந்தந்த நிலையிலிருந்து ரசித்திருக்கிறார்கள். (ஆனால் இது ரசிகர்களைப் பற்றிய கணிப்பு. படைப்பைப் பற்றிய

அல்ல. ஒரு நோக்கில் அந்த நண்பரின் கணிப்பு சரியானதல்ல. அரியக்குடி சாரத்தை மட்டும்தான் பாடுவார். அபாரமான சிக்கன உணர்வு அதனால் அவருக்குக் கிட்டிற்று. வளவளப்பைக் கண்டு அவர் அஞ்சியதைக் கற்பனை இன்மை என்று கணிப்பது சரியல்ல.)

இன்று புதிதாய்ப் பிறந்தோம் என்று நீவீர்
எண்ணமதைத் திண்ணமுற இசைத்துக் கொண்டு
தின்றுவிளையாடி இன்புற்றிருந்து வாழ்வீர்,
தீமையெலாம் அழிந்துபோம், திரும்பிவாரா

என்று பாரதி சொன்னது எல்லோரையும்விடக் கலைஞனுக்கு முக்கியமாகக்கூடிய யோசனை. இந்தக் காலத்தில் புதிதாய்ப் பிறந்த பிரக்ஞை நம் நோக்கையும் புதிதாகவே உருவாக்கும். சிறந்த காலத்தினின்றும் நாம் விழையும் சுதந்திரம், கணம் கணமாகப் புதுமையாக வாழ்வதால் கிடைக்கத்தான் செய்யும். பழக்கத்தில் மழுங்கிவிடாமல், கணந்தோறும் விழிப்புடன், துடிப்புடன் அதிர்ந்து கொண்டிருந்தால் புதுமையும் தனித்தன்மையும் வற்றாத சுனையாக ஊறிக்கொண்டுதானிருக்கும்.

"நீ ரொம்பக் கிழித்துவிட்டாயோ"? என்று என்னைக் கேட்க வேண்டாம். நான் ஒன்றும் செய்து கிழிக்கவில்லை. ஆனால் சென்றதிலிருந்து தப்பிவிட வேண்டும் என்று ஆசை உண்டு; சிறிது உழைப்பும் உண்டு. நான் பெரும்பாலும் தோல்வி அடைந்து விடுகிறேன். அதனால்தான் என்னுடைய பெரும்பாலான எழுத்தில் இலக்கிய அமைதி உருவம், உத்தி எல்லாம் இல்லை என்று தேர்ந்த விமர்சகர்கள் சொல்கிறார்கள். அவர்கள் சொல்வது சரியென்றே தோன்றுகிறது. அவர்களுடைய கணிப்புக்குக் கூடுதலாக இன்னொன்றையும் சொல்ல வேண்டியிருக்கிறது. என் பெரும்பாலான எழுத்தில்லை, அத்தனையுமே மூளிகள் என்றே எனக்குத் தோன்றுகின்றன. இது அவையடக்கமல்ல. இந்தக் கணத்திலிருந்து பார்க்கும்போது ஏற்படும் சுய கணிப்பு. சுதந்திரத்தோடு தனித்தன்மையோடு படைக்க வேண்டும். அதற்கு அந்தந்தக் கணத்தில், தீவிரமான விழிப்பு – உணர்வு – பார்வைகளுடன் வாழ வேண்டும் என்று எனக்கு ஆசை, ஆனால் இது எப்போதுமே நிறைந்த அளவுக்கு இருக்கிறதா, செயல்படுகிறதா என்று சொல்ல முடியாது. இதற்கு நீங்களும் காரணமாக இருக்கலாம், அந்தந்தச் சூழ்நிலைகளும் காரணமாக இருக்கலாம். ஆனால் மனிதர்கள் தங்கள் சக்தியைத் தாங்கள் நினைப்பதைவிடப் பன்மடங்குக்கு வளர்த்துக்கொள்ள முடியும். வளர்த்துக்கொள்ளத் தவம் செய்வதில்லை என்ற எண்ணம் மட்டும் எனக்கு உண்டு.

உருவம் – பொருள் – உத்தி – இவற்றைத் தனித்தனியாக என்னால் பார்க்க முடியவில்லை. எல்லாம் ஒன்றோடொன்று (அந்தந்தப் படைப்பின்) பிறவியில் இணைந்தவை. ஒரு பொருளைப் பற்றி ஓயாமல் தியானித்துக்கொண்டேயிருந்தால், வட்டமிட்டு வட்டமிட்டு அதை சேவித்துக்கொண்டிருந்தால் அது நெஞ்சுள் மொக்கு விரிந்து வளர்ந்துகொண்டேயிருக்கிறது. இந்த தியானம் உரிய அளவுக்குக் குறைந்தால் முழுமை கைகூடுவதில்லை. அதனால் ரசானுபவத்தில் மாற்றுக் குறையும். அல்லது வேறுபாடு ஏற்படும். இதற்குமேல் இதைப் பற்றிச் சொல்ல என்னால் முடியவில்லை, எனக்கு அலசிப் பார்க்கிற சக்தி இல்லாத காரணமாக இருக்கலாம். என் நோக்கில், ஒரு பொருள் இலக்கிய உருவமோ அமைதியோ பெறுவது மேற்சொன்ன நிபந்தனையைப் பொறுத்திருப்பதால், அதில் மாற்ற முடியாத ஒரு நிர்பந்தம் இருப்பதாகத் தோன்றுகிறது அரைவேக்காடாக. நான் எத்தனையோ எழுதியிருக்கிறேன். ஆக்கப் பொறுக்காததால் வந்த வினை. பொறுத்திருந்தால் எப்படியிருந்திருக்கும் என்று ஊகம் செய்யலாம். இதை விமர்சகர்கள் செய்வதாகச் சொல்கிறார்கள். ஆனால் அவர்கள்கூட நானாக இருந்திருந்தால்தான் சரியாக அதை ஊகித்திருக்க முடியும்.

தாமஸ் மானின் நாவல்களைப் படிக்கும்போது அடிவானம் வரையில் ஒரே மலைமலைகளாகக் காட்சியளிக்கிற ஒரு கனமான பிரபஞ்சத்தில் நிற்பதுபோல் தோன்றுகிறது. டாஸ்டாவிஸ்கியைப் படிக்கையில் கோடிக்கணக்கான கத்திகள் நட்டுவைத்திருக்கிற ஒரு வெளியில் நிற்கிற தோற்றம். ஆடிபட் சாமுவைப் படிக்கையில் துப்புரவான, வெள்ளையடித்த அறையில் அழுக்கில்லாத சுத்த ஸ்படிகமான கண்ணாடி டம்ளர்களில் நீரைப் பார்க்கிற தோற்றம். இவையெல்லாம் உருவ – பொருள் – உத்திகள் இழைந்து இசைவதின் பேதங்கள். அதை யாரும் மாற்ற முடியாது.

இவை எல்லாம் எல்லோருக்கும் பிடிக்கும் என்றும் சொல்ல முடியாது. சிலர் ஒரு புல்லையோ, மேகத்தையோ, ஒரு கபடற்ற பேச்சையோ பார்த்து மனம் நெகிழ்ந்துவிடுகிறார்கள், சிலருக்கு ஒப்பாரி, சொற்களை அடுக்குதல், குத்து வெட்டு, ரத்தப் போக்கு இதைப் பார்த்தால்தான் மனம் நெகிழும். சிலருக்குப் பசித்தவர்கள், அநீதிக்காளானவர்கள், ஏமாற்று – இவற்றைக் கண்டால் மனம் நெகிழ்ந்து கோபம் வருகிறது. கலைப் படைப்புக்களைக் கண்டு ரசிகர்கள் செயல்படுவதும் இப்படித்தான். மறுபடியும் அரியக்குடி, மகாராஜபுரத்தை நினைவுபடுத்திக்கொள்ளத் தோன்றுகிறது.

இதனால்தான் எல்லோருக்கும் பொதுவான ரசிப்பு அல்லது ஆய்வு தங்களை நிறுவ முடியுமா என்று எனக்கு சந்தேகமாக இருக்கிறது. இதற்கு ஒரே ஒரு உதாரணம் போதும். இருபதுகளில் முப்பதுகளில் அறுபதுகளில் என்ற வார்த்தைகள். காலப் போக்கில் தாங்கள் மாறிக்கொண்டேயிருக்கின்றன. இலக்கியத் தரங்களிலும் ரசிப்புகளிலும் ஹரப்பா, மொகஞ் சதாரோ, பூஜை அற்றுப்போன இடிந்த கோயில்கள் எல்லாம் உண்டு. இடிந்த பாழின் தனிமையிலும் நிசப்தத்திலும் உட்காராதே என்று யாரையும் தடுக்கவும் முடியாது.

இதே நோக்கு எனக்கு இலக்கியப் பொருள் பற்றியும் தோன்றுகிறது. "கமிட்மெண்ட்" என்ற சொல் மிகவும் அடிபடுகிற சொல். ஒரு சாரார் சமூக அரசியல் ஊழல்களை, இன்னல்களை, அநீதிகளை இவற்றைப் பெயர்த்து எறிந்த பின் தோன்றும் சொர்க்கங்களை இலக்கியப் படைப்பாளிகள் பொருளாகக் கொள்ள வேண்டும் என்று கூறுகிறார்கள். நான் அதை ஏற்றுக் கொள்கிறேன். மனிதாபிமானம், உயிர்களிடத்து அன்பு, இரக்கம், மன்னிப்பு – இவைதான் எனக்குப் பெரியவையாகத் தோன்று கின்றன. ஆனால் இலக்கிய ரீதியில் இவற்றைச் செயல்படுத்த நான் ஒரு கொடியின் கீழோ, ஒரு இஸத்தின் கீழோ, ஒரு முத்திரையிட்டோ நிற்க வேண்டியதில்லை. ஆனால் லேபில்கள் இல்லாமலே மனிதனையும் மற்ற உயிர்களையும் நேசிக்க முடியும். நேசிக்கும் சுதந்திரமும் வேண்டும்.

இந்த சந்தர்ப்பத்தில் சுதந்திரத்திற்கு ஒரு வரம்பும் கட்ட வேண்டியிருக்கிறது. அநீதியையும் அதை இழைப்பவர்களையும் மறைமுகமாக ஆதரிக்கும் அல்லது பார்த்தும் பாராமலிருக்கும் இலக்கிய முயற்சிகளை என்னால் ஏற்றுக்கொள்ள முடியவில்லை. அழகியல் நிபுணர்களின் கண்களில் அவை இலக்கிய அமைதி, உருவம் முதலியவற்றில் பூர்ணத்துவம் பெற்று விளங்கினாலும், இவையெல்லாம் எனக்கு அரக்கு மாளிகைகளாகத் தோன்றுகின்றன.

பாலுணர்வுக் கதைகளை நான் அதிகமாக எழுதுவதாகவும் ஒழுக்கப் பிறழ்வை நடை பாவாடை போட்டுக் கொண்டாடுவ தாகவும் சொல்லுகிறார்கள். இது தனிப்பட்ட பிரச்னையானாலும் என் வகையில் இலக்கியப் பிரச்னை. இலக்கியப் பொருள் பிரச்னை. திருமணம் சிறை என்றும், பெண்கள் இந்தியாவில் மட்டுமின்றி கட்டுப்பாடாக அடிமைப்பட்டும் ஒரு நுண்ணிய, ஆனால் மலை போன்ற முயற்சிக்குப் பணிந்துள்ளார்கள் என்றும், நம்முடைய ஒழுக்க மரபுகள் யாவுமே ஆண்களால் உருவானவை, அவற்றை உருவாக்கும்போது பெண்களை

யாரும் கலந்து ஆலோசிக்கவில்லை (எப்படி முடியும்?) என்றும், இந்த அடிப்படை ஒரு உலக நாகரீகமும் சமுதாயமும் – வீடு, பள்ளிக்கூடம், ஆடை, இலக்கியம், நடனம், போன்ற கலைகள், கேளிக்கைகள், பொழுதுபோக்கு அரசியல், பொருளாதாரம், – எல்லாம் அமைந்துள்ளன என்று எனக்குத் தோன்றுகிது.

பாலுணர்வை ஒழுக்கத்தோடும் கலைகளோடும் இந்த நோக்குடனயே இணைத்து, அதை அசைக்க முடியாமல் பக்கபலன்களோடு வளர்த்திருக்கிறார்கள் என்றும் என் எண்ணம். இந்த எண்ணங்கள் இலக்கிய அளவில் என் எழுத்துகளில் சாயல் அடிக்கத்தான் செய்யும். இதை மஞ்சள் எழுத்து என்றோ நீலத் திரைப்படமென்றோ யாராவது சொன்னால் எனக்கு அது நியாயமாகத் தோன்றவில்லை. என் அளவில் நான் அதை ஒரு பொறுப்பாக அதாவது கமிட்மெண்ட்டாகக் கருதுகிறேன். என் எழுத்துக்கள் எல்லாம் பெண் விடுதலைக்கென்று சங்கற்பம் செய்து கொண்டு எழுதப்படவில்லை. அந்த நோக்கம் முழுவதுமாக வெளிப்படவில்லை என்று பலர் சொல்லலாம்.

இப்போது அது கட்சியல்ல. சமூகப் போக்கின் சாயைகளை இலக்கியம் சுட்டிக் காட்டினால் போதும் என்பது என் துணிவு. சமூக இயல் நூல்களோ, விஞ்ஞான நூல்களோ எழுதுவது என் நோக்கம் அல்ல. பிரம்பால் அடிப்பதுபோல, சுட்டிக்காட்டுவதும் ஒரு பணிதான். நீதிமன்றம், காவல் துறை, இலக்கியம் – விஞ்ஞான ஆய்வு – ஒவ்வொன்றும் ஒரு முறையில் ஒரு எல்லை யில் இயங்குபவை. இலக்கிய ஆசிரியன் ப்ராய்டாகவும் மார்கட் மீடாகவும், எம்.என். சீனிவாசாகவும், டூபோயாகவும், வில்ஹெல்ம் ரீக்காகவும் கேட்மில் லட்டாகவும், மார்கஸாகவும் இருக்க வேண்டிய அவசியம் இல்லை.

வாழ்க்கையில் அசிவமானவற்றை அழிப்பது இலக்கியத்தின் நோக்கம் என்று ஒரு பழைய ஸம்ஸ்கிருத விமர்சகன் கூறியுள்ளான். சிவம் இல்லாதது என்று மத நோக்கில் அவன் சொல்லவில்லை. மனிதனுடைய அமைதிக்கும் நல்வாழ்விற்கும் உயர்வை நோக்கி முன்னேறுவதற்கும் பங்கம் விளைவிப்பதெல்லாம் அதுதான். அவ்வப்போதுள்ள சமூக மரபுகளே சாசுவதம் என்றும் அவற்றை அழித்தால் அமைதிக்குப் பங்கம் வரும் என்றும் அவன் சொல்ல வில்லை. மனிதாபிமானம் உள்ளவர்கள் நைந்துபோன மரபுகளை மாற்றத்தான் விழைவார்கள் ஆண் – பெண் உறவும். பால் சுரண்டலுக்குத் தோதான ஒரு கருவியாக ஆக்கப்பட்டால், அதற்காக ஏற்பட்ட ஸ்தாபனங்கள், மரபுகள் கோட்பாடுகள் – எல்லாம் அழியவோ மாற்றியமைக்கப்படவோ தான் வேண்டும்.

இதற்கு இலக்கிய ஆசிரியன் அவனளவில் உதவ முடியும் என்பது என் கருத்து.

இதற்கெல்லாம் எண்ணத்தை வெளிப்படுத்தும் தெளிவும் தேவையாகத்தான் இருக்கிறது. என்னைப் புரிந்துகொள்கிற ஆத்மா எப்போதோ பிறக்கப் போகிறது, கோடியில் ஒன்று இருக்கும் என்று கலை பயிலும் ஓவிய – இலக்கிய – சிற்ப – நடன மகான்களைப் பற்றி நான் இப்போது பேசவில்லை. அப்பேற்பட்ட தனிப்பெரும் கலைஞர்கள் ஜீவன் முக்தர்களான ரமணர், பரமஹம்சர்போல அரிய பிறவியாக இருக்கலாம். ரமணர், மௌனத்தின் மூலமாகத் தாக்கியது போல, பரமஹம்சர் உழைத்துத் தாக்கியதுபோல அந்தக் கலைஞன் தங்கள் தனிப்பெரும் "மொழி"யால் தாக்கலாம். நான் அவர்களை வணங்குகிறேன்.

ஆனால் என் போன்ற பாமரப் படைப்பாளர்களுக்கு அவ்வளவு தனிமையும் வைராக்யமும் கிட்ட மறுக்கின்றன. எனக்காக நான் எழுதிக்கொள்கிறேன். என்னைப் புரிந்து கொள்ளப் பிறக்கப் போகும் ஆத்மாவுக்காக எழுதுகிறேன் என்று சொல்ல என்னால் இயலவில்லை. அதற்கான துணிவும் உள் வாழ்வும் உரமும் எனக்கு இல்லை – எனக்கு நாலு பேர் என் புஸ்தகத்தைப் படித்தால் தேவலை போலிருக்கிறது. ரொம்ப அற்ப ஆசை. பரவாயில்லை. எல்லோரும் பிகாஸோவாகிவிட்டால் என்னைப் போன்ற சாமான்யக் 'கலைஞர்கள்'தான் எப்படிப் பிழைப்பார்கள்?

என் இலக்கியப் பொருள்களை, பீஜங்களை – வெகுநேரம் கட்டிக்கட்டி அடைத்தால் பொறுமையோடும், மனப்பூர்வமாகவும் அடைகாத்தால், சுமாராகவாவது ஒரு குஞ்சு பொரிந்துவிடும் என்று எனக்கு நம்பிக்கை. கொடியின் கீழோ, லேபில் போட்டுக் கொண்டோ எங்கே செய்தாலும் இலக்கிய ஆசிரியன் இப்படி அடைகாத்துத்தானாக வேண்டும். அதைப் பார்ப்பவர்கள் புரிந்துகொண்டுவிடுவார்கள் என்றும் எனக்கு நம்பிக்கை. புரியாவிட்டால் எனக்கு நஷ்டம். மற்றவர்கள் தேர்ச்சியற்றவர்கள், முதிர்ச்சி அற்றவர்கள் என்று சொல்ல நான் தயாரில்லை. எல்லோரையும் தைக்கக்கூடிய படைப்பாளிகள் அபூர்வமாக இருக்கத்தான் செய்கிறார்கள். என் தவம் அப்படி ஆக வேண்டும் என்றுதான்.

மாமியார் உடைத்தால் மண்கலம், மருமகள் உடைத்தால் வெண்கலம் என்றோ, ஏ, பிச்சைக்காரா என்று கூப்பிட்டு இல்லை என்று சொல்ல என் மருமகளுக்கு ஏது அதிகாரம், அது என் உரிமை அல்லவா? சரி போ ஒன்றும் கிடையாது என்று

சொல்லவோ நான் தயாரில்லை. சில திறனாய்வாளர்களுக்கு இந்த உரிமை இருக்கலாம்.

> உண்மை தவறி நடப்பவர் தம்மை
> உதைத்து நசுக்கிடுவான் – அருள்
> வண்மையினால் அவன் மட்டும்
> பொய்கள் மலைமலையாய் உரைப்பான்.

என்று பாரதி கண்ணனைப் பார்த்துப் பரவசப்பட்டிருக்கிறார். எனக்குக்கூட அந்த மாதிரி கண்ணன்களைப் பார்த்து ஒரே பரவசம்.

ஞானரதம் – இதழ் 15, ஜூலை 1972

பொறுப்பும் செட்டும்

எழுதவும் பேசவும் வார்த்தை அவசியம்தான். ஆனால், அவசியம் என்ற உணர்வில்லாமல் பல சமயங்களில் வார்த்தைகளை இழுத்துப் போட்டுக் கொள்ளுகிறோம். ஏதோ வாங்க வேண்டும் என்று கடைத் தெருவுக்குப் போகிறவர்கள் பணம் தான் இருக்கிறதே என்று கண்டதை வாங்கத் தொடங்குகிறார்கள். பை நிரம்புகிறது. கனக்கிறது. தூக்கிவரச் சிரமப்பட்டாக வேண்டும். இல்லை. ஒரு வண்டி வைத்துக்கொள்ள வேண்டும். வண்டி காசில்லாமல் வராது. வசதி இருக்கிறதோ என்னவோ, இது பொறுப்பில்லாத செயல். இந்தப் பொறுப்புணர்வு வார்த்தைகளைக் கையாளும் போதும் வேண்டியிருக்கிறது. இல்லாவிட்டால் வீண் செலவு, படாடோபம், அர்த்தமில்லாத வளவளப்பு எல்லாம் பெருகி ஒரே அடைசல்.

எழுத்தைத் தொழிலாகக் கொண்டவர்கள், கலையாகக் கொண்டவர்கள் இரண்டு பேருமே கவனிக்க வேண்டிய செய்திதான் இது. அவசியம் இல்லாத வார்த்தைகளுக்கு அழகிருக்கலாம். ஆனால் அவசியத்தினால் எழுந்த வார்த்தையின் அழகு அவற்றிற்கு இருப்பதில்லை. கன்னத்தில் சின்னப் பொட்டு வைப்பது அழகாக இருக்கலாம். ஆனால் அது இல்லாவிட்டால் என்ன? அல்லது, ஒன்றுக்குப் பதிலாக இரண்டு மூன்று இடங்களில் பொட்டு வைத்தால் என்ன ஆகும்?

சரி, ஏன் இப்படிப் பொட்டு வைத்துக்கொண்டே போகிறார்கள் வேண்டாத இடங்களில்? அழகு

வரும் சொற்களை அடுக்குவதினாலேயே ஒரு களைகட்டும் என்ற எண்ணமிருக்கலாம். ஆனால் பல எழுத்துக்களில் இப்படிக் களைகட்டுவதில்லை, கண்டான் முண்டான்களைப் போட்டு அடைத்த அறையாகத்தான் இருக்கிறது.

பார்த்ததையோ, நினைப்பதையோ நன்றாக உணர்ந்திருந்தால் இந்த அடைசல் வந்திராது. உணர்வில்லாமல் சொல்லும்போது பொறுப்புப் போய்விடுகிறது. இந்த வார்த்தை அவசியமா என்ற பயபக்தி எழுவதேயில்லை. தேவைக்கு மேல் வேலைக்காரர்களை வைத்துக்கொண்டு தேவை இல்லாதபோதெல்லாம் கூப்பிட்டு அலைக்கழிக்கும் எஜமானன்போல ஆகிவிடுகிறது எழுத்து. சிந்தனையில் தெளிவும் உணர்வில் மனப்பூர்வமாக ஒரு பண்பும் இருக்கும்போது சொல் பொறுப்பும் அழகும் கொண்டு நம்மைக் கொள்ளை கொள்கின்றது.

வ.ரா[1]., தி.ஜ.ர[2]., கு.ப.ரா[3]., ராஜாஜி, கிருத்திகா, சிட்டி, பராங்குசம் – இவர்களுடைய எழுத்துக்களை வாசிக்கும் பொழுதெல்லாம் இந்தப் பொறுப்புணர்வு நம்மைப் பிரமிக்க வைக்கிறது. இவர்களுக்குச் சொற்களிடத்தில்தான் எவ்வளவு மரியாதை! எவ்வளவு பயபக்தி! எவ்வளவு பொறுப்பு!

கடந்த சில வாரங்களில் பல ஆசிரியர்களைப் படிக்க நேர்ந்தது. இந்த ஏழெட்டுப் பேரின் நூல்களைப் படிக்கும்போது இந்தப் பொறுப்புணர்வும் மரியாதையும் மற்ற எழுத்துக்களை விட என்னைக் கவரத்தான் செய்தன.

"மிஸ் உஷாவிடம் இயற்கையாகவே ஒரு கூச்சம் முன் வந்து நின்றது. இந்தக் கூச்சம் அவளைத் தன் சிநேகிதர்களுடன் சகஜமாகப் பழகவிடாமல் தடுத்தது. தன்னைத் தானாகவே இன்பமாக மதித்தே அவள் வளர்ந்துவந்தாள். இதுவே அவளுடைய சுபாவ தோஷம். குழந்தைப் பருவத்திலிருந்தே இந்த மனப்பான்மை அவள் வாழ்க்கையைப் பாழ்படுத்திவந்தது. குழந்தைகளின் பாவச் செயல்களுக்குப் பெற்றோர்களே முக்கியக் கருவிகள் என்று சாதாரணமாக வழங்கும் கொள்கைக்கு உஷாவின் வாழ்க்கை ஒரு அத்தாட்சியாக இருக்கக்கூடும். அவள் தாயார் ஒரு பெரிய அழகி, கர்வியும்கூட. தன்னைப்போலத் தன் பெண்ணையும் பிரம்மா அழகாக சிருஷ்டிக்கவில்லை என்று அவளுக்குக் கர்த்தா மேல் வெகு நாட்களாகக் கோபம். அந்தக் கோபத்தை அவள் உஷா

1. வ. ராமசாமி
2. தி.ஜ. ரங்கநாதன்
3. கு.ப. ராஜகோபாலன்

மேல் வைத்துத் தாக்கிக்கொண்டு வந்தாள். தன் பெண்ணின் காதில் விழும்படியாக அவளுடைய அழகு குறைகளைப் பற்றி விஸ்தரித்துத் துக்கிப்பாள். உஷாவின் குழந்தை உள்ளத்தில் அவளுடைய அவலட்சணங்களே பெரிய பூதங்களாகத் தோன்றின, தாயாரே பார்த்து வெட்கப்படும்படியாய் ஏன் ஜென்மம் எடுத்தோமென்று அவள் ஏங்கினாள். இது போதாதென்று அவள் தாய் 'ஏதோ அழகைத்தான் ஈசன் கொடுக்கவில்லை யென்றால் கொஞ்சம் சமர்த்தாவது இருக்கக் கூடாதா?' என்று அங்கலாய்த்துக்கொள்வாள். 'உனக்கு எப்பொழுது புத்தி வரப் போகிறது? நீ எப்பொழுது முன்னுக்கு வரப்போகிறாயோ?' என்று அவள் வாய்க்கு வாய் புலம்பிக்கொண்டே இருப்பாள். பிறவியாகவே இயற்கைத் தோற்றத்தில் சிறு பெண்ணைப் பார்த்து "இது வேறா, உன்னுடைய லட்சணத்திற்கு" என்று அடிக்கடி தூற்றி அவள் ஆசையைப் பாழ்படுத்துவாள். இளம் மனதில் பூத்து மலரும் அவாக்களை உஷாவின் தாய் அடிக்கடி கசக்கித் தவிடுபொடியாக்கிக்கொண்டுவந்தாள். இதனால் உஷாவுக்கு யௌவனப் பருவம் வருமுன் அவள் தன்னைப் போல அசடோ, அவலட்சணம் கொண்டவளோ இந்த பூலோகத்தில் இருக்க, பற்றுக் கொண்டு படங்கள் வரையும், பிறக்க முடியாது என்று திட நம்பிக்கை கொண்டுவிட்டாள். முதலில் இதைத் தடுக்க அவள் எவ்வளவோ முயன்றாள். ஆனால் வரவர தன்னுடைய அறியாமையை அவள் இயற்கையாகவே ஏற்றுக்கொள்ள ஆரம்பித்துவிட்டாள். தாயிட்ட பெயரை ஊரிட்டு அழைக்குமென்று பள்ளியிலும் ஊரிலும் அவளுக்கு எவரும் மதிப்பு வைக்கவில்லை. இகழ்ச்சியான சொல்லுக்கு அவள் ஆளானாள். பிறர் அவளைச் சொல்லிக் காட்டுவதில் என்ன பிசகு? அவளுக்கு அழகோ சமர்த்தோ உண்டா? சுமுகமாகப் பேசிப் பிறர் அன்பைப் பெறவோ தெரிகிறதோ? இப்படியே எண்ணி, தான் மட்டமாக இருப்பதைத் தானாகவே ஒப்புக்கொண்டு அவளாகவே தன் தாழ்மை நிலையை ஏற்றுக் கொண்டாள். பள்ளித் தோழிகள் சிரித்தாலோ அல்லது தன்னைப் பார்த்துக் கேலி செய்தாலோ அவளுக்கு அவ்வித பரிஹாசங்களை ஹாஸ்யமாக ஏற்கத் தெரியாது. அவள் உள்ளம் அவ்வார்த்தைகளைக் கேட்டுப் புழுப்போல் நெளியும். தாயின் செயலும் சிநேகிதிகளின் பரிஹாசமும் அவள் மனதை மிகவும் புண்படுத்தின. அதுவும் எப்படி? மனதில் அதைக் குறித்துப் பன்னிப் பன்னி நினைத்து ஏக்கமுற்றாள். இதனால் உள்ளத்தில் ஒரு தழும்பு ஏற்பட்டுவிட்டது. அழகான ஜோடிப்புடன் வர்ண நூலால் பின்னப்பட்ட ஐமுக்காளத்தில் அதற்கு ஈடு இல்லாத நிறமோ கறையோ வந்துவிட்டால் அதை எடுக்க முடியுமா?..."

இது 'கிருத்திகா' வின் 'புகை நடுவில்' என்ற நாவலில் வரும் ஒரு குணச்சித்திரம். புத்தகம் முழுவதும் இந்த உணர்வும் பொறுப்பும் நிறைந்து கிடக்கின்றது. மற்றவர்களின் நூல்கள் வாசகர்கள் பலருக்குத் தெரியும். ஆனால் கிருத்திகா, பராங்குசம் போன்றவர்கள் அருமையாக எழுதுவதாலும் பெரும்பான்மையோர் படிக்கும் பத்திரிகைகளில் எழுதாததாலோ அவர்களை அதிகமாக வாசகர்கள் அறிந்திருக்க வாய்ப்பில்லை. இவர்கள் அதிகமாக எழுதாததற்குக் காரணம் எழுத்து அவர்களுக்குப் பொழுது போக்கு என்ற காரணம் மட்டுமின்றி ஒரு பொறுப்புணர்வே காரணமோ என்றுகூடச் சொல்லத் தோன்றுகிறது.

தீபம், மே 1965

நாவல் பிறந்த கதை

கண்ணாடிப் பாட்டியைப் பல வருடங்களுக்குப் பிறகு ஒரு கல்யாணத்தில் பார்க்க நேர்ந்தது. "யார்றாப்பா அது, ஜானகியாடா?" என்று கண்ணாடியை இரண்டு விரல்களால் தூக்கி விட்டுக் கொண்டே அருகில் வந்தாள்.

"ஆமாம் பாட்டி. சௌக்கியம்தானே?"

"சௌக்கியமா இருக்கறதுக்குத்தான் வழி பண்ணிக்க வந்திருக்கேன். பேப்பர்லே கதை போட்டுண்டு வறியே. அதுக்கெல்லாம் பணம் தருவாளோ! இல்லே, ராமையா பாகவதரைக் கூப்பிட்டுக் கதை பண்ணச் சொல்றாப்பலே தேங்காய் மூடியோ . . ?" என்று கூறி நிறுத்தினாள் பாட்டி.

"தேங்காய் விலைதான் ஏறிக்கிடக்கே, இப்போ! பணமாகவே கொடுத்துவிடுகிறார்கள்."

"அது என்னமோப்பா! பாதிப் பணம் அப்பப்ப எனக்கு வரணுமே, வரலையேன்னு கேட்கிறேன். நான் கேட்கிறது நியாயம்தானே?" என்றாள் பாட்டி.

"எல்லாம் உங்க ஆசீர்வாதம்தானே!"

"அப்படிச் சொல்லிண்டே கிளம்பிப் போயிடலாம்னு பார்க்கறியா? என் பேச்சு, மூணாச்சி கதை, யோகாம்பா கதை, ரங்கு கதை – அவாளுக்குக் கொடுத்தாலும் கொடு. கொடுக்காட்டாலும் போ – எனக்காவது கொடுக்கலாமோல்லியோ நீ?"

பாட்டி கேட்டது வேடிக்கையாகத்தான். சொன்னது அவ்வளவும் உண்மை. எழுதத் தூண்டிய, வழி காட்டிய பல குருமார்களில் கண்ணாடிப் பாட்டிக்கு நான் தனி ஸ்தானம் கொடுத்திருக்கிறேன். காவேரி வண்டலில் செழித்த பயிர் கண்ணாடிப் பாட்டி. பேச்சில் அசாதாரணமான நயம், நகைச்சுவை, 'சுருக்சுருக்'கென்று தைக்கிற கூர்மை, சில சமயம் என்ன அர்த்தத்தில் சொல்லுகிறாள் என்று இலேசில் கண்டுபிடிக்க முடியாத பூடகம், சொல்லாமல் சொல்லுகிற தொனி, அதிர்வேட்டு மாதிரியும் சிற்றிலை போலவும் பல தினுசுச் சிரிப்புகளை எழுப்பக்கூடிய ஹாஸ்ய வகைகள், எதைச் சொன்னாலும் தனக்கென்று ஒரு தனிப் பார்வை – பாட்டி ரொம்பப் பெரியவள்.

'மோக முள்' நாவலில் வருகிற பல பாத்திரங்களும் சம்பவங் களும் கண்ணாடிப் பாட்டியும் நானும் கண்டு ரசித்தவைதான். அவற்றையெல்லாம் ஒரு நாவலாக எனக்கு எழுதத் தோன்றியதே பாட்டியின் பார்வையை இரவல் வாங்கிக்கொண்டதனால்தான். பாட்டிக்கு எழுதப் படிக்கத் தெரியாது. ஆனால் அவளுக்குத் தெரிந்த கதைகளும் மன விசித்திரங்களும் சொல் ஜாலங்களும் இந்த உலகத்திலேயே சிலருக்குத்தான் கைவரும். பாட்டியின் கலைக் கண்ணில் ஒரு தவலைகூட நமக்கு லபிக்கவில்லையே என்று எனக்குத் தீராத குறை. 'மோக முள்'ளில் சில அத்தியாயங்களைக் கிடைத்தபொழுது வாசிக்கச் சொல்லிக் கேட்டாளாம் பாட்டி. ஓரிரண்டு இடங்களை நன்றாக இருப்பதாக அவள் ஒப்புக்கொண்டுகூடவிட்டாள். ஆகவே மற்ற விமர்சகர்களைப் பற்றி நான் கவலைப்படவில்லை.

பள்ளிக்கூடத்தில் படித்த பத்து வருஷங்களில் ஞாபகம் இருக்கக்கூடியதாக ஒன்றுமில்லை. எப்பொழுது இச்சிறையிலிருந்து விடுபடப்போகிறோம் என்று ஆத்திரப்பட்டது ஞாபகம் இருக்கிறது. "உனக்குக் கணக்கு வராது. நீ கதை பண்ணத்தான் லாயக்கு. தொலை" என்று என் முகத்தில் பிரம்பை விட்டெறிந்த நாமமும், அம்மை வடு முகமும் கொண்ட மூன்றாம் வகுப்புக் கணக்கு வாத்தியார் ரங்காச்சாரியார் எனக்கு ஆசீர்வாதம் செய்தார். அந்த ஆசீர்வாதம்.

வகுப்புக் கட்டுரைகளில் சொந்தக் கைவரிசையைக் காட்டி அதிகப்பிரசங்கித்தனமாக அசடு வழிந்ததற்கு, சில வாத்தியார்கள் மற்றப் பையன்களுக்கு நடுவில் பரிஹாசம் செய்து மனத்தைக் கிழித்துப்போட்டதில் ஏற்பட்ட புண்கள்.

தஞ்சாவூரில் அப்பொழுதெல்லாம் மூலைக்கு மூலை சங்கீதக் கச்சேரிகள் அமர்க்களப்படும். சிவகங்கை அனுமார், வெங்கடேசப் பெருமாள் சன்னிதி அனுமார், மேலவீதி விசுவநாதர், மேலவீதிப்

பிள்ளையார், தெற்குவீதிக் காளி அம்மன், வரகப்பையர் சந்தில் தியாகையர் பூஜித்த ராம விக்கிரகங்கள், நாணயக்காரச் செட்டித் தெரு ராமலிங்க மடம், பக்கத்தில் திருவையாறு – இத்தனை தெய்வங்களுக்கும் நடக்கிற உற்சவ சங்கீதக் கச்சேரிகளை ஒன்று விடாமல் ஐந்து வயதிலிருந்தே கேட்டுக்கொண்டிருந்த பழக்கம்.

நாலைந்து பேரிடம் சிறு வயதிலிருந்தே சங்கீதம் கற்கும் வாய்ப்புக் கிடைத்தது. கலைஞர்களுக்கு உரிய பேச்சின் அழகில் மயங்கினது.

உமையாள்புரம் சுவாமிநாதய்யரிடம் சில நாட்கள் சங்கீதம் சொல்லிக்கொள்ளப் போய்க்கொண்டிருந்தேன். மற்றவர்களை விட சங்கீதத்தை உபாசனையாக, தியான மார்க்கமாக அவர் கையாண்ட ஒரு தனிப்பண்பு உலகத்தின் ஒலிகளையெல்லாம் நாதக் கடவுளின் பற்பல சைகைகளாகவும் விவகாரங்களாகவும் அவர் கண்ட விந்தையைத் துளியாவது பார்க்கக் கிடைத்த வாய்ப்பு . . .

கும்பகோணத்தில் கல்லூரியில் படித்த நாலு வருடங்களும் பள்ளி வாழ்க்கைக்கு நேர்மாறாக இருந்தன. அவ்வளவு உற்சாகம். அவ்வளவு அமைதி. இலக்கியங்களைப் பரவலாகப் படிக்க வாய்ப்புக் கிடைத்தது. பரம ரசிகர்களாக இருந்த இரண்டு மூன்று ஆசிரியர்களின் தோழமை இந்த வாய்ப்பைப் பெருக்கிற்று. அந்தப் பூரிப்பு.

கல்லூரியில் எனக்கு இணைபிரியாத நண்பன் ஒருவன் உண்டு. எந்தப் பெண்ணைப் பார்த்தாலும் தெய்வமாக வணங்குவான். அதை ஒரு தனி மதமாக வளர்த்திருந்தான் அவன். அவனோடு நெருங்கிப் பழகப் பழக என் உள்ளத்தில் சபலத்துக்கும் தூய்மைக்கும் மூண்ட ஓயாத சண்டைகள்.

நான் குடியிருந்த தெருவில் ஒரு கிழவர் ஐம்பத்தைந்து வயதில் ஒரு பதினாறு வயதுக் கட்டழகியைக் (அழகான பெண்கள் யார் யாருக்கோ போய்ச் சேர்வதைப் பாருங்கள்!) கலியாணம் செய்து கொண்டு வந்து முப்பத்திரண்டு வயதுப் பிள்ளையை அவன் மனைவி குழந்தைகளுடன் வீட்டை விட்டு விரட்டி, சரியாக ஒரு வருஷம் புது மனைவியோடு தனிக்குடித்தனம் செய்துவிட்டு, திடீரென்று ஒருநாள் சிவபதம் அடைந்துவிட்டார். அதை ஒரு வருஷம் பார்த்துக்கொண்டிருந்த ஆற்றாமை.

தஞ்சாவூர் ஜில்லாவில் ஒரு கிராமம். அங்கே ஒரு மிராசுதார், சிறு பையனாக இருக்கும்பொழுதே முப்பது வேலி நிலத்துக்கு வாரிசாகிவிட்டான். தகப்பனார் இறந்து, நிலம் கைக்கு வந்ததுமே பண்ணை முறையை உதறி எல்லா நிலங்களையும் குத்தகைக்கு விட்டுவிட்டுச் சுகவாசியாக வாழத் தொடங்கினான்.

சுகவாசியென்றால் வேறொன்றுமில்லை. திண்ணையில் பெரிய கலியாண ஜமக்காளத்தை விரித்து, ஊரில் உள்ள சின்னவர் பெரியவர்களையெல்லாம் சேர்த்துக்கொண்டு சீட்டாட்டம். ஓயாத ஒழியாத சீட்டாட்டம். அரையில் வேட்டி நழுவியதைக்கூட உணராத சீட்டாட்டம். மற்ற நேரங்களில் திண்ணையில் மரச்சாய்வு நாற்காலியைப் போட்டு, சட்டத்தை நீட்டி அதன்மேல் காலைப் போட்டு, எப்பேர்ப்பட்ட பெரியவர்கள் வந்தாலும் (ரெவின்யூ, இன்ஸ்பெக்டர், தாசீல்தாரைத் தவிர) அந்தக் காலை மடக்காமல், எழுந்துகொண்டுவிடாமல் படுத்திருப்பான். வம்பளப்பான். இந்த மாதிரி எத்தனையோ ஜன்மங்கள் தஞ்சாவூர் ஜில்லாவில் இருக்கின்றன (மற்ற ஜில்லாக்கள் அவ்வளவாக எனக்குப் பழக்கமில்லை). இந்த ஜன்மங்கள் ஒன்றிரண்டைப் பார்த்த குழப்பம்.

தஞ்சாவூரில் நான் படிக்கும்பொழுது ஒரு நாள் நாலைந்து வடக்கத்தியர்கள் தம்புராவைத் தூக்கிக்கொண்டு வாசலோடு போனார்கள். என் தகப்பனாரும் நானும் திண்ணையில் நின்றுகொண்டிருந்தோம். எங்கள் வாசலண்டை வந்த அவர்கள் என் தகப்பனாருக்குக் கும்பிடு போட்டுக்கொண்டே உள்ளே நுழைந்தார்கள். ஹாலில் உட்கார்ந்தார்கள். தம்புராவை மீட்டினான் ஒருவன். பெரியவர் ஒருவர் பாட ஆரம்பித்து விட்டார். ஒரு மணிநேரம் உலகப் பிரக்ஞை அழியஅழியப் பாடினார் அவர். அவர் மகனும் சேர்ந்துகொண்டான். அந்த மாதிரி சாரீரங்களை நான் இதுவரையில் கேட்டதில்லை. அவ்வளவு கனம், அவ்வளவு இனிமை, அவ்வளவு சுருதி உணர்வு. விண்ணுக்கும் பாதாளத்துக்கும் அனாயாசமாக ஓடி ஓடிப் பாய்கிற ஆற்றல்! கட்டி விழுந்த குழந்தையின் முனகல் போன்ற சில கர்நாடக வித்வான்களின் குரல்களும் நினைவில் வந்தன. பல வருஷங்கள் கழித்து, பிழை பொறுக்காமல் வடக்கத்தியர்களின் குரல் வளத்தைப் பற்றி ஒரு பிரபல கர்நாடக வித்வானுடன் தர்க்கம் செய்ய நேர்ந்தது. 'குரல் இருந்தால் மட்டும் போதுமா' என்று ஒரே வார்த்தையில் அலட்சியப் புன்னகையோடு அவ்வளவையும் 'பைசல்' செய்துவிட்டார் அவர்! ஒரு கிணற்றில் இத்தனை தவளைகளை எப்படி அடைத்திருக்கிறார் பகவான் என்று அப்போது ஓர் ஆச்சரியம் ஏற்பட்டது. அந்த ஆச்சரியம்.

என்னைவிட எட்டு வயது அதிகமான ஒரு பெண். நன்றாகப் படித்தவள். நல்ல வடித்தெடுத்த அழகு. அடிக்கடி அவளோடு பேசிப் பழகும் வாய்ப்புக் கிடைத்தது. ஆழ்ந்த அமைதியும் புத்திக் கூர்மையும் எதையும் கண்டு வியந்துவிடாத அழுத்தமும் நிறைந்த அவளை மரியாதையாகப் போற்றத் தொடங்கினேன். கடைசியில் அது மோகமாக மாறி, அவள் அதைத் தெரிந்துகொண்டு,

என்னைப் பார்த்துச் சிரித்துவிட்டுப்போய், ஒரு வருஷம் கழித்து யாரோ ஒரு மின்சார என்ஜினீயரைக் கலியாணம் பண்ணிக்கொண்ட செய்தியைக் கேட்டது.

இந்த எல்லாமாகச் சேர்ந்து கொதித்து 'மோக முள்' என்ற நாவலாக ஆகிவிட்டது. முக்கியமானவற்றைச் சொல்லியாயிற்று.

எப்படி அதை எழுதினேன் என்று கேட்டால் பதில் சொல்ல முடியவில்லை. அந்த எல்லா ஞாபகங்களும் உள்ளே கிடந்தன. ஒரு நாள் ஒரு வாரப் பத்திரிகையிலிருந்து மூன்று பேர் வந்து 'ஒரு தொடர்கதை எழுதுங்களேன்' என்றார்கள். நாலைந்து தடவை வந்தார்கள். இந்த ஞாபகங்கள், என் ஆசைகள், நப்பாசைகள், நான் எப்படி இருந்திருக்க வேண்டும் என்று நினைத்தேனோ, பார்த்த மனிதர்கள் பாத்திரங்களாக எப்படி மாற வேண்டும் என்று விரும்பினேனோ எல்லாமாகச் சேர்ந்து நாவலாக உருவாயின. மறுபடியும் எப்படி என்றால் அதற்குப் பதில் சொல்ல முடியவில்லை. ஏதோ உட்கார்கிறோம், எழுதுகிறோம். சில சமயம் தரதரவென்று எழுத முடிகிறது. சில நாளைக்கு ஒரு வரிகூட எழுத முடியவில்லை. நாட்கணக்கில் எழுதவே முடிவதில்லை. எழுதவந்தால்தானே! நாலு நாட்கள் ஐந்து நாட்கள் மண்டையை உடைத்துக்கொண்டு, கடைசியில் அழாத குறையாகப் படுத்துவிடுகிறது. காலையில் எழுந்திருக்கும்பொழுது பளிச்சென்று கோயில், சினிமாவுக்குப் போகிற ஸ்திரீகள் 'குக்'கரில் வைத்துவிட்டுப் போகிற அரிசி மாதிரி, எல்லாச் சிரமங்களும் விடிந்து, தானாக எண்ணங்கள் பக்குவமாகி இருக்கும். வேகமாக பேனா அதை எழுதிவிடுகிறது. அவ்வளவுதான்.

தொடர்கதை எழுதுவதைப் பற்றி விமர்சகர்கள் நல்ல அபிப்பிராயம் சொல்வதில்லை. எனக்குக்கூட அந்த அபிப்பிராயத்தில் சிறிது சார்பு உண்டு. ஆனால் நான் எழுதின மூன்று நாவல்களும் தொடர்கதைகளாக வந்தவைதான். பாத்திரத்தில் பச்சைத் தண்ணீரில் கிடக்கிற காய்கறிகளை வேகவைக்க, தொடர்கதை எழுதச் சொல்லும் பத்திரிகாசிரியரின் தூண்டுதல் நல்ல தீயாக வந்து உதவிச் சமைத்துக் கொடுக்கிறது. நெருப்பை ஜாக்கிரதையாகப் பயன்படுத்துவது நம் பொறுப்பு.

என்ன, சமையல் உபமானமாகவே இருக்கிறதே என்று நீங்கள் கேட்கிறீர்களா? முன் ஜன்மத்தில் தவசிப்பிள்ளையாக இருந்தேனோ, என்னவோ, யார் கண்டார்கள்?

***கல்கி* 27.08.1961**

முன்னுரை மதிப்புரை

'மோக முள்' மலையாள மொழியாக்கத்தின் முன்னுரை

1955–56 வருஷங்களில்தான் 'மோக முள்'ளை எழுதினேன். அப்போது எனக்கு வயது முப்பத்துநாலு.

எனக்குச் சங்கீதம் சொல்லிக்கொடுத்த ஒரு மகா வியக்தியும் எனக்கு நன்கு தெரிந்த பலரும் இந்த நாவலில் இருக்கிறார்கள். உருவத்திலும் பெயரிலும் மாத்திரமே வேறுபாடு.

இந்த நாவலின் பாதி பாகமும் என் சொந்தக் கதை என்று எண்ணுபவர்கள் உண்டு. அது சரியல்ல. சில சம்பவங்கள், மனிதர்கள், விகார விசாரங்களை வாழ்க்கையிலிருந்து எடுத்திருப்பதாகத் தெரியலாம். அப்படி எடுப்பதுதான் இலக்கியப் படைப்பு என்று சொல்வதற்கில்லை.

நான் பல சந்தர்ப்பங்களில் சொல்லியிருக்கிறேன். வாழ்க்கை, இலக்கியம் இரண்டும் இரண்டுதான். இரண்டும் ஒன்றாகத் தெரியலாமென்றாலும் அது வெறும் தோற்றம் மட்டும்தான். வாழ்க்கைப் பிரச்சனைகளுக்குச் சில சமயங்களில் இலக்கியம் பரிகாரங்களை வைக்கலாம். ஆனால் இலக்கியம் அந்தப் பரிகாரங்களைக் கொடுத்தே தீர வேண்டும் என்ற அபிப்பிராயம் எனக்கு இல்லை. சுருக்கமாகச் சொன்னால் ஒரு மனிதனின் அக உலகம், அதிலிருக்கும் சிக்கல்கள், அதன் கடினமான துக்கங்கள், சித்ரவதைகள், அதன் மகிழ்ச்சி இவை எல்லாவற்றின் மொத்தமான அனுபூதி நிலைதான் இலக்கியப் படைப்பின் உந்துசக்தி. எதற்காக, எந்த

நோக்கத்துக்காக எழுதுகிறேன் என்று கேட்டால் அந்தக் கேள்வி அநாவசியமானது என்றுதான் சொல்லுவேன். அது நீங்கள் ஏன் காதலிக்கிறீர்கள் என்று கேட்பதைப் போலத்தான் இருக்கும்.

'மோக முள்'ளில் சங்கீதம், காதல், கல்வி, தமிழ்நாட்டின் கிராமங்களிலும் சிறிய நகரங்களிலும் பார்த்த மனிதர்களின் வாழ்க்கை முறையும் மோகங்களும் மோக பங்கங்களும் இப்படி என்னவெல்லாமோ இருக்கின்றன. இவையெல்லாம் நாவலாசிரியனின் திடமும் தீர்மானமுமான முடிவுகளென்றோ அபிப்பிராயங்கள் என்றோ எடுத்துக்கொள்ள வேண்டாம். தராசில் நிறுத்துப் பார்ப்பதற்காக நான் எதையும் எழுதுவதில்லை.

இந்த நாவலில் கட்டுக்கோப்பான கதை இல்லையென்று பலரும் சொல்லியிருக்கிறார்கள். ஒரு சாமான்யன் ஒரு குழந்தையையோ ஒரு பூவையோ ஒரு நாய்க்குட்டியையோ தன் நெஞ்சோடு வாரியணைத்துக்கொள்வது போல விதவிதமான அனுபூதிகளை – உணர்ச்சிகளை, எண்ணங்களை, கதாபாத்திரங்களைக் கட்டித் தழுவிக்கொள்வதில் ஏற்படும் ஒரு பிரத்தியேக அனுபூதிதான் எனக்கு இருக்கிறது.

இந்த நாவலில் நாவலின் உத்திகள் இல்லை. பரிணாமம் இல்லை. இத்யாதி விமர்சனங்களுமிருக்கின்றன. அந்த விமர்சனங்களைப் பணிவோடு ஏற்றுக்கொள்கிறேன். ஆனால் முன்னால் உந்திய வயிறும் ஒட்டிய பிருஷ்டமும் சூம்பிப்போன கால்களுமாகப் பிறந்துவிட்டது என்பதற்காகத் தன் குழந்தையை ஒரு பிச்சைக்காரிகூடக் குப்பைத் தொட்டியில் வீசி எறிவாளா?

7.6.1970

(சி.ஏ. பாலன் மொழிபெயர்ப்பில் கேரள சாகித்திய அக்காதெமி வெளியீடாக மலையாளத்தில் வெளியான 'மோக முள்' நாவலுக்குத் தி. ஜானகிராமன் எழுதிய முன்னுரை. மலையாளத்திலிருந்து தமிழாக்கியவர் சுகுமாரன்.)

அறிமுகம்

அணையா விளக்கு

'ஆர்வி'க்கு அறிமுகம் தேவையில்லை. இந்த நாவலை அறிமுகப்படுத்தும் என் ஆவலைத்தான் அறிமுகம் என்று அழைக்கிறேன்.

நாலைந்து வருஷங்களுக்கு முன் சுதேசமித்திரன் வாரப் பதிப்பின் வாசகர்களுக்குத் தொடர்கதை உருவில் அறிமுகமான நாவல்தான் இது. ஆயினும் அப்போது வாசித்தவர்கள்கூட இதை மீண்டும் வாசிக்க வேண்டும். ஆசிரியர் பின்பகுதிகளை அறவே மாற்றியிருக்கிறார். 'தொடர்கதை' என்ற நவீனப் பத்திரிகை இலக்கிய மரபின் கொடுங்கோலுக்கு இந்த நாவல் பலியாகிவிடவில்லை. புதுத்தமிழ் எழுத்தின் வழிகாட்டிகள் என்று அரியணையில் ஏற்றப்[illegible] ஆசிரியர்கள் சிலர் மனப்பூர்வமாக, சந்தோஷமாக இதற்குப் பலியாகித் தங்கள் இலக்கியத் தரத்திலிருந்து சறுக்கி விழுந்திருக்கிறார்கள். முன்னுக்கு வந்த சுருக்கிலேயே பின்னடைந்து அரசனை நம்பிப் புருஷனைக் கைவிட்டிருக்கிறார்கள். என்ன செய்கிறது? யுகதர்மம் என்று நாம் வருத்தப்படலாம். 'யுகதர்மம்' பெரிய வார்த்தைதான். ஆனால் தொடர்கதை நாகரிகம் ஆட்டிவைக்கிற ஆட்டலைப் பார்க்கும் போது அப்படி ஒன்றும் பெரிய வார்த்தையாகத் தோன்றிவிடாது இது. ஆனானப்படட டிக்கன்ஸின் நாவலே தொடர்கதையாக வந்து, இந்த மாதிரி சஞ்சிகைக்குச் சஞ்சிகை ஒரு 'க்ளைமாக்ஸ்' சர்க்கஸைச் செய்துவந்து, கடைசியில் கலை வடிவம் என்ற

நோக்கில் முதல் ஸ்தானத்தை இழந்துவிட்டது. வாரம் வாரம், மாதம் மாதம் ஒரு 'க்ளைமாக்ஸ்' வீதம் நூற்றெட்டு வாரம் நூற்றெட்டு 'க்ளைமாக்ஸ்'களுடன் வந்த நாவல் எப்படி உருப்படும்? 'மேலே என்ன என்ன, கொண்டா கொண்டா!' என்று வாசகர்களுக்கு ஜன்னி உண்டாக்குகிற எழுத்து எந்த இலக்கிய அமைதியைத்தான் தந்து வாழப்போகிறது? ஆர்வியின் அணையா விளக்கு, தொடர்கதைச் செப்பிடு வித்தைகளில் இறங்காமல் உருப்படியாகவே வந்துகொண்டிருந்தது. அது இப்போது புத்தக உருவில் வரும்போது ஆசிரியர் இன்னும் தட்டிக்கொட்டி, அங்கங்கு இருப்பதாகச் சந்தேகப்பட்ட தளர்ச்சிகளை இறுக்கிவிட்டிருக்கிறார். ஆனால் எழுதி நாலைந்து வருஷம் ஆகிவிட்டது. அவருடைய வளர்ந்துவிட்ட பக்குவத்தின் விளைவுதான் இந்தத் திருத்தங்கள் என்பது என் துணிபு. ஏனெனில் தொடர்கதையாக வந்தபோதும், இவர் சந்தேகப்பட்ட குறைகளை நான் காணவில்லை. வளர்வதும் திருத்துவதும் ஆசிரியரின் உரிமை; கடமை. எழுதினதெல்லாம் வேத வாக்கு என்று உரிமையுடன் கர்வப்படுகிற எழுத்துத் தொழிலுக்கு, திருத்தினதும் வேத வாக்குத்தான் என்று கருதுவதும் தப்பில்லை. ஆசிரியர் எந்த நோக்கில் செய்தாலும், பின்பகுதியை முழுவதும் மாற்றியிருக்கிறார். முதல் முடிவைவிட இரண்டாவது முடிவு தரத்தில் விஞ்சியிருப்பதே அவருடைய வளர்ச்சிக்கு அடையாளம்.

நாவல் என்றால் என்ன, எப்படி இருக்க வேண்டும், சிறுகதை யென்றால் என்ன, எப்படி இருக்க வேண்டும் (இதேபோல வேறு வடிவங்களையும் சேர்த்துக்கொள்ள வேண்டியதுதான்) என்ற கேள்விக்கு இப்பொழுதெல்லாம் விடைசொல்ல முடியவில்லை. உத்திகளும் பாணிகளும் அப்படிக் கிளைவிட்டிருக்கின்றன. எழுதுகிறவர்கள் எத்தனை பேரோ, அத்தனை இருக்கும் அவை என்றுகூடத் தோன்றுகிறது. ஆகவே எது உயர்ந்தது, தாழ்ந்தது என்று மதிப்பிடுவது சிரமமாகிவிட்டது. ஒரே ஓர் அளவுகோல்தான் உண்டு. ஆத்மிகமான ஆனந்தம், அமைதி ஏற்படுகிறதா என்ற சாசுவதமான அளவுகோல் ஒன்றுதான் நாம் எப்போதும் நம்பியிருக்கக்கூடியது. அந்த ரீதியில் அணையா விளக்கு சொல்லவொண்ணாத அமைதியைக் கொடுக்கிறது. லாபங்களில் உயர்ந்தது அமைதிதான்; ஆனந்தந்தான்; நல்ல இதமான இலக்கிய அருவியில் நனைகிறோம் என்ற திருப்திதான். இதைப் பரிபூர்ணமாக அளிக்கிறது ஆர்வியின் இந்த நாவல்.

உத்திகளிலும் பாணிகளிலும் எத்தனையோ வகைகள். ஆனால் முக்காலே மூணுவீசம் மலையைக் கல்லி எலியைத்தான் பிடிக்கின்றன. உண்மையின் ஆவேசங்கொண்ட பெருங்கலைஞன்

யாரோ தனக்காக ஒரு பாதையை வகுத்துக்கொள்கிறான். அதை வேறு யாரும் தொட உரிமையில்லை.

ஆர்விக்குத் தனிப் பாணி உண்டு. எப்போதுமே இருந்து வந்திருக்கிற ருஜுவான பாணி. அதுதான் நேராகச் சொல்வது. 'உத்திகளிலும் பாணிகளிலும் முதலானது. உயர்ந்தது நேராகச் சொல்வதுதான். மற்றவை இயலாமையின் அவஸ்தைகள்' என்று நண்பர் ஒருவர் சொல்வது வழக்கம். சிருஷ்டிக் கலையில் ஈடுபட்டவர்கள் யோசித்து ஆமோதிக்கக்கூடிய அருமையான வார்த்தை. இந்தப் பாணி மிகமிகச் சிரமமானது; வெகுநாள் தவத்தின் விளைவு. ஆர்விக்கு இதில் நல்ல வெற்றி கிடைத்திருக்கிறது. தவித்துத் தண்ணீராக உருகினாலும் கிட்டாத பாணி அது. 'நேராகச் சொல்ல முடியாதா? பூ!' என்று சொல்வதற்கில்லை. அப்படிச் சொல்வதில் கலையின் பயன் பூர்ணமாக இருக்க வேண்டும்.

இந்தக் கதாநாயகன் சந்தானம் தோன்றியிருக்கிறவனா, தோன்றப்போகும், தோன்ற வேண்டிய சமுதாயத்தின் புருஷனா என்பது யோசிக்க வேண்டிய விஷயம். தோன்றப்போகும் சமுதாயத்திற்கு வெகுகாலம் முன்னால் ஒரு புருஷன் தோன்றி விட்டு, வாழ்ந்து வழிகாட்டிவிட்டுப் போகிறதை உலக சரித்திரத்தில் நாம் கண்டுகொண்டுதான் இருக்கிறோம். அந்த அளவில் லக்ஷ்ய வாதத்தை, தம்முடைய நுண்ணிய ரியலிசத்தின் சக்தியால், சர்வ சாதாரணமான நடப்புப் போல் காட்டியிருக்கிறார் ஆசிரியர். சாமண்ணா, சாம்பமூர்த்தி ஜோஸ்யர், சிறுவேலி முதலியார், சிவு, பொன்னுசாமி, குருக்கள், அருணாசலம் போன்ற பாத்திரங்கள் எண்ணில்லாமல் காணக் கிடக்கிறார்கள். சந்தானங்கள்தான் லட்சியம். ஒரு சந்தானம் இருந்துவிட்டுப் போயிருக்கிறானோ என்னவோ, இருக்கிறான், அவன் வழிதான் வழி என்று ஆசிரியர் நம்மை நம்பச் செய்திருக்கிறாரே, அது தான் எழுத்து.

இந்தக் கலவைக்கு, இந்த மாயத்துக்கு, பல சாதனங்கள் தேவை. ஏராள அநுபவம் வேண்டும்; சரசரவென்று பார்த்ததையெல்லாம் மனத்தில் பதித்துக்கொள்கிற கண்ணும் சூடிகையும் வேண்டும். இந்த இரண்டையும் சமயம் பார்த்துப் பயன்படுத்துகிற கலை உணர்வு வேண்டும். இல்லாவிட்டால் திட்டம் தெரியாமல் உப்புப் புளி போட்டுப் பண்ணின சமையல் ஆகிவிடும்.

பணக்காரப் பையன், அழகன், திடசித்தன், அறிவாளி. வகுப்பைக் கடந்து அவனுடைய அன்பு விழி வீசுகிறது. அந்தக் குடிகார அருணாசல முதலியின் மகள், உள்ளழகும் வெளியழகும் உருவெடுத்த பெண்ணரசி, அவனை ஆட்கொள்கிறாள். பொய் சொல்லாப் பிள்ளையாரின் சந்நிதியில் தடையின்றி அந்த

அன்பு வளர்கிறது. பிள்ளையார் வரம் கொடுத்தாலும், ஊரார் கொடுக்க மறுக்கிறார்கள். ஊர் நகைக்கிறது, சுவரில் கிறுக்குகிறது. ஆனால் அவன் உறுதிகொண்டு, தன் வழியே சென்று, அவளை மணந்து வாழ்க்கை நடத்துகிறான். கிராமத்தின் பேதைமை அவனை வருத்துகிறது. தங்கமும் பொன்னுமாகக் கொழிக்கக் காத்துக் கிடக்கும் பூமியைப் போற்றி வளர்க்காத அறியாமையும் பழமையும் மண்டிய கிராமத்தில் வந்து தங்கி, களை பறித்து, அதை ஒரு லக்ஷ்யக் கிராமமாக ஆக்குகிறான். ஒரு பக்கம் காதலும் ஒரு பக்கம் கிராமமும் அவனைச் சுற்றிச் செழித்து மலர்கின்றன.

பிள்ளைக் குழந்தை பிறக்கிறது. பிரச்னைகளும் பிறக்கின்றன. சந்தானத்தின் வயதான விதவைத் தாயார் பழைய ஆசார அநுஷ்டானங்களில் அசைக்க முடியாத நம்பிக்கையும் உறுதியும் கொண்டவள். அவள் உள்ளத்தைக் குளிரச் செய்தால் ஒழிய அந்தப் பாவத்திலிருந்து விடுவித்துக்கொள்ள முடியாது என்னும் ஒரு நினைப்பு பாப்பாவை வாட்டுகிறது. சதிசெய்து, அடம்செய்து, சந்தானத்தை, 'சரி' சொல்லச் சொல்லி, அவனுடைய உடன் பிறப்பைப்போல் பழகிய கல்யாணியை அவனுக்கு மனைவியாக மணம் முடிக்க முயலுகிறாள். சந்தானம் என்ற அந்த உயர்ந்த மரம் உடனே வாடிப்போய்விடுகிறது. அவன் ஒன்றையும் கவனிக்கவில்லை. அவனைப் போலவே அவன் வைத்த செடிகள் வாடிவிடுகின்றன, ஆனால் காவேரியம்மாளின் தாய்மையும் சத்தியப் பற்றும் சம்பவங்களை எதிர்பாராத திசைக்குத் திருப்பி விடுகின்றன, குடைசாயும் வண்டியைக் காக்கிறதுபோல.

கதை இதுதான். முக்கிய நிகழ்ச்சிகள் இவைதாம். ஆர்வி ஒவ்வொன்றையும் ஆர அமர, நுணுக்கமாகத் தம் ஸ்வபாவோக்தியின் திறமை அனைத்தையும் பிரயோகித்து, பற்பல அதிசயக் காட்சிகளாகச் செய்துகொண்டு போகிறார். அவருடைய நடை சமவெளியில் செல்லும் காவிரியின் சாந்தமும் ஆழமும் கொண்டது. அர்த்தமும் நிறைவும் கொண்டது. எண்ணங்களைச் செழிக்கவிடும் வளம் கொண்டது. ஏதோ தத்துவங்களைச் சொல்லுவதுபோல, மர்மச் சொற்கூட்டங்களைக் கொட்டிக் குழம்புவதில்லை. ஆர்ப்பாட்டம் செய்வதில்லை. சந்தானம், காவேரியம்மாள் இவர்களுடைய லக்ஷ்யங்களைக் கூடத் தெளிவாகவும் வியங்கியமாகவும் அவரால் சொல்ல முடிந்திருக்கிறது.

உள்ளதை உள்ளபடி சொல்வது ஸஹ்ருதய உணர்ச்சியுடன் கலக்கும்போது கலையாக வடிவெடுக்கிறது. தஞ்சை ஜில்லாக்

கிராம வாழ்வின் சில பகுதிகளை இந்த ஸ்வரூபோக்தியுடன் ஒரு நாவலளவில் இவ்வளவு வெற்றியுடன் யாரும் செய்ததில்லை. ஆர்வி ரியலிசத்தின் பூரண எடுத்துக்காட்டுகளாகத் திகழும் பலப்பல காட்சிகளை உயிர்ச் சித்திரங்களாக நம் முன் நிறுத்தி யிருக்கிறார்.

பாப்பாவின் கடிதம் – சிதம்பரத்திற்கு எழுதிய கடிதம், காவேரியம்மாளின் சந்திப்பை விவரிக்கும் கடிதம் – ஓர் ஆசிரியரின் சாதனை இல்லையா? அடிமேல் அடி அடிக்கும் பழமையைக்கூடச் சந்தானம் உதறித் தள்ளவில்லை. "நல்லவர்களின் சகவாசத்தையும் பெரியவர்களின் ஆசியையும் பணத்தினால் அடைந்துவிட முடியுமா? அவ்விரண்டும் அவனுடைய முக்கியத் தேவைகளாக இருந்தன. தன் மற்றச் சாதனைகளைக்கூட அவன் ஒரு பொருட்டாகக் கருதவில்லை" என்று ஆசிரியர் சுருக்கமாக ஒரு கருத்திற்கு, ஒரு போராட்டத்திற்கு உருக் கொடுக்கிறார்.

ஆர்வி பக்ஷபாதப் பான்மையுடன் எதையும் செய்வதில்லை. வாதி, பிரதிவாதிகள் அனைவருக்கும் உரிய இடம் கொடுத்திருக் கிறார். யாரையும் கண்டு அவர் நகைக்கவோ கண்டிக்கவோ இல்லை. யாரையும் தலைமேல் வைத்துக் கூத்தாடவும் இல்லை. பழமையின் வேரை எற்றி எறிவதெல்லாம், அஸ்திவாரமில்லாத சிங்காரச் சினிமாக் கொட்டகை போலத்தான். ஒரு சிறு புயல் அடித்தால் அதன் வக்கு வெளியாகும். பழமையின் உரத்தி லிருந்து புதுமையைச் படைத்தால்தான், தோல்வி மனப்பான்மை இல்லாத ஒரு மனித ஜாதியை உருவாக்க முடியும். புதுமையையே நெறியாகவும் குறிக்கோளாகவும் கொண்டு புரட்சி செய்த நாடுகளில் மீண்டும் கூடைகூடையாகப் பழமையின் மண்ணைக் கொண்டு கொட்டிச் சேர்த்துக்கொண்டிருப்பதை நாம் பார்த்தே வருகிறோம். பழமையும் புதுமையும் இரு கண்கள். ஒற்றைக் கண்ணனாக வாழ்வது சாத்தியமான காரியந்தான். ஆனால் விகாரமாகத் தானே இருக்கிறது? அழகாக இருப்பது மனிதனின் கடமை இல்லையா?

ஒவ்வொரு பாத்திரத்தையும் மணி மணியாக உருப்படுத்தி யிருக்கிறார் ஆர்வி. சிவு, சந்தானம், பாப்பா, ராமசுப்பு – எல்லாரையும்விடக் காவேரியம்மாள். அவளுடைய தூய்மையும் அன்பும் அறிவும் நம்மை உருகவும் திணறவும் அடிக்கின்றன. எதையும் விட்டுக் கொடுத்து, இடம் கொடுத்து ஜீரணித்துக் கொள்கிற ஒரு பண்பாட்டின் மனித உரு அவள்.

சந்தானத்தை எடுத்த எடுப்பிலேயே ஆளாக எழுப்பிவிட்ட ஆசிரியர் அவனை லக்ஷ்ய புருஷனாகச் செய்திருக்கிறார்.

காவேரியம்மாளை அவன் நமஸ்காரம் செய்யும் இரண்டு மூன்று கட்டங்களைச் சற்றும் விக்காமல். கண் கலங்காமல் வாசிக்க முடிகிறதா பாருங்களேன்.

கிராமத்துக் காட்சிகளையும் அங்கு உரம் ஏறி வளர்ந்துள்ள மனிதர்களையும் பேச்சுகளையும் நமக்குக் காட்டும்போது நம்மை 'ஹோம் ஸிக்'காகச் செய்கிற அநுபவத்தை முதல் முதலில் இந்த அணையா விளக்கில்தான் காண்கிறேன்.

சிவு, காவேரியம்மாளின் சமுத்திரமான ஹிருதயம் இவையெல்லாம் நாவலின் முக்கிய அங்கங்கள். வாசித்து அநுபவிக்க வேண்டியவை. இந்த ஈடுபாட்டில் உப பாத்திரங்கள், அவர்களுடைய சூழ்நிலை, பேச்சுகள் – எல்லாம் கொஞ்சம் மூளியாக இருப்பது சகஜம். அந்தந்தப் பாத்திரத்தையும் பேச்சையும் அசைவையும் இழைத்து இழைத்து வேலை செய்திருக்கிறார் ஆசிரியர்.

பருவத்திற்கேற்ற வெவ்வேறு பூக்களையும் சப்தங்களையும் காட்டும் கிராம இயற்கையைக் காணக் கண்கள்தாம் நமக்கு இருக்கக் கூடாதா? இந்தக் கிட்டங்கி வீட்டில்தான் எத்தனை தினுசான கருவிகள். விவசாயம் அவ்வளவு பெரிதா? அவ்வளவு சுவை நிறைந்ததா? இந்த நகரத்தை விட்டு நாம் பெயரவே முடியாதா?

"நாலு சாக்கு மிளகாய் வற்றல் காய்ந்துகொண்டிருந்தது. ஐந்தாறு கிராமப் பெண்கள் அம்பாரம் புளியைக் குத்திக் கொட்டை எடுத்துக்கொண்டிருந்தார்கள். உளுந்தும் பயறும் நோம்பிப் புடைத்துக் காய வைக்கப்பட்டிருந்தன. இரண்டு பாரம் தேங்காய்ச் சரக்கை உடைத்துக் கொப்பரை கீறி உலர்த்தப்பட்டிருந்தது. எள்ளும் முளை கட்டிய துவரையும் இன்னோரிடத்தில் காய்ந்துகொண்டிருந்தன. . ." என்ற நிறைவு சந்தானத்தைப்போல நமக்கும், எல்லோருக்கும் வேண்டும். கிராமத்திற்கே தன்னை அர்ப்பணம் செய்து நிறைவுகண்ட சந்தானம், ஜாதியற்ற உலகைக் கண்ட சந்தானம், காவிய நாயகனின் பெருமையால் காவியத்தின் தரமும் உயர்கிறது என்ற உண்மையை உணர்த்தவில்லையா?

உயர் வரிசையில் நிற்கிற நாவல் அணையா விளக்கு.

'அணையா விளக்கு' நாவல் முன்னுரை.
வானதி பதிப்பகம், சென்னை. 1956

உண்மைதேடியின் அனுபவ இலக்கிய வடிவங்கள்

பதினைந்து அல்லது பதினாறு வயதில் எம்.வி. வெங்கடராமன் கதைகள் எழுத ஆரம்பித்தவர். ஆனால் அந்தக் கதைகள் 'மணிக்கொடி'யில் வெளி வந்துகொண்டு இருந்தன—சுமார் 25 ஆண்டுகளுக்கு முன்னால். அவ்வளவு இளமையில் அவ்வளவு முதிர்ச்சியைக் காண்பது பல நாடுகளிலும், பல காலங்களிலும் மிகவும் துர்லபமான காரியம். இன்றைய எழுத்தில் தலைசிறந்த கலைஞராக விளங்கும் ஒருவர் 'வெங்கடராமன் கதைகள்தான் என்னை எழுதத் தூண்டின' என்று இரண்டு மூன்று தடவை என்னிடம் சொல்லி பரவசப்பட்டிருக்கிறார். அந்த வெங்கடராமன் எழுதிய சிறுகதைகள் இன்னும் கையெழுத்துகளாகத்தான் இருக்கின்றன. இந்த 'இருட்டு'ம் 'உயிரின் யாத்திரை'யும் சமீபத்தில் எழுதிய நீண்ட கதைகள்.

வெங்கடராமனின் எல்லாக் கதைகளும் புத்தக வடிவில் இன்னும் வெளிவராவிடினும், அவருடைய இலக்கிய வளர்ச்சியைப் பற்றி (பத்திரிகைகளில் வெளிவந்தவற்றைத் தொடர்ந்து வாசித்தவரையில்) ஒரு அளவுக்குத் தெளிவாகச் சொல்ல முடியும். ஆதியில் வந்த கதைகள் உலகைக் கண்டு கோபமும் துக்கமும் பொங்கிய உணர்ச்சிக கற்பனைகள். அடுத்தபடியாக வந்தவை உலகத்தைக் கண்டு குரூரமாகவும் கபடமாகவும் சிரித்துக் கிண்டல் செய்தவை. மூன்றாவதாக கண்ணை உள் நோக்கித் திருப்பிய உண்மை தேடியின் அனுபவங்களின்

இலக்கிய வடிவங்கள். ஆனால் இந்த மூன்று கட்டங்களிலும் மனமுதிர்ச்சி நிறைந்தே காணப்பட்டுவந்திருக்கிறது. இந்த 'இருட்டு'ம் 'உயிரின் யாத்திரை'யும் மூன்றாவது நிலையைச் சேர்ந்தவை.

தினம் காண்கிற கதைகளிலும் வேறுபட்டவை இந்தக் கதைகள். அதாவது மனிதன் சமூகப் பிராணி அல்லது குடும்பப் பிராணி என்ற அன்றாட நிலையைக் கடந்து,. தனியாக நின்று உள்நோக்க முயற்சி செய்யக்கூடியவன் (வேண்டியவன் என்றும் சொல்லலாம்) என்ற நிலையில் நின்று எழுதப்பட்டவை.

"நடராஸா" என்ற கூத்தரசு என்று ஒரு வாலிபன். முரட்டுப் பகுத்தறிவுவாதி—அதாவது பகுத்தறிவுக்கு இன்று உள்ள பொருளில் கடவுள், கோயில் எல்லாவற்றையும் ஒழித்துக்கட்டி மக்களை அறிவு சொர்க்கத்திற்கு ஏற்றி வாழவைக்க ஏங்குகிற இளைஞன். இந்தப் பகுத்தறிவு வாதத்தில் இவனையே ஏப்பம் விட்டுவிடுகிற வெண்ணிலா என்கிற பெண்ணை ஒரே பேச்சுமேடையில் சந்தித்து, காதலிக்கிறான். அன்றிரவு கும்பகோணம் கோவில்களைச் சபித்துக்கொண்டே மயான பூமிக்குப் போய்க் காதலைப் பரஸ்பரம் தெரிவித்துக்கொள்கிறார்கள். ஆறு மாதம் போக அமளியில் திளைக்கிறார்கள். அதிபோகத்தினால் கூத்தரசு வலுவிழந்து டாக்டரிடம் போகிறான். ஒருநாள் இரவு இருட்டில் இருவரும் படுத்திருக்கும்போது பக்கத்தில் படுத்திருந்த வெண்ணிலாவின் கை வேறு, கால் வேறு, தலை வேறாகக் கிடப்பது தெரிகிறது. விளக்கைப் போட்டவுடன் அவள் முழு உடம்புடன் அழகாகத் தூங்குவதும் தெரிகிறது. விளக்கையணைத்ததும் மீண்டும் அந்த பயங்கர முண்டக் காட்சி. கடைசியில் திகில்பிடித்து வெளியே ஓடுகிறான் கூத்தரசு. டாக்டர் அம்பலவாணரைக் கலந்து ஆலோசித்தபோது, வெண்ணிலாவின் முன்னால் ஒரு ராம படத்தைக் காட்டுகிறார் அவர். அதை உற்றுப் பார்த்துவிட்டு, உடம்பை யாரோ முறிக்கிறாப்போல துடிதுடித்துப் பின் வீழ்கிறாள் வெண்ணிலா.

டாக்டர் அம்பலவாணர் கூத்தரசைத் தன் பூஜை உள்ளில் வைத்து ராமஜபம் செய்யச் சொல்கிறார். ஆனால் வெண்ணிலாவின் உடம்பு எரிகிறது. கூத்தரசு புலன்களுக்கெட்டாத அனுபவத்தை அனுபவிக்கிறான். அவன் கொள்கையை விட்ட கோபத்தில் மூட்டையைக் கட்டிக்கொண்டு ஊருக்குப் போய்விடுகிறாள் வெண்ணிலா. ஆனால் அங்கும் அவள் உடம்பு தேறவில்லை. அந்த ஊர் டாக்டர் மூளையில் கட்டி புறப்பட்டிருக்கும் என்கிறார். அம்பலவாணர் எக்ஸ்ரே எடுத்துப் பார்த்ததில் உடம்பு வியாதியாகப்படவில்லை அது. ஆத்மாவைப்

பேய் சூழ்ந்த நோயாகத்தான் அவருக்குப் படுகிறது. கூத்தரசு, டாக்டர் எல்லாருடைய முயற்சிகளையும் மீறி வெண்ணிலா சென்னைக்குப் போய் உடம்பைக் காட்டத் துடிக்கிறாள். அம்பலவாணரின் எக்ஸ்ரேயில் காணாத ஒரு மூளைக் கட்டி சென்னை டாக்டரின் எக்ஸ்ரேயில் தெரிகிறது. பேய்த் தீனி தின்கிற வெண்ணிலாவைப் படுக்கவைத்து மூளைக்கு ரண சிகிச்சை நடக்கிறது. ஆனால் மூளையில் கட்டியில்லை. வெண்ணிலாவின் உயிரைக் கடவுளிடமிருந்து பேய் காப்பாற்ற உடம்பை விட்டு எடுத்துக்கொண்டு போய்விடுகிறது.

ஆஸ்திகம், நாஸ்திகம் இரண்டு பிரிவிலும் கண்ணிழந்தவர்கள் உண்டு. அறிவுக்கு முன்னால் சுவர் எழுப்பிக்கொண்டு அப்பால் போக மாட்டேன், பார்க்க மாட்டேன் என்று மூட நம்பிக்கையில் உழைப்பவர்கள் ஆஸ்திகத்திலும் நாஸ்திகத்திலும் இருக்கிறார்கள். கிணற்றுத் தவளை மனப்பான்மை எங்கேயிருந்தால் என்ன? உண்மை மறைந்துவிடுகிறது. இந்தப் போராட்டத்தை வல்லமையும் வேகமும் கொண்ட தன் நடையில் சொல்லுகிறார் வெங்கடராமன்.

‘உயிரின் யாத்திரை’ வேறு புத்தகம், வேறு பாத்திரங்கள் கொண்ட கதை. ஆனால் ‘இருட்’டின் தொடர்ச்சி என்று சொல்ல இடமிருக்கிறது. மனைவி மரணத் தறுவாயில் கிடக்கிறாள். சுற்றி கடைசி அழுகையும் அழுதுவிட்டார்கள். திடீர் என்று கோபு என்ற ஒரு நண்பன் வந்து ‘ராஜா, உன் ராணி பிழைப்பாள், எங்கள் வீட்டுக்கு மூன்றாவது வீட்டில் குடிவந்திருக்கிற சதாசிவம் சொல்லிவிட்டு வரச் சொன்னார். வந்து அவரிடம் மருந்து வாங்கிப்போ’ என்கிறான். ராஜா ஓடிப்போய் சதாசிவத்திடம் அந்தக் கடுகளவு மருந்தை வாங்கிவந்து கொடுக்கிறான். எல்லாரும் கைவிட்ட உடம்பு தேறி இருவர் வாழ்விலும் உயிரோட்டம் பிறக்கிறது. சதாசிவத்தோடு நெருங்கிப் பழகும்போது அவனுடைய பூர்வ ஜன்மக் கதைகளைச் சொல்கிறார் சதாசிவம். போன ஜன்மத்தில் அவனை மணக்கவிருந்து, கடைசியில் எவனுடனோ ஓடிவிட்ட ஒரு பெண், இப்போது இந்த ஜன்மத்தில் சதாசிவத்துக்கு மனைவியாகிவிடுகிறாள். குணம் இன்னும் மாறவில்லை. போன ஜன்மத்தில் தன் தந்தையாக இருந்தவர் சதாசிவம் என்று அவரிடமிருந்தே கேள்விப்படுகிறான் ராஜா. ஒருகணம் அவருக்கு துரோகம் செய்யக்கூட அவன் மனம் பாய்ந்து சட்டென்று பின்வாங்குகிறது. ஆனால் அதற்கும் தூண்டுகிறவள் அவள்தான். கடைசியில் அவள் சதாசிவத்தின் பரமபக்தனைப் போல இருந்த கோபுவுடன் இன்பம் துய்க்கிறாள். ஓடிவிட்டாள் என்ற செய்தி கேட்டு, அவளைப் பார்க்கவந்த ராஜா, அவளை மீண்டும் சதாசிவத்தின் வீட்டில் காண்கிறான்.

ஆனால் சதாசிவம் உள்ளே பரமோனத்தில் ஆழ்ந்து கிடக்கிறார். அவளுடைய மயக்கை விலக்கிக்கொண்டு உள்ளே போனவன் சதாசிவத்தை சமாதி நிலையில் கண்டு, சாதாரண அறிவுக்கும் உயர்ந்த நிலைக்கும் எட்டாத பிரபஞ்ச ஒருமை நிலையில், அத்வைத வெள்ளத்தில் தானே மூழ்கிவிடுகிறான் ராஜா. சிவநிலையிலிருந்து மீண்டவன், தான் கண்ட எல்லையற்ற ஆனந்தம் பேரின்பத்தின் ஒரு துளி என்று அவர் சொல்லி அறிகிறான்.

இலக்கியத்தின், முக்கியமாகக் கதையிலக்கியத்தின் பொருள் எப்படி இருக்க வேண்டும் என்ற விஷயம் பற்றிப் பலருக்குக் கருத்து வேற்றுமை இருக்கலாம். அன்றாட ஆசாபாசங்கள், அதாவது, சமூகப் பிராணியான மனிதனின் ஆசாபாசங்கள், லட்சியங்கள், குணங்கள் இவைதான் விஷயமாக இருக்க முடியும், வேண்டும் என்றுகூடப் பலர் சொல்லலாம். என்னைப் பற்றிய வரையில் இந்த விதிகள் செய்யும் ஆசை, மனிதனுடைய எல்லையில்லாத சாதனைகளில் நம்பிக்கையில்லாததனால் எழுகிறது என்று தோன்றுகிறது. அடிப்படையாக மனிதன் ஒவ்வொருவனும் தனியன்தான். சமூக விவகாரங்களெல்லாம் இந்தத் தனிமையை எவ்வளவு தூரம் காண முடியும், அது எவ்வளவு தூரம் சாத்தியம் என்று கண்டுபிடிக்கிற முயற்சிதான். கம்யூனிஸம்கூட இந்தத் தனிமையின் ஆழத்தைக் கண்டுபிடிக்கிற முயற்சிதான். அவர்கள் இல்லை என்று மறுத்தால், அதற்கு நாம் என்ன செய்கிறது!

மேனாட்டு இலக்கியங்களின் தொடர்பால் இலக்கியப் பொருள் இவ்வளவுதான் இருக்க வேண்டும் என்று நாம் திட்டமிடுகிறோம் என்று தோன்றுகிறது. மனிதனின் பரநிலைகளைக் காணும் விஞ்ஞானத்தைக் கண்டதால் நம் நாட்டு இலக்கியங்கள் இப்படி எல்லை கட்டிக்கொள்ளவில்லை. மேனாட்டு இலக்கியங்களிலும் இப்படி எல்லைக் கட்டிக்கொள்ளாமல் உள்நோக்கிப் பாய்ந்த பல இலக்கிய மேதைகள் இருந்திருக்கிறார்கள்.

வெங்கடராமனே முன்னுரையில் சொல்கிறார் – "கடவுட் பிரசாரமாக இதை எழுதவில்லை" என்று. அவர் சொல்லியிருக்கத் தேவையில்லை. ஆனால் இப்போதுள்ள சந்தர்ப்பங்களைக் கண்டுதான் அப்படிச் சொல்லியிருக்கிறார் அவர். ஆகவே, தற்செயலாக ஏற்பட்டதுதான் இந்த இரண்டு கதைகளின் பொருட்களும்.

கதை விஷயத்தைப்பற்றிய சர்ச்சை போதும். சொல்லுகிற வல்லமை அவருக்கு எவ்வளவு வசப்பட்டிருக்கிறது என்பதை விரிவாகக் கண்டு அனுபவிக்க முடிகிறது. அவர் நடையிலும்

சொல்லாட்சியிலும் ஒரு அசாதாரணத் தன்மை இயற்கையாகவே ஒலிக்கிற வழக்கம். இதை அவர் எழுதிய அந்த நாள் கதைகளி லேயே காண முடியும். உறுதியும் சுயப்பிரக்ஞையும் தெறிக்கிற அசாதாரணத் தன்மை அது. அதனால்தான் மனித மனத்தின் பல விசித்திரங்களைப் பொருளாகக் கொள்ள முடிந்திருக்கிறது அவரால். அந்த உறுதியின் விளைவாகத் தீவிரமான முனைப்புடன் சொற்கள் நோக்கத்தை நோக்கி ஓடுகின்றன.

வெங்கடராமன் கதைகள் தனி ரகம். அவருடைய பாஷையும் தனிதான். தனி மட்டுமல்ல. மிக உயர்ந்த ரகத்தைச் சேர்ந்தவை பல பேருக்குத் தூண்டுகோலாக இருக்கிறவை. அந்தப் பலபேரில் நானும் ஒருவன் என்பதைப் பெருமையுடனேயே சொல்லிக்கொள்ள முடியும். அவருடைய மதிப்பை முழுவதும் அறிய அவருடைய சிறுகதைகளையும், மகாபாரதக் கதைகளைத் தன் சொந்தப் போக்கில் அவர் எழுதிய கதைகளையும் வாசிக்க வேண்டும். உணர்ச்சி முறுக்கேறிய முதல் கதைகளையும் 'விக்ரகவிநாசன்' என்ற பெயரில் அவர் குரூரமாகச் சிரித்து எழுதிய கதைகளையும் இப்போது எழுதுகிற கதைகளையும் வாசித்தால்தான் அவரை முழுவதும் அறிய முடியும்.

உண்மையான எழுத்து ஆசிரியரின் மனத்தைச் சித்தரிக்கும். இந்த எளிய, பெரிய ரசமட்டத்தை வைத்துப் பார்த்தால், வெங்கடராமனின் கதை விஷயங்களுக்குத் தனியிடமும் மதிப்பும் உண்டு. அதாவது மறுக்க முடியாத இடம்.

வானதிப் பதிப்பகத்தார் அழகாக இந்த இரண்டு புத்தகங் களையும் கொண்டுவந்திருக்கிறார்கள். நல்ல விஷயங்களில் அவர்களுக்கு உள்ள ஆசைக்கு இது ஒரு அத்தாட்சி.

எம்.வி. வெங்கட்ராமின் 'இருட்டு', 'உயிரின் யாத்திரை'
(வானதி பதிப்பகம், சென்னை 17 வெளியீடு)
நூல்களுக்கு எழுதிய மதிப்புரை.

எழுத்து 1, ஜனவரி 1959

சோதனைப் படைப்பு

நித்ய கன்னி

இது இந்தக் காலத்து மனிதர்களைப் பற்றிய கதையல்ல. "சரித்திரம் தொடங்கு முன்" என்று சொல்கிறார்களே, அந்தப் பழைய காலத்தைப் பற்றியது. பாத்திரங்களும் அந்தக் காலத்து முனிவர்கள், அரசர்கள், மங்கையர்கள். கதையின் பொருளோ, பழமையோ புதுமையோ இன்றி சாசுவதமாக நிலைகொண்டு மனிதர்களைத் திணறடித்துவருகிற பொருள்.

நம்முடைய இதிஹாசத்தில் காணும் ஒரு குறிப்பை, ஒரு பொறியை ஊதிஊதி, தம் கற்பனையால், புதுமைகளும் அதிர்ச்சிகளும் கலந்த ஒரு நீண்ட சிறு காவியமாக நமக்கு அளித்திருக்கிறார் வெங்கடராமன்.

வாசகர்களின் நினைவு குறுகியுள்ளதாலும், நவீன தமிழ் இலக்கியத்தைப் பற்றி, அபிப்பிராய வர்ணம் தீட்டாத, நேர்மையான வரலாறு ஒன்றை இன்னும் யாரும் எழுதாததாலும், வெங்கடராமனைப் பற்றிச் சில வார்த்தைகள் சொல்லியாக வேண்டும். வெங்கடராமன் கும்பகோணத்தில் பிறந்து வளர்ந்து வாழ்ந்துவருகிறார். பள்ளிப் படிப்பு முடிந்து கல்லூரியில் சேர்ந்தவுடன், பதினாறு வயதிலேயே அற்புதமான கற்பனையும் சிந்தனையாழமும் கொண்ட கதைகளை எழுதத் தொடங்கியவர். அக்கதைகளை 'மணிக்கொடி' அப்பொழுது வெளியிட்டுக்கொண்டிருந்தது. அவரோடு அதே

கல்லூரியில் சகபாடியாக இருந்த என்னையும் இன்னும் சிலரையும் எழுதத் தூண்டின அவருடைய கதைகள். ரஞ்சக மான ஒரே ஒரு வாரப் பத்திரிகையும், ஆங்கிலத்திலிருந்து அஜாக்ரதையாகப் பெயர்த்து வைக்கப்பட்ட சில நாவல்களுமே வந்துகொண்டிருந்த 1930–40இல் நவீனத் தமிழில் இலக்கிய மதிப்பு கொண்ட சரக்குகள் வெளிவருவதை அவர்தாம் எங்களுக்கு அறிமுகப் படுத்தியவர். புதுமைப்பித்தன், கு.ப.ரா., பிச்சமூர்த்தி, பி.எஸ். ராமையா இவர்களின் கதைகளோடு இவருடைய கதைகளும் எங்களுக்கு வழிகாட்டின. நூற்றுக்கு மேற்பட்ட சிறுகதைகளும் பல நெடுங்கதைகளும் புத்தரைப் பற்றிய ஒரு மேடை நாடகமும் எழுதி இருக்கிறார். பொருளிலும் அமைப்பிலும் அநேகம் கதைகள், புது முயற்சிகள். இயல்பில் அசாதாரணமான அடக்கமும் மென்மையும் கொண்டவராயினும், எழுத்தில் கட்டையறுத்து ஓடும் போராட்டமும் கண்டிப்பும் எதிர்ப்பும் நகைப்பும் இரைந்து கொண்டேயிருக்கும். 'விக்ரகவிநாசன்' என்ற புனைப்பெயரில் இவர் எழுதிய கதைகள் இதற்குச் சான்றுகள். உண்மையில் அவர் விக்ரகவிநாசர் அல்ல. அந்த ஆர்வம் கொண்ட தீவிர பக்தர். இலக்கிய கர்த்தாக்களுக்கு மாடம் கட்டிப் போற்றும் விமர்சகக் கொத்தனார்களுக்கு இவருடைய நினைவு வராதது வியப்பான செய்தி. எழுதுகிற பிழைப்பு பல சமயங்களில் கடைக்காரப் பிழைப்பாக ஆகிவிடுகிறது. "எழுதிக்கொண்டே இரு, கடை பரப்பிக்கொண்டே இரு, விற்றுக்கொண்டே இரு, கடையைக் கட்டாதே; வெறுமை வைக்காதே" என்று சொல்லாமல் சொல்கிறார்கள் ஆதரவாளர்கள். "திருநாகேச்வரம் வேட்டியானாலும் தினமும் நெய்துகொண்டேயிரு; சளைக்காதே; சளைப்பதாகக் காட்டிக்கொள்ளாதே; இல்லாவிட்டால் உன்னை மறந்துவிடுவோம்" என்று வாசகர்கள் சொல்லாமல் பயமுறுத்துகிறார்கள். யாரும் நெய்யாத ஒன்றை நெய்துவிட்டுச் சும்மா கிட என்று சொல்ல ஆளில்லை. ஒரு ஆள் உண்டு, அவர் எழுதுகிறவர்தான். வெங்கடராமன் அதிகமாக எழுதுவதில்லை. ஆகவே வாசகப் பெருமானும் எந்தெந்த வாசற்படிகளில் வெளிப்படப்போகிறார்களோ என்று கட்டிக் காத்துக்கொண்டு கண்ணில் படும்படியாகத் தாவித்தாவி நிற்கும் தெம்பை வளர்க்கத் தவறிவிட்டார் அவர். அவருடைய நாவல்களோ, சிறுகதைகளோ புத்தக உருவில் வரவில்லை. 'உயிரின் யாத்திரை', 'இருட்டு' என்ற இரு நெடுங்கதைகள் மட்டும் வந்துள்ளன. இந்த 'நித்ய கன்னி' தான் அடுத்தது என்று நினைக்கிறேன்.

இந்த 'நித்ய கன்னி'யைப் பலதடவை படித்தால்தான் நல்லது. அன்றாடம் நாம் காண்கிற காதற்கதையோ, கற்புக் கதையோ அல்ல. மனிதன் உயர்வை நோக்கி நடத்தும் இயற்கைப்

போராட்டங்களைச் சில விசித்திர பாத்திரங்களின் மூலம் சித்திரிக்கிறது.

கதையின் புறப்போக்கு இதுதான். விசுவாமித்திரனின் சீடன் காலவன் நல்ல அழகன். குருகுல வாழ்க்கை முடிந்ததும் குருதட்சிணை கொடுத்தே தீருவேன் என்று பிடிவாதம் செய்கிறான். பொறுமையிழந்த விச்வாமித்திரர், உடல் வெள்ளையாகவும் காது மட்டும் கறுப்பாகவும் உள்ள எண்ணூறு குதிரைகளைக் கொண்டு தருமாறு பணிக்கிறார்; காலவன் யயாதி மன்னனிடம் செல்கிறான்; அவனிடம் அத்தகைய பரிகள் இல்லை; பதிலாக புதல்வி மாதவியை தானம் செய்கிறான். அவள் நித்ய கன்னி. ஒரு குழந்தை பெற்றவுடன் முன்போலவே கன்னி ஆகிவிடும் அதிசய வரம் கொண்டவள். அவளை அடுத்தடுத்து மூன்று அரசர்களுக்குத் திருமணம் செய்வித்து அறுநூறு பரிகளைப் பெறுகிறான் காலவன். மீதிக் குதிரைகளுக்குப் பதிலாக விச்வாமித்திரரே அவளைக் கலியாணம் செய்துகொண்டு, ஒரு மகவு பிறந்ததும் விடுவிக்கிறார். அவலங்களிடையே, உயிரைப் போல ஒருவரையொருவர் நேசிக்கும் காலவனும் மாதவியும் எப்படி உணர்ச்சி வதைக்குள்ளாகிறார்கள் என்று இந்த நாவல் கூறுகிறது. அதை மட்டும் இல்லை. அந்தத் தத்தளிப்பின் காரணங்களையும் ஆராய முயல்கிறது.

தொழில் நுணுக்கம், தெளிவான வெற்றி எல்லாம் கைகூடி வரும் இந்தக் காலத்திலும் இன்னும் அந்தப் பழைய வெற்றி கிட்டியபாடில்லை. அதுதான் உள்வான வெற்றி. அதை ஒவ்வொரு மனிதனும் தனித்தனியே செய்துதான் ஆக வேண்டும். பலர் சார்பாக ஒரு விஞ்ஞானியோ, ஞானியோ ஆராய்ந்து அல்லது தவமிருந்து கையில் பிடித்துக்கொடுத்துவிட முடியாது. இந்தப் பிரச்சனையை ஆண் – பெண் உறவு, புருஷ தர்மம், ஸ்திரீ தர்மம் என்று பலவகை அறங்களோடு பிணைத்திருக்கிறார்கள். உண்மைப் பொருளை மறந்தோ, புரியாமலோ புற மரபுகளையே கட்டிக்கொண்டு அழுதும் வந்திருக்கிறார்கள். குட்டை குழப்பியும் இருக்கிறார்கள். அறிவு ரீதியாக எத்தனை விளக்கங்கள் கூறினாலும், தனிமனிதன் தானே சிந்தித்து, வாழ்ந்து, சாதகம் செய்து தீர்த்துக்கொள்ள வேண்டிய பிரச்சனை இது. இந்த முயற்சிகளில் காலவன், மாதவி, யயாதி, விச்வாமித்திரர், மூன்று கணவர் – என்ற பலவகை மனிதர்கள் வெற்றி பெறுகிறார்கள் அல்லது தவிக்கிறார்கள் என்பதை வெங்கட்ராமன் சித்திரிக்கிறார்.

காலம் காலமாகப் பெண்மையின் எதிர்க்க முடியாத ஆட்சியை அடக்கிவைக்க ஆண் பலவித அணிவகுப்புகளை மாற்றிமாற்றி அமைத்துவருகிறான். ஆனால் உண்மையாகவே

ஆளப் பிறந்த பெண் எப்படியோ அவற்றை மீறிக்கொண்டுதான் ஓங்கி நிற்கிறார். காட்டுக்குள் ஓடித் தப்பிவிட்ட மாதவியின் மறைவுகூட வெற்றிதான் என்று எனக்குத் தோன்றுகிறது.

வெங்கடராமன் நம் முன் நிறுத்திய பாத்திரங்களை உருவகப் பாத்திரங்களாகப் பார்த்தால்தான் நமக்கு இந்த உண்மை புலப்படும். அதற்கு இந்நாவலை நாலைந்து தடவை மெதுவாகப் படித்தால் நல்லது.

வெங்கடராமனின் நடை, சொல்லாட்சி எல்லாம் புராதனச் சூழ்நிலைக்கும் இந்தப் போராட்டத்திற்கும் ஏற்ப ஒரு தனித்தன்மையுடன் அமைந்துள்ளன.

வெங்கடராமனின் பல சோதனைப் படைப்புகளில் இதுவும் ஒன்று. இந்தச் சிறந்த நூலைப் புத்தக உருவில்கொண்டு வர வேண்டும் என்று தோன்றிய பதிப்பகத்தாரை நாம் எவ்வளவோ பாராட்டலாம்.

நல்ல நூலுக்கு முன் சளசளப்பு நல்லதல்ல. நீங்கள் வாசிக்கத் தொடங்கலாம்.

இலக்கிய வட்டம், இதழ்: 10, 27.03.1964

ஜெட்வேகப் பாய்ச்சல்

ஹெலிகாப்டர்கள் கீழே இறங்கிவிட்டன

இந்தக் கதையைப் படித்து முடித்தவுடன், ஜெட் விமானங்கள் இறங்கிவிட்டன என்று ஆசிரியர் ஏன் தலைப்புக் கொடுக்கவில்லை என்று யோசித்துக் கொண்டிருந்தேன்.

அமிர்தத்தைப் போன்ற மனிதர்களுக்குக் கோழி பறக்கும் உயரம்தான் பறக்க முடியும். டில்லியில் பெரிய ஆபீசராக இருக்கிறாரே என்பதற்காக ஹெலிகாப்டர் என்று ஆசிரியர் சொல்லியிருக்கிறார் போலிருக்கிறது.

அமிர்தத்தின் தர்ம சங்கடம் அல்லது அதர்ம சங்கடம், முக்காலே மூணுவாசி ஆண்களுக்கும் ஏற்படுகிற சங்கடம்தான். இது பெண்களுக்கும் உண்டு. ஆனால், நான் பெண்ணாக இல்லாததால் சதவீதக் கணக்குச் சரியாகத் தெரியவில்லை. இது புதிய சங்கடமும் அல்ல. திலகம் சொல்கிற நாற்பதில் நாய்க்குணம் என்பது பழமொழியாக ஒலிப்பதால், இந்தச் சங்கடமும் பழையது. அதை மனிதர்கள் புரிந்துகொண்டிருப்பதும் பழையதுதான் என்று தெரிகிறது.

ஆனால், இந்தக் காலத்து ஆணும் பெண்ணும் அசுர வேகத்திலும் மேலைநாடுகள் சுதந்திரத்தைப் பற்றித் தந்துள்ள புதிய சிந்தனை மரபுகளிலும், தொழில் நாகரிகம் வளர்ந்துள்ள வசதிகளிலும், தான்

உண்டு தன் காரியம் உண்டு என்ற பெருநகர்களுக்கு உரித்தான சுயேச்சைகளிலும் வாழ்ந்துவருவதால் இந்தப் பழைய சங்கடம், ஆத்மிக சுதந்திரம், தனிமனித சுதந்திரம் முதலிய பல புதிய பெயர் கொண்ட போர்வைகளைப் போர்த்து இந்தக் காலத்து மனிதனை அலைக்கழிக்கின்றன. அமிர்தம், டில்லி சமூகத்தின் விழிகளைக் கற்பனை செய்து கோழையாகிவிடுகிறான். அதாவது டில்லியில்கூட சுயேச்சை பலிக்காது. கோழை என்று பானு சொல்கிறாள். ஆனால் கோழைத்தனம், தைரியம் என்ற இரண்டும் என்ன என்று கருக்காகத் தீர்மானிப்பது கஷ்டம்.

இந்த உளைச்சல்களை அப்படியே வரைந்திருக்கிறார் ஆசிரியர். கோழையா, தைரியசாலியா என்ற சந்தேகத்தின் சின்னமாக, கதையின் கடைசி வரியில் டெலிபோன் ஒலிக்கிறது. அதை யார் அடித்திருப்பார்கள்? பானுவா, அவள் அம்மாவா, திலகமா? பிரமையா? – நமக்குத் தெரிய வேண்டியதில்லை. இந்தச் சந்தேகம்தான் சரியான விடை. எது தைரியம், எது கோழைத்தனம் என்ற சந்தேகத்துக்கு ஒவ்வொரு யுகத்திலும், ஒவ்வொரு கணமும் ஒவ்வொரு விடை கிடைக்கும்.

தலைப்பு ஹெலிகாப்டராக இருந்தாலும், எழுத்து ஜெட் வேகத்தில் பாய்கிறது. 1960க்குப் பிறகு வாசகர்களுக்கு அறிமுகமான சில முன்னணிப் படைப்பாசிரியர்களில், இந்திரா பார்த்தசாரதிக்கே உரிய தனி வேகம் இது. அழுத்தமும் சிந்தனையாழமும் கலந்த வேகம் அபூர்வமான சேர்க்கை. சிந்தனையாழம் என்றால் படிப்பதற்கு இரும்புக் கடலையாக இருக்க வேண்டிய அவசியமில்லை; சரளமாக வாசிப்பது, சு[illegible]யம் கஷ்டமாக இருக்க வேண்டும் என்று அர்த்தமில்லை. இந்திரா பார்த்தசாரதியைப் படிக்கும்போது இது புரியும். இதற்காக அவரை இன்னொரு முறை வாழ்த்த வேண்டும்.

புதிய யுகத்தின் சவால்களைத் தமிழ் எழுத்தாளர்கள் பலர் ஏற்கவில்லை என்று எத்தனையோ பேர் குறை சொல்கிறார்கள். புதிய மாறுதல்களின் புற வடிவுகளைக் காண்பதைவிட அக வடிவங்களைக் கண்டு படைப்பாக மாற்றுவது சிரமமான காரியம். இந்திரா பார்த்தசாரதி, அக வடிவங்களைக் காண்கிறார். அதன் ஆழங்களையும் கண்டு கலை உருக்கொடுக்கிறார்; அபார வெற்றியுடன் கொடுக்கிறார். எதையும் தொழ மறுக்கிற அவருடைய கிண்டலும் தனித்து நிற்கிற போக்கும் அந்த வெற்றிக்கு உதவுகின்றன.

முதல் பதிப்பு முன்னுரை 1971
(தமிழ்ப் புத்தகாலயம், சென்னை.)

என் வாழ்த்து

இரவுக்கு முன்பு வருவது மாலை

ஆதவன் எழுதத் தொடங்கியது 1960க்குப் பிறகு என்று நினைக்கிறேன். தமிழ்ப் படைப்பிலக்கியத்தில் 1960 முக்கியமான கட்டம். 1960க்குப் பிறகு நுண்ணுணர்வோடும் நிச்சயத்தோடும் – அதாவது ஒரு நல்ல கலைஞனின் நிச்சய புத்தியும் சங்கோஜமும் கலந்த ஒரு திடத்தோடும் – எழுதுகிற சிலரில் ஆதவன் மிக முக்கியமானவர்.

1960க்குப் பிறகு தமிழ் எழுத்து ஒரு புதிய திருப்பம் காணத் தொடங்கியிருக்கிறது. அதற்குக் காரணம் நுண்ணுணர்வோடு எழுதுகிற ஒரு பத்துப் பன்னிரண்டு பேர் – அல்லது மேற்சொன்ன 'சிலர்' இவர்களுடைய எழுத்தில் ரசிகர்கள் முக்கியமான சில பண்புகளைக் காண்கிறார்கள். விரிவான ஆத்ம சர்ச்சை, உள்மன இடுக்குகளைக் காணும் வேட்கை, கணம் கணமாகக் காலத்தைக் கண்டு செல்லும் அல்லது நிற்கும் நிதானம் – அதாவது ஒரு கணமும் பயனற்றதல்ல என்ற பரிவு, பற்றாக்குறை – நெரிசல், போட்டி – மோதல் – அநீதி போன்ற அவலங்கள் புற வாழ்வில் புகுந்ததன் மூலம் அக மதிப்புகள் கவிழ்ந்துபோயிருப்பதை அலசும் நோக்கு, இந்த அவலங்களுக்குப் பழைய நெறிக் கோட்பாடுகளை ஒட்டி மருந்துகள் சொல்லாமல் இருக்கிற நேர்மை. இதே காரணத்தால் சொற்களுக்கு மரபாக உள்ள அர்த்தங்களை, அதாவது தேய்ந்த அர்த்தங்களை

ஏற்றிவிட்டு, புதிய செலாவணி ஊட்டும் சொல் அமைப்பு – ஆட்சி முறை –, பொதுவான ஒரு அறிவு – ஜீவநோக்கின் ஆதிக்கம் – இவை சில பண்புகள். இன்னும் சொல்லலாம். இவை முக்கியமானவை. இவை தமிழ் எழுத்திற்குக் கைகொடுத்து அதைப் புதிய பாதையில் கொண்டுவிட்டிருக்கின்றன. அல்லது அதுவரை காணாத புதிய கலை இயல் உணர்வுகளைத் தரத் தொடங்கின. இது தமிழில் மட்டுமல்ல, உலகின் பல மொழிகளில் நடக்கும் இயக்கம் எனத் தோன்றுகிறது. (எனக்குத் தெரிந்த அயல் மொழி ஆங்கிலம்தான். பிரிட்டனில் காணப்படும் இன்றைய எழுத்து முப்பது ஆண்டுகட்கு முற்பட்ட எழுத்தினின்றும் முற்றிலும் மாறுபட்டிருக்கிறது.) இலக்கிய ரிப் வான் விங்கிள்களாக பாவனை செய்துகொள்ள முடிந்தால், இந்த எழுத்தின் வேகம் புதுமை, மரபு உரிந்த பளபளப்பு, சூழல் மாறிய வேற்றுமை – எல்லாம் பளிச்சென்று மனதை ஈர்க்கும். இந்த மாறுதலுக்குப் பல காரணங்கள். மார்க்ஸ், ஃபிராய்ட், மகாயுத்தம் விஞ்ஞானம், தாழ்த்தப்பட்டவரின் (அதாவது பெண்கள், கீழ்ச்சாதியினர், வல – இட – மைய அரசியல்வாத 'குண்டர்களும்' பண – சரீர – அதிகார குண்டர்களும் கூட்டுச் சேர்ந்த சதியால் திணறும் மக்கள் ஆகியோரின்) விழிப்பு அல்லது நாதியின்மை – போன்ற பல சக்திகளே உலக இலக்கியத்தில் இந்த மாறுதல்களைத் தோற்றுவித்துள்ளன. தமிழிலும் ஏறக்குறைய இதே காரணங்கள் தான். இது தலைமுறைப் பிரச்சனை அல்ல; விஞ்ஞானம். அவ் விஞ்ஞானத்தைக் கொஞ்சம் கொஞ்சமாக அகற்றி வெளியேற்றும் முயற்சி.

இந்தத் திருப்பத்தில் கலைச்சுவை இயலான வெற்றியோடு எழுதுகிற மிகச் சிலரில் முக்கியமான ஒருவர் ஆதவன். முதலில் சொன்ன பண்புகள் பல இவர் எழுத்துக்கு ஒரு தனித்துவம் அளிக்கின்றன. உள்மனத்தை ஆழ்ந்து காண்கிறார். கணங்களைப் பரிவுடன் பார்க்கிறார். எதையும் கருக்காக, உரிய நாத அளவோடு, எடை போட்டாற்போல் சொல்ல வேண்டும் என்னும் பொறுப்புடன் சொற்களை உருவாக்குகிறார். (கீழ்மட்டத்து ஊழியன் கணபதியின் கதை இந்த அளவுக்கு ஒப்பற்ற எடுத்துக் காட்டு) உண்மையில்லாத மிகைகளைத் தொட மறுக்கிறார். புதிய புதிய உத்திகளை, உத்திக்காக என்றில்லாமல் தம் நோக்கத்தை நிறைவேற்றுவதற்காகப் படைக்கிறார். கணங்களை அசட்டை செய்யாமலிருப்பதால், அக – புற விவரங்கள் ஏராளமாக இருக்கின்றன. நோக்கில் தெளிவும், நடுநிலையும், பரிவும் இருப்பதால் திருப்பித் திருப்பிப் படிக்கத் தோன்றுகிறது. அப்படி மீண்டும் படிக்கும்போது, இதை நாம் உன்னிப்பாகப் படிக்கவில்லையே என்ற ஜாக்ரதை ஏற்படுகிறது. முதிர்ச்சியும்

நேர்மையும் உள்ள எழுத்து, வாசகனின் அஜாக்ரதையைப் பார்த்து இப்படி மௌனமாகச் சிரிக்கிற வழக்கம்.

டில்லியிலிருந்து திருவையாற்றுக்கு வருகிற பையனின் மோகங்களையும் அக்கரை மயக்கங்களையும் "தியாகராஜர் பட்டணத்தில் பிறந்தாலும் ராமனைத்தான் தேடியிருப்பார்" என்று ஒரே அசைப்பில் உலுக்கிவிட்டுவிடுகிறார் சித்தப்பா. படித்துவிட்டு கலியாணத்துக்கு 'இருக்கிற' பெண்ணுக்கு முளைக்கிற சிறகுகளை எப்படியெல்லாம் பார்க்கிறார் ஆசிரியர்! சில சமயம் இறக்கைகளையும் சிறகுகளையும் அந்தப் பெண் அலகாய்க் கொத்திக் கொத்தித் தன்னைத் தயார் செய்துகொள்வதுபோல் நமக்கு ஒரு தோற்றம். அந்த "பழைய – புதிய" பெண்மையின், அறிவோடு வளர்ந்த இளமையின் கனவுக் கூட்டத்தையும் அதன் வழிவகுப்பையும் ஆர அமர, ஒரு ஏக்கத்தோடு சித்தரித்திருக்கிறார். ஏக்கத்தோடு என்று சொல்லலாமா? கையெட்ட பறக்கும் புள்ளின் சிறகுக் காற்றுப்போல, நமக்கு அந்த இளம் பெண்மையை உணர்த்திவிட்டுப் போய்விடுகிறது கதை. உத்திகளில் சிலம்பமாடும் "இரவுக்கு முன்பு வருவது மாலை"யில் கணங்களை நிரந்தரமாக்கும் ஏக்கம், பழைய கணங்களை நினைத்துப் புறப்படும் இசக்கியா பிள்ளை என்ற பேரிளம் ஆணின் அமர்ந்த துடிப்பு – எதைச் சொன்னாலும் ஒரு நிச்சய புத்தியுடன், தெளிவுடன், பக்குவமான ஓரகமற்ற நடுநிலையோடு சொல்லிவிடுகிறார் ஆதவன். இதன் பயனாக, சாதித்துவிட்ட பறையோசை கேட்காமல், தேடுகிற அடக்கம் இவர் கதைகளில் இதமாக ஒலிக்கிறது. அதனால்தான் மீண்டும் மீண்டும் படிக்கத் தோன்றுகிறதுபோலும்.

இத்தனை விவரங்கள் வேண்டுமா என்று சில சமயம் தோன்றுகிறது. இசக்கியா பிள்ளையின் கதையை இன்னும் நீளமாக எழுதியிருக்கலாமே, சிறகுகளையும் 'மாலை'யையும் சிறிது நீளம் குறைத்திருக்கலாமே, என்று தோன்றுகிறது. ஆனால் இத்தனை விவரங்களும் பழைய சைனா ஜாடி ஓவியங்களைப் போல அந்தந்த இடத்தில் அமர்ந்து பொருந்தியிருக்கின்றன என்பதால், இது இலக்கிய ஆசிரியனின் உரிமை என்றும் படுகிறது. ஆதவன் போன்றவர்களின் கதைகளில் ஒரு பொறுப்புணர்வு இருப்பதால், நல்லது நாலு சொன்னால், குறை இரண்டு சொல்ல வேண்டும் என்ற வீறாப்பு மரபுப்படி ஒழுக வேண்டும் என்று அவசியமில்லை.

ஆதவன் முதலில் பிரபல பத்திரிகைகளில் எழுதத் தொடங்கி பின்பு பிரபல அல்லது இலக்கியப் பத்திரிகைகளில் எழுதி

வருகிறார். ஆனால் எதில் எழுதினாலும் அவர் சபைக்கேற்பத் தன்னை மாற்றிக்கொள்ளவில்லை என்பதைக் கோட்டான்கள், கோபிகள் உட்பட எல்லா ரசிகர்களும் உணர்வார்கள்.

ஆதவன் எழுத்தின் சில குறிப்பிட்ட நயங்கள் பற்றி நிறைய எழுத வேண்டும் போலிருக்கிறது. இது விமர்சனக் கட்டுரை அல்ல. அவர் எழுத்து என்னை ஈர்த்ததற்குக் குரல் கொடுக்கும் வாழ்த்து. இவரால் தமிழ்ப் படைப்பு இலக்கியம் கணிசமான, புதிய முன்னேற்றம் காணும்.

இமயப் பதிப்பகம் – நாகப்பட்டினம் (மே 1974) வெளியிட்ட
தொகுப்பின் முன்னுரை.

சூர்க்கத்திச் சொற்கள்

கல்லிற்கு கீழும் பூக்கள்

"காவி கட்டிக்கிறது அவ்வளவு சுலபமா என்ன?" என்று ஒரு காவிச் சாமியார் மாலனையோ யாரையோ பார்த்து ஒரு கதையில் கேட்கிறார். தானே பதில் சொல்கிறார்: "என்னைக் கேட்டா வாழ்க்கையோட மூவ்மெண்ட்லே அது அது அதன் இடத்திற்குப் போய் சேர்ந்துண்டு இருக்கு . . . இதுதான் வாழ்க்கையோட டைனமிக்ஸ். இதை அடையாளம் கண்டு புரிஞ்சுக்கறதுதான் நம்ப வேலை. புரிஞ்சுக்கறது மட்டுமில்லை. அதோடு சம்பந்தம் வச்சுக்கணும். நமக்கு எல்லாத்தோடயும் சம்பந்தம் இருக்கு. மனுஷாளோடு, இந்தச் சுவரோடு, கதவோடு, மரத்தோடு, பூவோடு, நட்சத்திரத்தோடு, எல்லாத்தோடும் சம்பந்தம் இருக்கு . . . தனிச்சுப் போயிடறதுக்காகக் காவியைக் கட்டிண்டு கிளம்பக் கூடாது. இந்த தேசத்திலே காவியைக் கட்டிண்டவா எல்லாம் எல்லாத்தையும் உதறிட்டுக் கிளம்பினவா இல்லை, எல்லாத்தையும் இழுத்து அணைச்சுக்கக் கிளம்பினவாதான் . . . நீங்க இங்கிலீஷ்லே சொல்றேளே, 'யுனிவர்சல் லவ்' – அதோடு நிறந்தான் காவி . . . எல்லா அகமும் நமக்குச் சொந்தம் . . . எல்லா வீடும் நம்மோடதாயிடுத்துன்னா, நாம எதிலேர்ந்து அந்நிய மாறது, எப்படி அநாதையாவோம், ம்?"

இப்படி யாரோ அநாதையென்று தன்னை நினைத்துக்கொண்டு எங்கிருந்தோ வந்து காலில் விழுந்த ஒரு வெள்ளைக்கார இளைஞனைப் பார்த்து

சொல்கிறார் காவிச் சாமியார். அவனைப் போலவே மனசை அநாதையாக்கிக்கொண்டு வந்திருந்த ஒரு கிருஷ்ணமூர்த்தி இதைக் கேட்டுக்கொண்டிருந்தான். கண் விளிம்பில் ஜலம் கோர்த்துக்கொள்ள தடாலென்று காலில் விழுந்து வணங்கினான்.

வாசிக்கும்போது நானும் கிருஷ்ணமூர்த்தியைப் போல ஒரு நாழிகை ஆடிப்போனேன். இது 'செண்ட்டிமெண்ட்டாலிட்டி' என்று எள்ளப்படுகிற பேதைத்தனமல்ல. உண்மையை, அழகை, தர்சிக்கும்போது ஆளையே வேரோடு ஆட்டுகிற ஒளியாட்டம். நல்ல சங்கீதத்தைக் கேட்கும்போது, ஊழிக் கூத்தைப் பாரதியார் பார்த்தபோது, நந்தி தேவனை, கவச குண்டலங்களைப் பிய்த்துக் கொடுத்த கர்ணனைப் பார்க்கும்போது ஏற்படும் தரிசனம் – ஒளி உதயம்.

மாலனின் எழுத்தில் பற்பல கட்டங்களில் இது கிடைக்கிறது. சிறுகதை பெரிய சமுத்ரம் – ஊடாடுகிறவர்கள் எத்தனை புதுமைகளையும் அதிசயங்களையும் காண்கிறார்கள் காண்பிக் கிறார்கள் என்று இந்தக் கதைகளைப் படித்தவுடன் தோன்றிற்று. பிரபஞ்சத்தில் எதையும் அணைத்துக்கொள்கிற அன்புதான் பேருண்மை – இதுதான் அத்துவைதம் – அத்துவைதம் வறட்சித் தத்துவமல்ல என்று 'கதவைத் திறக்கும் வெளிச்சம்' போல, 'ஈரம்', 'காதலின்', 'கல்லிற்குக் கீழும் பூக்கள்', 'சப்தங்கள்' போன்ற கதைகள், வெவ்வேறு கோணத்திலிருந்து நமக்குக் கதவைத் திறக்கின்றன.

கலையை விஞ்ஞானமாக்கின கம்ப்யூட்டர் மனிதனுக்கு அடிமைப்பட ஆசைப்படுகிறது. இது மாலனின் ஆசை. உயிர்க ளிடத்து அன்பு கொண்ட கலைஞர்களும் விஞ்ஞானிகளும் அப்படித்தான் இருக்க வேண்டும் என்று ஆசைப்படுகிறார்கள். 'வித்வான்' என்னும் இந்தக் கதை ஒரு அற்புதமான செய்தி. சிறுகதையின் அடிவானத்தை எவ்வளவு தொலைவிற்கு ஒரு தேர்ந்த கலைஞன் தள்ள முடியும் என்று மாலனை அறிமுகப் படுத்துகிறது.

ஒரு தேர்ந்த கலைஞனின் இதயம் எப்படியெல்லாம் தன் கலைக்குப் போஷணைகள் தேடுகிறது என்பதையும் ஒரு இடத்தில் பார்க்கிறோம். பாரதியாரின் "காகிதம் செய்வோம்" வரியில் வழவழக் காகிதத்தைப் பார்க்காமல் "சுரண்டறவன் வயிற்றில் சொருகுகிற கத்தி"யாக கட்டுரையும் கவிதையும் தெறிக்க வேண்டும் என்ற எழுச்சியைப் பார்க்கிறார் மாலன். ஒரு மகாகவியை எப்படி அணுக வேண்டும்? – எப்படி ஒரு தூய கலைஞன் அணுகுவான்? மாலன் தோப்பன் சாமி மாதிரி வழிகாட்டுகிறார்.

'முகங்கள்' என்ற கதையைப் படியுங்கள். காலம் காலமாக ஆணுக்கு அடிபணிந்து வருகிற பெண் இனம் இந்த யுகத்தில் எப்படியெல்லாம் நொந்துபோகிறது, சுண்டு விரலில் சுற்றி ஆட்டப்படுகிறது என்று வயிறு எரியப் புரிந்துகொள்வீர்கள்.

சிறுகதை சமுத்ரம் என்பதை மாலனின் கதைகள் நினைவுறுத்துகின்றன. கடலில் மூழ்குவோர் அர்த்தம், அனர்த்தம், அர்த்தமற்றவை, செத்தை, குப்பை, செல்வம் என்று தத்தம் நோக்கத்திற்கு, திறமைக்குத் தக்கவாறு எடுக்கிறார்கள். மாலன் ஆழ்ந்து மூழ்கி, ஜீவதயை, பரிவு, அன்பு, மனிதனின் க்ஷேமம், இந்தப் பிரபஞ்சத்தில் அவன் அல்பாயுசில் போய்விடாமல் நிலைத்து நிற்க வேண்டும் என்ற ஆசை, தன்னில் பிறர்கள், பிறர்களில் தான் என்று அர்த்தங்களைக் கொண்டுவருகிறார். இரக்கப்பட்டும், எள்ளியும், பல சமயங்களில் கோபத்தோடும், வயிறு எரிந்தும் வெடுக்வெடுக்கென்ற சூர்க்கத்திச் சொற்களால் பேசுகிறார். இந்தக் காலத்தில் சொரணையுள்ளவர்கள் கோபப் படாமல், வயிறு எரியாமல் எப்படி இருக்க முடியும்? எப்படிக் கலைஞர்களாக முடியும்? மாலனுக்கு இந்தக் கோபமும் சொல்லாட்சியும் புதிய பார்வைகளும் நீடித்திருக்க வேண்டும் என்று விரும்புகிறேன். வழி மறைத்திருக்குது மலைபோல நிலையில் முகவுரை எழுதுபவன் வேறென்ன சொல்ல வேண்டும்?

அன்னம் சிவகங்கை வெளியிட்ட
'கல்லிற்கு கீழும் பூக்கள்' (1984) தொகுப்பின் முன்னுரை.

பன்னிரண்டு கதைகளும் நானும்

பயம். *Judge not that yet be not judged.* எனக்கு பிறர் என்னை ஜட்ஜ் பண்ணுவார்களே என்று இல்லை. அவர்கள் என்னை ஜட்ஜ் பண்ணினாலும் பண்ணாவிட்டாலும் எனக்கு பயமாகத்தான் இருக்கிறது. படைப்பு எழுத்தாளர்களை தரம் பிரிப்பது, எடைபோடுவது – இது எனக்கு சிரமமான வேலை. நான் அடிக்கடி சொல்லி எனக்கே அலுத்துப்போன ஒரு சேதியை மீண்டும் இங்கு சொல்கிறேன். சிருஷ்டியின் ரகசியமே ஒன்றிலிருந்து ஒன்று வேறுபட்டிருப்பதுதான். ஒரு முகம் போல் ஒரு முகம் இல்லை. ஒரு குரல்போல் ஒரு குரல் இல்லை. ஒரு இலைபோல் ஒரு இலை இல்லை. வெகு சூக்ஷ்மமாக, மிகமிக நுண்ணிய தாக ஒரு இலை இன்னொரு இலையிலிருந்து வேறுபட்டுத்தா னிருக்கும். அப்படி வேறுபடுவது அதன் உரிமை. அதன் தனித்துவம். இயந்திரங்கள் உற்பத்தி செய்யும் சாமான்களைப் பற்றிக்கூட எனக்கு இப்படி ஒரு சந்தேகம் உண்டு. (நல்ல வேளையாக அது சந்தேக நிலையில்தான் இருக்கிறது.)

இந்த பயத்தினால்தான் விமர்சனக் கட்டுரை என்று லக்ஷ்மணன் கேட்டவாறு எழுதுவது எனக்குப் பாடாக இருக்கிறது. நான் விமர்சகன் இல்லை. விமர்சனக் கலை மிகப் பெரிய கலை. மிகப் பெரிய விஞ்ஞானக் கலை. ஆராய்ச்சிக் கலை. நிறைய படிப்பு வேண்டும். ஆழ்ந்து அலசும் கூர்மை வேண்டும்; தெளிவு வேண்டும்.

5, 10 ஆண்டுகளில்கூட இலக்கியம் வளர்கிற வளர்ச்சி தெரிய வேண்டும். இலக்கிய வரலாறு, உளவியல், இலக்கணம் – எல்லாம் தெரிய வேண்டும். ஒரு நாவலில் எத்தனை செட்டியார்கள் வருகிறார்கள், எத்தனை அய்யர்கள், எத்தனை முதலியார்கள், எத்தனை ஹரிஜனங்கள், எத்தனை சேர்வைகள், தேவர்கள், அம்பலக்காரர்கள் வருகிறார்கள், எத்தனை ஷானாக்கள், ஜானாக்கள், க்ஷானாக்கள் வருகின்றன என்றெல்லாம் எண்ணி, கட்டம், பத்திகள் போட்டு வகைப்படுத்துவதுமுதல், கதை மாந்தர்கள் எந்தச் சமுதாய – பொருளாதாரக் கொள்கையைத் தங்களை அறிந்தோ அறியாமலோ சேர்ந்திருக்கிறார்கள் என்று கணிப்பதுவரை பல திறமைகள் வேண்டும். ரொம்ப சிரம சாத்தியமான வேலை. எனக்கு இயல்பாகவும் பயிற்சியாலும் இந்தத் திறமை ஏதும் இல்லை. இருக்கிற ஒரே தகுதி கண்ணும் காதும் கொண்டிருப்பதுதான். இலக்கிய சிருஷ்டிகளை ஒரு ரசிகன் என்ற முறையில்தான் படிக்கிறேன். இசை நிகழ்ச்சிகளையும் அப்படியேதான் கேட்கிறேன். ரசிகன் என்று சொல்லிக்கொள்ளக்கூட பயமாக இருக்கிறது. உதாரணமாக பாபநாசம் சிவன் போன்ற இசை அறிஞர்கள் வனவாசம் போன பிறகு கடந்த 15, 20 வருடங்களாக, தமிழ் சினிமாவில் ஒரு புதிய சங்கீதம் பிறந்து வளர்ந்திருக்கிறது. எல்லாப் பாடல்களும் ஒரே ராகம் போலவும், மேடைப் பேச்சுக்களையே தட்டிக் கொட்டிப் பாட்டாக நீட்டியது போலவும் என் காதுக்கு ஒலிக்கிறது. இதைப் பல கோடி மக்கள் ரசிக்கிறார்கள். பாடம் பண்ணி முணுமுணுக்கிறார்கள். மக்கள் கலையாக வளர்ந்துள்ள இந்தக் கலையை என்னால் கேட்டு அனுபவிக்கத் திறமை இல்லாததால், என் ரசிகத் தன்மையிலும் வளர்ச்சியிலும் காலத்தோடு ஒட்டலிலும் எனக்கே சந்தேகம் வந்திருக்கிறது. வேகமாக முன்னேறும் மக்களோடு ஈடு கொடுத்து நடக்க முடியாத நொண்டியாக, கடைப்படாதவனாக ஆகிவிட்ட பயமும் ஆட்டுகிறது.

இதெல்லாம் சம்பிரதாயமான அவையடக்க முன்னுரை இல்லை; என் குறைகளை நீங்கள் தெரிந்துகொள்ள வேண்டும் என்ற விருப்பம்தான். எனவே "விமர்சனம்" என்று லக்ஷ்மணன் இட்ட உத்தரவை "உனக்குப் பிடித்த கதை எது?" என்று அர்த்தம் செய்துகொள்கிறேன். எது நல்ல கதை என்று எனக்குச் சொல்லத் திறன் இல்லை. "நானும் பன்னிரண்டு கதைகளும்" என்று ஒரு தலைப்புப் போட்டுக்கொண்டு, நான் இந்தக் கதைகளைப் பற்றிக் கொஞ்சம் சொல்லுகிறேன்.

இந்தப் பன்னிரண்டு கதைகள் எல்லாமே எனக்குப் பிடித்திருக்கின்றன.

ஒவ்வொரு கதையையும் நீங்கள் படித்தால்தான் நல்லது. நான் கதையைச் சுருக்கினால் ரசப்படாது. கதையைச் சுருக்கிச் சொல்லல் கதையின் கழுத்தைச் சுருக்கிக் கொல்லலுக்குச் சமம். ரயில்வே ஸ்டேஷனில் பிளாட்பாரம் டிக்கெட்டு வாங்குகிற நிர்பந்தம்; வாங்கவும் இஷ்டமில்லை. வாங்காமலும் முடியாது. வாங்கினாலும் வண்டிகளும் மனிதர்களும் போவதைப் பார்த்துக் கொண்டு நாம் மட்டும் நிற்க வேண்டும்.

ஆறுமுக தேவருக்குப் பசி. ஆனால் சர்மாவின் ஹோட்டல் முறுகல் நெய் தோசையை வெளியேயிருந்தபடி முகர்ந்துகொண்டே நடக்கிறார். வீட்டில் குழந்தைகள் தெருப் பலகாரத்திற்கு ஏங்கும் போது அவருக்கு மட்டும் என்ன? மாட்டுத் தரகில் வருகிற நொள்ளைப் பணத்தில் எத்தனை வயிற்றைக் கழுவ முடியும்? பெண்கள் வேறு 'உட்காரத்' தொடங்கிவிட்டன. குதிர் குதிரான பெண்கள். வடிவேலு ஆசாரிக்கு இருநூறு ரூபாய் கடன் பாக்கி. வடிவேலு இவரைப் பார்க்கிறார். இந்த அற்பக் காசுக்கு நடுத்தெருவில் கேட்கக் கூடாத பேச்செல்லாம் பேசுகிறார். மானம் போகிறது. வீட்டிற்குப் போனால் பிள்ளையாண்டான் சாம்பார் நன்றாக இல்லை என்று தட்டை வீசி எறிந்துவிட்டுப் போனானாம். செல்லம் கொடுத்துத் தறிதலையான பிள்ளை. அவனைப் பற்றிப் பேசுகிறதே நாராசமாய் இருக்கிறது. ஆனால் பேசிப்பேசி சம்சாரம் புண்ணில் கோலிடுகிறாள். பின்பு அவள் போடுகிற சோற்றில் மடித்த வாசனை. பருப்போடு ஒட்டாத சாம்பார். இந்த நடுவில் மடியை நோக்கி ஓடிவந்த கடைசிக் குழந்தையைக் கண்டதும் எரிச்சல். ஒரு அடி கொடுக்கிறார். அது அம்மாவிடம் ஓடுகிறது; இருந்த எரிச்சலில் அவளும் அந்தச் சனியனைச் சாத்துகிறாள். தன்னை அடிப்பதற்குப் பதிலாக குழந்தையை அடிக்கிறதாகப் படுகிறது தேவருக்கு. கத்துகிறார். மாற்றுக் கத்தல் கிளம்புகிறது மனைவியிடமிருந்து. ஆண்பிள்ளை யாச்சே. அவள் மயிரைப் பிடித்து அடி அடி என்று அடிக்கிறார். வெளியே போகிறார். வண்டிப்பேட்டையில் வழக்கமான இடத்தில் உட்கார்ந்துகொள்கிறார். மனசு, படபடப்பு எல்லாம் அடங்க வெகு நேரமாகிறது. கடன்காரன் பேசின சின்னப்புத்தி. பெண்டாட்டி எதிர்த்து எதிர்த்துப் பேசின அடங்காத்தனம் இரண்டையும் மறக்க முடியவில்லை. தன் வசந்த காலங்களை நினைத்துக்கொள்கிறார். பெண்டாட்டி, பிள்ளை எல்லாம் வேஷம் கட்டி ஆடுபவைகளாக, நன்றி கெட்ட ஜென்மங்களாக நினைவில் கசக்கின்றன. பசி அடங்கவில்லை. மடியைப் பிரித்தபோது இரண்டு ரூபாய் சில்லறை தென்படுகிறது. வீட்டிற்குப் போன போது சண்டை வந்ததால் அவளிடம் கொடுக்கவில்லை. ராத்திரி பட்டினி கிடக்கட்டும், புத்தி வரும் என்று மணீஸ்

கபேக்குள் நுழைகிறார். சாப்பிடுகிறார். வெங்காய சாம்பார், நெய் – இரண்டு மூன்று கவளம் சாப்பிட்டு தண்ணீர் குடிக்க அண்ணாந்ததும் வாசலில் ஏதோ பளிச்சென்று மின்னுகிறது. கையை அப்படியே உதறிவிட்டு வாசலுக்கு ஓடிவருகிறார். மூத்த பெண் டிபன் காரியரில் சாப்பாடு கொண்டுவந்திருக்கிறது. ராத்திரிக்கு அரிசி வாங்க பணமும் வாங்கிவரச் சொல்லி அம்மா சொன்னாளாம். தேவருக்கு முகத்தில் அடித்தாற்போல்" ஒரு அடி. வைராக்கியம் பறந்துபோகிறது. 'சரி போ நான் அரிசி வாங்கி வர்றேன்' என்று பெண்ணையும் கூடவந்த சின்னதையும் திருப்பிவிடுகிறார். அதற்குள் மேசை சுத்தம் செய்கிறவன் அவர் இலையையும் இழுத்துத் தொட்டியில் போட்டுவிட்டான். நாய்கள் தொட்டிக்கருகே பாய்ந்து உறுமுகின்றன. ஒரு குட்டிபோட்ட நாய் மடிகள் தரையில் இடிக்க, தொட்டியின் விளிம்பில் ஏறி நின்று மற்ற நாய்களையும் குட்டிகளையும் விரட்டுகின்றது. அந்தக் குட்டி நாய்களில் சில அதன் குட்டியாகவும் இருக்கலாம். தேவர் மனம் அவரைப் பழிப்பதுபோல் இருக்கிறது.

மும்தாஜ் யாசீன் எழுதின அற்புதமான கதை. இது வளவளப்பு இல்லை. அநாவசியச் செய்திகள் இல்லை. மாட்டுத் தரகு என்னும்போது அவருடைய சமுதாய, பொருளாதாரப் பகைப் புலன்களை எல்லாம் நான் கற்பனை செய்துகொள்ள முடிகிறது. கடன் கொடுத்த ஆசாரி பேசின பேச்சு, பெண்டாட்டி குடும்பத்தைச் சுமந்து தாளாமல் வெடிக்கிற சின்ன வெடிப்பு, அவள் பிள்ளையை அடிக்கிறது – எல்லாக் காட்சிகளும் கன செட்டாகப் பளிச் பளிச்சென்று நம்மைத் தாக்குகின்றன. இந்தக் கதை எல்லாருக்கும் அல்லது பெரும் பாலோருக்கு ஏற்படுகிற அனுபவம். ஆனால் எத்தனையோ காட்சிகளையும் பேச்சுக்களையும் வர்ணனைகளையும் சொல்லாமல் சொல்லிவிட்டார் ஆசிரியர். இது நடந்த ஊர், மக்கள், கடைத்தெரு, இரைச்சல், வண்டிப்பேட்டை, தேவர் வீடு, அவர் திருமகன் – எல்லாவற்றையும் அவர் பன்னிப் பன்னிச் சொல்லிவிட்டாற் போல நான் காண முடிகிறது. அவர் விவரப்படுத்தவில்லை. என் மனசை, அனுபவத்தையெல்லாம் தூண்டிவிட்டிருக்கிறார். பெரிய நாயைப் பார்த்து தேவர் கண்ணீர் விடுவதாக எழுதியிருக்கிறார். தன் குட்டிகளையே விரட்டித் தான் தின்னும் நாயைப் பார்த்து, தானும் அப்படியோ என்று நினைக்கும்போது தேவருக்குக் கண்ணீர் வருகிறது. கண்ணீர் அவசியமா, அதைச் சொல்ல வேண்டுமா என்று பலர் நினைக்கலாம். இத்தகைய சிறு குறைகள் குறைகளாகப் படவில்லை.

முரட்டுச் சீக்கியர்கள் சிலர் சின்னக் காரியத்திற்கு அழுது நெகிழ்வதை நான் பார்த்திருக்கிறேன். பல நோக்குகளில் இது

எனக்கு. மிகப் பிடித்த கதை. சொல்லாட்சியில் ஒரு நயம், நடை ஓட்டம் – எதைப் பார்த்தாலும் தேர்ந்த. கையாகத் தெரிகிறது.

கந்தசாமி சேர்வையின் மகள் ஜானகிக்கும் கணேசன் என்ற இளைஞனுக்கும் இடையே காதல். ஊர் – உறவு – சமூகம் எல்லாம் ஒப்புக்கொள்ளாத காதல் என்று தோன்றுகிறது. இந்த கணேசன் இளைஞர் மன்றத் தலைவன். இளைஞர் மன்றம் ரிக்கார்ட் டான்ஸ் டிக்கட் விற்று பரிசுக் குலுக்கல் முதலியவற்றுடன் கோயில் திருவிழாவை ஒரு வருஷம் நடத்திற்று. கோவில் திருவிழாவை நடத்த இளைஞர் மன்றத்துக்கு உரிமை கிடையாது என்று கந்தசாமி சேர்வை கோர்ட்டில் தாவா போடுகிறார். ஊரில் உள்ள பத்துக்கரைகளின் சொந்தக்காரர்தான் காலம்காலமாக திருவிழா நடத்துகிறார்கள். அவர்கள் சார்பாக சேர்வை தாவா போடுகிறார். ஆனால் இளைஞர் மன்றம்தான் பத்து வருஷங்களாக, கரைதார்களின் ஆதரவுடன் கோயில் திருவிழா நடத்துவதாகப் பொய் தஸ்தாவேஜுகள் தயாரிக்கிறான் கணேசன். சில கரைதார்களையும் பணம் கொடுத்தோ எப்படியோ தன்வசப்படுத்தி, கந்தசாமி சேர்வை தங்கள் பிரதிநிதியில்லை என்று கோர்ட்டில் சொல்லுமாறு செய்துவிடுகிறான். கந்தசாமி சேர்வை கட்சி தோற்றுவிடுகிறது. ஆனால் அவர் தன் மகள் ஜானகியின் காதலைத் தடுக்கவில்லை. அவர் மனசு அவ்வளவு பெரியது. அவர் நாஸ்திகர். கடவுளை நம்பாதவர். ஆனால் கோவிலில் காலம்காலமாக வருகிற சம்பிரதாயங்களை அழிக்க அவருக்கு மனம் இல்லை. அவலமான புதுமைகளைக் கோவில் திருவிழாவில் இளைஞர் மன்றம் புகுத்தியதை அவர் மனம் ஏற்கவில்லை. நாத்திகராயிருந்தும் கோவில் கட்டுப்பாட்டுக்காகப் போராடுகிறார். தோற்றுப்போகிறார். ஜானகிக்கு கணேசனைக் கண்டு எரிச்சல் வருகிறது. பொய்கள் சொல்லி, தன் தவறுகளை மறைத்த ஒரு இளைஞனின் காதலைவிட, சமூக நலனுக்காகப் பாடுபட்ட தன் தந்தையின் குணமே பெரிதாகப் படுகிறது. அவர் சம்மதித்தபோதிலும், அந்த கணேசனை மணாளனாக ஏற்க விரும்பவில்லை அவள். முற்போக்குவாதம் எனக்கும் உண்டாதலால் இந்தக் கதை எனக்குப் பிடித்திருக்கிறது. எனினும் சில விஷயங்களை அதிகமாக ஊகிக்க வேண்டியிருக்கிறது. ஊர், கௌரவம், பாரம்பரியம் என்று திரிந்துதான் ஓட்டைக் குடிசையில் இருப்பதாக அவர் மனைவி சாடுகிறாள். ஜானகி – கணேசன் உறவு, காதல், ஜனமோ சமூகமோ ஒப்புக்கொள்ளக் கூடியதல்ல என்று கோடிகாட்டப்படுகிறது. கோர்ட்டில் சேர்வை விசாரணை கொஞ்சம் நடக்கிறது. கணேசனை என்ன விசாரித்தார்கள் என்று விவரம் இல்லை. மொத்தமாக அவன் பொய்சாட்சி – ரிகார்டெல்லாம் ஜோடித்ததாக ஒரு வாக்கியத்தில் சொல்லப்

படுகிறது. கதையின் மையம் எது? ஜானகியின் பிரேமையா? கந்தசாமி சேர்வையின் பெருந்தன்மையா? இடச் சிக்கனம் இந்தக் கதையில் அதிகம். பல விஷயங்களைத் திணித்து நம்மைத் திணற வைக்கிறார் ஆசிரியர். ரொம்ப ரொம்ப ஊகம் செய்து சூழ்நிலை, மையக் கருத்து போன்ற பல விஷயங்களைக் கண்டுபிடித்து, திருப்பி பெட்டியில் அடுக்க வேண்டியிருக்கிறது. ஒரு குறுநாவலுக்கு வேண்டிய பல செய்திகள் உள்ள கதை இன்னும் சற்று பெரிய பெட்டியில் போட்டு தாராளமாக வைத்தால் விஷயங்கள் நசுங்காமல், பிதுங்காமல் உரு காக்கப்படும் என்று தோன்றுகிறது. என் ஊகத்திற்கு இத்தனை வேலை கொடுத்து இந்தத் 'தீர்ப்பு' கதையை எழுதிய செல்வி சுதா பாலகிருஷ்ணனை நான் பாராட்டுகிறேன்.

கல்யாண வெங்கடேசனைப் புது எழுத்தாளராக அறிமுகம் செய்துள்ளது குங்குமம் பத்திரிகை. அவருடைய 'நிம்மதி' என்ற கதை ஒரு லாரி விபத்தைப் பற்றியது. ஒரு ஏழெட்டு வயதுப் பையன் மீது லாரியை ஏற்றி, குற்றுயிரும் குலை உயிருமாக ரத்த வெள்ளத்தில் கிடத்திவிட்டு, லாரி டிரைவர் ஓடிவிடுகிறான். வழக்கம்போல் சாலைக் கூட்டம் கூடி வேடிக்கை பார்க்கிறது. நெருங்கவில்லை. ஒரு இளைஞன் கூட்டத்தை விலக்கிக்கொண்டு ஓடி வந்து முதலுதவி கொடுத்து, டாக்ஸி பிடித்து, பையனையும் அவன் தகப்பனாரையும் ஏற்றி ஆஸ்பத்திரிக்கு விரைகிறான். ஆபரேஷன் நடக்கிறது. இளைஞன் ரத்த தானமும் செய்கிறான். வெகு நேரம் கழித்து, நடு நிசிக்குப் பிறகுதான் பையனின் உயிருக்கு உறு இல்லை என்று தெரிகிறது இளைஞன் ஆஸ்பத்திரியை விட்டு நகரவில்லை. விடிவதற்கு முன் தகப்பனார் விசாரிக்கும்போது, தான்தான் லாரி டிரைவர் என்றும், விபத்து நேர்ந்ததும், கூட்டத்தின் கோபத்திற்கும் அடிக்கும் தப்பி, நண்பன் வீட்டுக்குப் போய் உடைமாற்றிக்கொண்டு பையனுக்குத் தன்னால் ஆனதைச் செய்ததாகச் சொல்லிவிட்டு, போலீஸிடம் சரண் அடையப் போகிறான் இளைஞன். திறமையாக எழுதப்பட்ட கதை. "டிரைவர் ஓடிட்டான் அய்யா, காட்டுத்தனமா லாரியை ஓட்டி சின்னப் பையனை பலியாக்கிட்டான்யா" என்று கதையைத் தொடங்கி, நம் கண்ணில் பொடி தூவிவிட்டார் ஆசிரியர். கடைசியில் அந்த இளைஞன் சொல்லுகிற வரையில் அவன் தான் டிரைவர் என்று நாம் துளி சந்தேகப்படாமல் நம் கவனத்தைத் திருப்பிவிட்டார். உலகப் போக்கையும் போகிற போக்கில் காட்டுகிறார். கூட்டம் கத்துகிறது. நெருங்கவில்லை. போலீஸ் காரர்கள் கேஸ் ஜோடிக்க ஆயத்தம் செய்கிறார்களே ஒழியத் துடிக்கும் உயிரைப் பற்றிக் கவலைப்படவில்லை. முதலுதவி முடிவதற்குள் கூட்டம் மாயமாக மறைகிறது. இதெல்லாம்

உலக நடவடிக்கை. நன்றாகச் சித்திரித்திருக்கிறார் ஆசிரியர். அதேபோல ஆஸ்பத்திரி காட்சிகள், நிசப்தம், தகப்பனார் கவலை, எல்லாம் நடப்போடு, இழை பிசகாமல் ஒட்டி வந்திருக்கின்றன. பாராட்டுக்குரிய வேகம், துடிப்பு, இயல்பியல் ஆகியவை கொண்ட கதை. புதிய எழுத்தாளர் என்பதால் விசேஷமாகப் பாராட்ட வேண்டும்.

எஸ். கிருஷ்ண மூர்த்தியின் 'இப்படி ஒரு பிரச்னையா' என்ற கதை ஜாதி அல்லது ஜாதி ஒழிப்பு என்ற பெயரில் மனிதர்கள் அதே குட்டையை விட்டு எழுந்திருக்கவே மாட்டேன் என்று நயமாகவும் பயமாகவும் நாசூக்காகவும் முரடாகவும் பிடிவாதம் பிடிக்கிறதை நையாண்டி செய்கிறது. முகத்தைப் பார்த்தும் பெயரைப் பார்த்தும் பேச்சைப் பார்த்தும் ஜாதியை ஊகிக்கிற துடிப்பு எல்லா இந்திய ஜாதியினருக்கும் முழுநேர வேலை, பொழுதுபோக்கு. சாருமதியின் அப்பா வெங்கடாச்சாரி. அய்யங்கார். அம்மா ஷெட்யூல்ட் காஸ்ட். சாருமதி, தான் ஷெட்யூல்ட் காஸ்ட் என்று வேலைக்குப் போட்ட மனுவில் எழுதியிருக்கிறாள். இண்டர்வியூ செய்த பெரியவர்கள் "அதெப்படி நீ ஷெட்யூல்ட் காஸ்டாக முடியும்? உங்கப்பாவோட ஜாதிதான் உன் ஜாதி; அதைத்தான் நீ இங்கே எழுதியிருக்கணும். இந்த வேலை ஷெட்யூல்ட் காஸ்டுக்குத்தான் ரிஸர்வ்ட், ஐம் சாரி, நீ போகலாம். நெக்ஸ்ட்" என்று அவளை வெளியேற்றுகிறார்கள். கண் கொட்டுகிற நேரத்தில் முடிந்துவிட்டது. ஸ்வாரஸ்யமான கதை. ஜாதி ஒழிப்புக்காகக் கத்தும் சர்க்காரும் அரசியல்வாதிகளும் எவ்வளவு சூப்பர் ஸனாதநிகள் என்று ஆசிரியர் நகைக்கிறார். இந்த தேசத்தில் ஜாதி ஒழியுமா என்று சந்தேகமாகத்தானிருக்கிறது. இதைத் தவிர நான் இன்னும் யோசித்ததுண்டு. இது அநுலோம சம்பந்தம். பிரதிலோம சம்பந்தமாக இருந்தால், அதாவது சாருமதியின் அப்பா ஏழுமலை என்ற ஷெட்யூல்ட் ஜாதியாராகவும் அம்மா ரங்கநாயகி என்ற அய்யங்கார் மாமியாகவும் இருந்திருந்தால் இந்த இண்டர்வியூ குழு என்ன சொல்லியிருக்கும்? நீள யோசனைகளைத் தூண்டும் கதை. ஆனால் கிருஷ்ணமூர்த்திக்கு ஆத்திரம். வெளியே வந்த சாருமதி தனக்குள் இந்தப் போலித்தனங்களைப்பற்றி ஒரு தார்மீகக் கோப உரை நிகழ்த்திக்கொண்டு போகிறாள். அவள் அம்மா, கலப்பு மணத்துக்காக சர்க்கார் கொடுத்த நற்சாட்சிப் பத்திரத்தைக் கிழித்துக் குப்பைத் தொட்டியில் போடுகிறாள். சர்க்காரே போட்டுவிட்ட பிறகு இவள் வேறு போட்டிருக்க வேண்டாம் என்று எனக்குப் பட்டது.

இந்த ஜாதி–நிறங்களைப் பற்றிய ஆஷாடபூதித்தனம், பிடிவாதம், பயம், அறியாமைகள் எல்லாம் வேறு கதைகளிலும்

கதாநாயகர்களாகிக் கோபச் சிரிப்புகளுக்கு ஆளாகி உள்ளன. சூடாமணி குமுதம் படத்துக்கு எழுதி 500 ரூபாய் பரிசு வாங்கின 'நெருப்பு' என்னும் கதை ஜாதி உணர்வைத்தான் சுடுகிறது.

பழங்கால ஆசாரக் கிழவர். புதல்வன் சோமுவோடு ஆசாரங்கெட்ட நகரத்தில் தங்கியிருக்கிறார். சோமுவுக்கு நல்ல உத்யோகம். அவன் நண்பன் பொன்னையன் தீண்டாத ஜாதி. அவன் வீட்டுக்கு வந்தால் வாசல் வராந்தாவோடு நிற்கட்டும், அவனுக்குக் காபி உபசாரம் எல்லாம் அனாவசியம் என்று கிழவர் கட்சி. ஒரு நாள் மாடியில் கீற்றுக் கொட்டகை தீப்பற்றிக் கொள்கிறது. சோமு வீட்டில் இல்லை – மாடியறையில் இருந்த பேத்தி சசியை அனல் நெருங்கிவிட்டது. குழந்தை அலறுகிறது. வள்ளியும் கிழவரும் ஓடிப் போய் அதிர்ந்து நிற்கிறார்கள். அனல் அண்டவிடவில்லை. தற்செயலாக சோமுவைப் பார்க்க வந்திருந்த பொன்னையன் ஒரு தாவாகத் தாவி குழந்தையை வாரி எடுத்துக்கொண்டு வந்து வள்ளியின் கையில் போடுகிறான். பிறகு தீக்குள் புகுந்து வெளியேறும்போது அவன் கழுத்து, முகத்தின் வலப்புறம், வலது கை, தொடை எங்கும் நெருப்புத் தீண்டிப் பொசுக்கிவிட்டது. கிழவருக்கு மனத்தில் பல அடிகள். நினைவுகள் கொடுத்த அடி. முன்பு ஒரு முறை குழந்தையை அவன் தூக்கிக் கொஞ்சியதற்காக, மருமகளை ஸ்நானம் செய்யச் சொல்லியிருக்கிறார் – பறத்தீட்டு விலக. அவன் படிப்பெல்லாம் படித்து உயரட்டும், ஆனால் கண்காணாத இடத்தில் விமரிசையாக இருக்கட்டும், இங்கு வந்து கலக்க வேண்டாம், என்றெல்லாம் அவர் நினைத்த நினைவுகள் அவரைச் சுடுகின்றன. கைம்மாறு செய்ய ஆசை துடிக்கிறது. நன்றி மறக்கக் கூடாதே ஞானோதயம் வந்தாற்போல, பொன்னையனை தன்னோடு சமபந்தியில் உட்கார்த்தி விருந்து சாப்பிட அழைக்கிறார். ஒரு ஸர்ப்ரைஸாக நண்பன் சோமு அவனிடம் இந்த செய்தியை வெளியிடுகிறான். கிழவர் அவனை வராந்தாவிலிருந்து உள்ளே வருமாறு அழைக்கிறார். அவரை ஏறிட்டுப் பார்த்துவிட்டு, "நான் உங்ககூட சாப்பிட விரும்பலெ" என்று வெளியே போய் விடுகிறான். நினைவுகளையும் நடப்பையும் மாற்றி மாற்றிக் கோத்த உத்தியில் கிழவரின் ஞானோதயத்தைச் சிறிது சிறிதாகப் புலரவிட்டிருக்கிறார் சூடாமணி. கிருஷ்ணமூர்த்தியைப் போல இவருக்கும் ஆத்திரம். பொன்னையன் கிழவரின் உபசாரத்தை உதறி வெளியே போன பிறகு, பிஹாரில் இரண்டு ஹரிஜனங்கள் நிலப் பிரபுவை எதிர்த்துப் பேசியதற்காக குடிசையோடு தீக்கிரை யான பத்திரிகைச் செய்தி சோமுவுக்கு நினைவு வந்ததைச் சுட்டிக் காட்டுகிறார்.

ஜாதிப் பிரச்னையின் இன்னொரு விகாசத்தை ப்ரேமா நந்த குமார் “செங்கண்மால்தான் கொண்டு போனான்” என்ற குறியீட்டுத் தலைப்புள்ள கதையில் விவரிக்கிறார். சோழியூர் நிலச் சுவான்தார் பாட்ராச்சாரியாரின் பெண் பூமா கீழ்த்திசைத் தத்துவங்கள் பற்றி மேல்படிப்புப் படிக்க லண்டனுக்குப் போகிறாள். ஆனர்ஸ் தேறி டாக்டர் பட்டத்துக்கும் ஆராய்ச்சி தொடங்குகிறாள். மூன்று வருஷங்களுக்கு மேல், ஸ்வின் ஹில்ட் என்ற ஆராய்ச்சி வல்லுநரின் தலைமையில் ஆராய்ச்சி செய்கிறாள். நாற்பது வயதுக்குள் பல்வேறு சமயங்களைப் பற்றிக் கசடற அறிந்த ஸ்வின் ஹில்டுக்கு தென்னிந்திய வைஷ்ணவத்தில் பிரத்யேகமான ஈடுபாடு. அந்த ஸ்வின் ஹில்ட் பூமாவின் மனத்தைக் கொள்ளை கொள்கிறான். சூசகமாக இதைப் பற்றி பூமா கடிதம் மூலம் தெரிவிக்கிறாள். பாட்ராச்சாரியின் தாயார் வேதவல்லி அம்மாளுக்கு உலகமே இருட்டினாற் போன்ற பிரமை. எத்தனை படித்தாலும் நம் பெண் இப்படியெல்லாம் செய்ய மாட்டாள் என்றுதான் ஒவ்வொரு பெற்றோரும் நினைக்கிறார்கள். ஒருநாள் பூமாவும் ஸ்வின் ஹில்டும் வருகிறார்கள். உடியாக்குடித் தோட்டத்து வீட்டில் ஸ்வின் ஹில்ட்டைத் தங்கவைக்கிறார்கள். வேதவல்லி வைஷ்ணவ சம்பிரதாயம், மரபு, கேள்வி – அத்தனையிலும் ஊறியவள். ஸ்வின் ஹில்ட்டின் வைஷ்ணவ சம்பிரதாய அறிவு அவர்களைத் திகைக்க வைக்கிறது. கோயில் சிற்பங்களை நுணுக்கமாகப் பார்த்து கூரத்தாழ்வானின் திவ்யஸ்துதியை ஞாபகப்படுத்துகிறான். உள்ளுக்குள் போராடிக்கொண்டிருந்த வேதவல்லி அவனை பூமாவின் கணவனாக ஏற்றகிறாள். ஆசிரியருக்கு சந்தோஷம். வேதவல்லி பூமா – ஸ்வின் ஹில்டுக்குக் கலியாண ஏற்பாடு செய்யச் சொன்னவுடன், ராமர் கோயில் மணி முழங்குகிறது. இந்தப் பன்னிரண்டு கதைகளிலும் இது அளவில் பெரியது. சாங்கோபாங்கமானது. நிறைய விவரங்கள். வேதவல்லியின் தீர்மானத்தை வேகப்படுத்தியது, டில்லியிலிருந்து ஒரு ஐ.ஸி.எஸ். ஐயங்காரின் வருகை. அவர்களுக்கு நம் மரபுகளோ நூல்களோ எதுவும் தெரியாது. குடும்பத்தோடு வந்த அவருக்குத் தன் பிள்ளைக்கு பூமாவைக் கலியாணம் செய்துகொள்ளும் சபலம். ஸ்வின் ஹில்டோடு பேசும்போது அவரும் அவர் பிள்ளையும் வைஷ்ணவ மரபு, சித்தாந்தங்களையெல்லாம் மட்டப்படுத்திப் பேசுகிறார்கள். ஐ.ஸி.எஸ்., ஐ.ஏ.எஸ்.களெல்லாம் ஜெனரலிஸ்ட்டுகள். அந்த வர்க்கத்தைச் சேர்ந்த பேர்கள் சிலர் இந்த லேபலை நெற்றியில் ஒட்டிக்கொண்டு தங்களுக்குத் தெரியாத, விஷயங்கள் பற்றி குஞ்சுமணியைப் போல உளறுவதை ஆசிரியர் அழகாகச் சாடியிருக்கிறார். இந்தக் கதையும் யோசிக்கத்

தூண்டுகிறது. ஸ்வின் ஹில்ட் ஒரு நீக்ரோவாக இருந்திருந்தால்? இதற்கு சமீபத்தில் அமுதசுரபியில் நா. பார்த்தசாரதியின் கதை ஒன்று பதில் சொல்லியிருக்கிறது. இதைத் தவிர, கதையில் அக புறச் சூழல்கள் விஸ்தாரமாக அமைக்கப்பட்டிருக்கின்றன. ஒரு விருந்து சாப்பாடு சாப்பிட்ட திருப்தி உண்டாகிறது (பிராம்மணர் போஜனப்ரியாஹ் – அஹம் பி ப்ராம்மணஹ).

ஜாதியைப் போன்ற ஒரு அவலம் மாப்பிள்ளையின் விலை. வரதட்சிணை கொடுத்து, கொள்ளையழகியான மூத்த பெண்ணுக்குக் கலியாணம் செய்துவைக்க முடியாமல் ஏக்கத்தில் செத்துப்போகிறார் ஒரு தந்தை. அந்தப் பெண் தன்னையே விற்றுக் குடும்பம் நடத்தித் தங்கைகளுக்குக் கணவர்களை வாங்கப் பாடுபடுகிறது. வரதட்சிணை கேட்ட அப்பாவின் பிள்ளை, பல வருஷம் கழித்து, விலைமகளாக அவளை ஒரு தியேட்டர் வாசலில் சந்திக்கிறான். அவள் அவனை வீட்டுக்கு அழைத்துப் போய், தான் தான் அவனுடைய அப்பா வரதட்சிணை யில்லாததற்காக நிராகரித்த சத்யா என்று அவனைத் திடுக்கிட வைக்கிறாள். அவன் வழக்கம் போல தர்மம் பேசுகிறான். ஒரு இரவுக்கு நூறு ரூபாய் பெறுமானமுள்ள அழகு என்றால் ஆயுள் முழுவதற்கும் எத்தனை செலவாகும் என்ற கேள்வியுடன் அவனை பழைய ஞாபகத்திற்குக் கொண்டுவருகிறாள் அவள். “பணம் இல்லாமல் ஒரு பெண்ணுக்கு மணவாழ்க்கை கிடைக்காததற்கு வெட்கப்பட வேண்டியது ஆண்கள்தான். அத்தகைய பெண் விபசாரம் செய்ய வெட்கப்பட வேண்டியதில்லை. வெள்ளை மார்க்கட்டில் விலை போகாமல் சீரழிந்து கறுப்பு மார்க்கட்டில் அநியாய விலை விற்கும் பொருள் பெண்தான்,” என்று எதிர் தர்மப் பேச்சுப் பேசுகிறாள். சத்யத்தின் கேள்வி என்ற இந்தக் கதையை ஆரம்பத்திலிருந்து கடைசி வரை டிரமாட்டிக்காகச் சொல்லிக்கொண்டு போய் முடிக்கிறார் அழகாபுரி அழகப்பன்.

செக்ஸ் – ஆண் பெண் கூடல் ஒரு புனிதமான அத்யாவச்யம் என்று சொல்ல பகவான் ரஜனீஷ் தேவை இல்லை. அதை உணர்ந்த ஆதி மனிதர்கள் தட்டித் தடவி ஒரு மாதிரியாகக் கலியாணம் என்ற ஒன்றைக் கண்டுபிடித்திருக்கிறார்கள். ஜாதி, பணம், தோற்றம் என்று என்னென்னவோ வந்து அதைக் குட்டை குழப்பியிருக்கின்றன. பாலகுமாரன் ‘நெருடலை மீறி நின்று’ என்று எழுதியுள்ள கதையின் நாயகி நித்யாவுக்கு இந்த அடிப்படை அதிர்ஷ்டம் கிட்டவில்லை. அவளுக்கு லுகோடர்மா முகத்தில் வெள்ளைப் புள்ளியாகத் தொடங்கிப்பரவி விட்டது. அது வியாதி இல்லை. நிற இழப்புதான் என்று டாக்டர்கள் சொன்னால் கேட்கிற ஆள் யார்? கல்யாணம் இல்லை. உத்யோகமும் புத்தகங்களுமே

புகலாக மனத்தைத் திருப்புகிறாள். ஒரு வைத்தியமும் பயனில்லை. அம்மாவும் அப்பாவும் புழுங்குகிறார்கள். வேலைக்குப் போய் சில நாட்களுக்குப் பிறகு அந்தக் கம்பெனியின் சேல்ஸ் என்ஜினீர் பத்ரிநாதன் அவளைப் பார்க்கிறான். மற்றவர்களைப் போல அவன் முகம் மாறவில்லை. வெள்ளைச் சுட்டிகளை அவன் பார்த்ததாகவே தெரியவில்லை. மோட்டார் சைக்கிளில் அவளை ஏற்றி பஸ் ஸ்டாண்டில் கொண்டுவிடுகிறான். அவளோடு கூச்சமில்லாமல் மத்தியான டிபனை பரிமாறிக்கொள்கிறான். அவளுக்கு மூச்சுத் திணறாத குறை. இரண்டு பக்க முக வெள்ளைகளைப் பார்த்து சங்கு சக்கரம் என்றெல்லாம் ஆபீஸ் மிருகங்கள் மறைவில் களிக்கும்போது, இப்படி ஒரு ஆளா என்று திகைப்பும் பூரிப்பும் அவளை ஆட்டி வைக்கின்றன. ஒரு நாள் கறுப்பு மையை முகமெல்லாம் பூசி, வெள்ளை மறைந்த முகத்தைக் கண்ணாடியில் பார்த்து அவள் நிம்மதியோ, ஏக்கமோ அனுபவித்துக்கொண்டிருந்தபோது அந்த பத்ரிநாதன் வருகிறான். அவள் விசும்பலும் வெட்கமுமாகக் கரியை அழிக்க முயலுகிறாள். அவன் அவளைத் தேற்றி, தலையை வருடி, "உன் முகத்தை மறக்கக் கற்றுக்கொள்" என்று சொல்லி இரண்டு நிமிஷம் அவள் கைகளை அழுந்தப் பிடித்துக்கொண்டிருந்துவிட்டு விடைபெற்றுப் போகிறான். அப்பாவும் அம்மாவும் பேசிக் கொள்கிறார்கள். பையன் நல்லவன். கலியாணம் ஆகி ஒரு குழந்தை இருக்கிறதாம். "நீங்க தொண்டையைக் கனச்சிண்டு உள்ளே போவேளோன்னு நெனச்சேன்" என்கிறாள் அம்மா. "நான் ஏன் போகணும்? அவள் சந்தோஷமா இருந்தா சரி." அம்மா விடவில்லை. "என்ன பண்றது? எத்தனை நாள் சந்தோஷமா இருக்காளோ அத்தனை நாள் சந்தோஷமா இருக்கட்டும்," என்கிறார் அப்பா. "வைப்பாட்டியாவா?" என்று வேகத்தோடு படபடக்கிற அம்மாவின் குரலைக் கேட்கிறாள் அந்தப் பெண். இந்த அம்மாளை பகவான் ரஜனீஷிடம் கொண்டுவிடலாமா? நுட்ப உணர்வோடு அமைந்த படைப்பு.

இன்னும் நான்கு கதைகள் இருக்கின்றன. பூமணி எழுதிய 'மணம்' என்ற கதை ஒரு குழந்தையின் உள்ளத்தைப் படம் பிடிக்கிறது. ஊர் சிவகாசிச் சீமையாயிருக்கலாம்.

சிறுவர் – சிறுமிகள் தீப்பெட்டிகளுக்குப் பசையொட்டி குடும்ப வறுமையின் வலிமையைக் குறைக்க முயலுகிற சீமை. இத்தகைய குடும்பத்துச் சிறுவன் ஒருவன் பலாப்பழத்தையே பார்த்ததில்லை. அதன் மணம் அவனைக் கொள்ளை கொள்கிறது. முதன் முதலாக அதைத் தகப்பனார் வீட்டுக்குக் கொண்டுவந்து, பின்னர் விற்க எடுத்துப் போவதைப் பார்க்கிறான்.

மத்தியானம் அவருக்குக் கஞ்சி கொண்டு போனவன் அந்தச் சுளைகளைப் பார்க்கிறான். கஞ்சியைக் குடித்தவர் அவனை வீட்டுக்குப் போகுமாறு விரட்டுகிறார். போகிற சாக்கில் இரண்டு சுளைகளை யெடுத்து ஒன்றை வாயில் போட்டுக்கொள்கிறான். அவர் பார்த்துவிடுகிறார். ஓங்கி அறைகிறார். அச்சுளையைத் தட்டில் போட்டுவிட்டு நகர்கிறான். கண்ணீர் மல்குகிறது. அம்மாவிடம் சொல்லி தினம் தருகிற பொரிகடலைக்கு பதிலாக, ஏதாவது இனிப்பாக வாங்கித் தரச் சொல்ல வேண்டும் என்று கனவு கண்டுகொண்டே நடக்கிறான். இத்தனை இனிப்பைத் தின்றதற்காக, எதற்காக அவர் அடிக்க வேண்டும் என்று குழந்தைக்குப் புரியவில்லை. அவர் வீட்டுக்கு வந்ததும் அடித்த காரணத்தைக் கேட்க வேண்டும் என்று எண்ணிக்கொண்டே நடக்கிறான். ‘மணம்’ என்பது கதையின் தலைப்பு. கடைசி வரியைப் படிக்கும்போது, குழந்தைகள் உலகத்திற்கும் வயது வந்தவர்கள் உலகத்திற்கும் சம்பந்தமே இல்லை என்பதைத் தான் ஆசிரியர் சொல்ல விரும்புகிறாரோ என்று தோன்றுகிறது. குழந்தைகளை மினி – அடல்ட்டுகளாகத்தான் நமக்குப் பார்த்துப் பழக்கம். ஆரம்பப் பள்ளி, உயர்நிலைப் பள்ளி வாத்தியார்கள், அப்பா அம்மாக்கள் – எல்லாரும் இப்படித்தான் நினைத்துக் கொண்டிருக்கிறார்கள். தீப்பெட்டித் தொழிலில் சிற்றாளாக உதவி செய்து குடும்ப கஜானாவைப் பெருக்கும் குழந்தையாக இருந்தால்கூட, அது அதையும் விளையாட்டாகத்தான் செய்கிறது. அதன் வேலையில் சம்பாத்யம் முக்கியம் இல்லை. வேலையிலும் அதன் அடிப்படையாக அன்புதான் ஓங்கி நிற்கிறது. தீப்பெட்டி வழியாக வயது வந்த உலகைப் பார்த்தாலும், குழந்தை குழந்தைதான். குழந்தை உலகம் குழந்தை உலகம்தான். இதைத்தான் ஆசிரியர் சொல்கிறார் என்று அந்தச் சிறுவன் ஊருணிச் சுவர், சாக்கடை, சேற்றுக்குள் கிடந்த பம்பரம் – இவற்றைப் பார்க்கும் தோரணைகளைப் பார்த்து ஊகிக்க வேண்டியிருக்கிறது.

ஜெயரதன் எழுதிய ‘பகல்நேரப் பார்வைகள்’ ஒரு கிழவரின் ஓவியம். ஆடும் நாற்காலியில் உட்கார்ந்து ஆடிக்கொண்டு வாழ்க்கை ஓட்டத்தை, காட்சிகளை மேய்ந்துகொண்டிருக்கிறார். பழைய இளமை நினைவுகளை அசைபோடுகிறார். குழந்தைகள் விளையாட்டு, மருமகள் தன்னை அப்பா என்று கூப்பிட்டுப் புகுந்த வீட்டில் தன் வீடாக ஐக்கியமாகிறது, ஒரு கள்ளக் காதலர்களின் அவசர சம்பாஷணை, அந்தக் காதலியின் கிழட்டுக் கணவனின் நினைவு – எல்லாவற்றையும் பார்க்கிறார். மனக்கண்ணால் என்று கடைசியில்தான் வெளியிடுகிறார்

ஜயரதன். க்ளாக்கோமாவில் அவர் கண் பார்வை அவிந்து எத்தனையோ காலமாகிவிட்டது. தள்ளாத வயது. மூப்பு; ஆனால் அந்தப் பார்வைக்கு முதுமையில்லை. சிறுகதைகளின் களம் எத்தனை பெரியது என்று காட்டும் ஒரு கதை.

சூடாமணியின் இன்னொரு கதை "வாசலில் ஒருத்தி" வயிற்றைக் கழுவ எத்தனையோ பொய்களைப் படைக்க வேண்டியிருக்கிறது! புருஷன் தீராத கோமாவில் கிடப்பதாகவும், டாக்டர்களின் கை அவ்வளவாகப் பலிக்கவில்லை என்றும் பன்னிரண்டு சுமங்கலிகளிடம் பிச்சை வாங்கி தங்கத் தாலி (!) செய்து ஏழுமலையானுக்குப் போடுவதாக நேர்ந்துகொண்டதாக ஒரு பெண்மணி கையேந்துகிறாள், ஒரு வீட்டுக்காரியிடம். பார்த்தால் பிச்சைக்காரியாகவும் தெரியவில்லை. வீட்டுக்காரிக்குச் சந்தேகம். ஆர அமர தீர விசாரித்துவிட்டு அவளை நம்பியும் நம்பாமலும் ஒரு இரண்டு ரூபாயைக் கொடுக்கிறாள். பிச்சை கேட்டவளின் புருஷன் தெருமுனையில் கைலியும் முகத்தில் ரோமமுமாகக் காத்துக்கொண்டு நிற்கிறான். அவன் முகத்தில் பட்டினிக் களை. நாலு நாளாக இருவரும் டீயை மட்டும் குடித்து உயிரைக் கையில் பிடித்துக் கொண்டிருக்கிறார்களாம். வேலை கிடைக்கவில்லை அவனுக்கு. வேலை கேட்டால் விரட்டுகிறார்கள். பிச்சை கேட்டால் வேலை செய்து பிழையடா என்கிறார்கள். கடைசியில் இந்த மாதிரி பெண் பிள்ளையை அனுப்பி அனுதாபத்தை ஈர்க்கலாம் என்று முடிவு செய்கிறான். சுமங்கலிகளைத் தேடி அலையும் தன் சுமங்கலி மனைவியின் அலைச்சலையும் களைப்பையும் கண்டு பரிவு கொள்கிறான். இருவரும் நாலு நாளாகக் கண்ணில் காணாத நல்ல சாப்பாட்டைச் சாப்பிட முற்படுகிறார்கள். சம்பிரமமான உணவாக வாங்குகிறார்கள். சாப்பிடும்போது வாசலில் ஒரு பிள்ளைத்தாச்சி மூன்று நாளாகப் பட்டினி என்று ஏக்கக் குரல் கொடுக்கிறாள். அவள் ஏமாற்றுக்காரி, திருட்டுக் கழுதை என்று படுகிறது சுமங்கலிப் பிச்சைக்காரிக்கும். சத்தம் ஓயவில்லை. கதவைச் சாத்தி அடைக்கிறாள். அம்மா அம்மா என்ற தீனக்குரல் காதில் விழாததுபோல அவசர அவசரமாகச் சாப்பிடுகிறார்கள். ஒரு மாதிரியாகப் பசி ஆறினதும், அந்த தீனக்குரல் கேட்காததைக் கேட்டு, கண்களில் நீருடன் அவள் மீன்கறியை மெல்லத் தொடங்குகிறாள். இந்த மாதிரி பிச்சைக்காரர்களுக்கு இந்தியாவில் பஞ்சமில்லை. இரண்டு வித பிச்சைக்காரர்களுக்கும். இந்தக் கதையில் முதலில் வீட்டுக்காரியின் கண் – மனம் மூலம் நாம் பார்த்த சுமங்கலிப் பிச்சைக்காரியை, தெருமுனைக்குப் பிறகு ஆசிரியரே பார்க்கத் தொடங்குகிறார். பார்வைக் கோணம், ஆள் மாறுகிறது.

கடைசிக் கதை ஐ. பிரதாபன் எழுதிய 'மூன்றாவது விதவை' என்ற மூன்று பக்கத்துக்கும் குறைந்த கதை. வடக்கே சீனியர் பைலட் ஆபீசராக இருந்த ராமனாதன் இந்திய பாகிஸ்தான் போரில் செய்த ஒரு காருண்ய சாகசம் பற்றியது. எதிரிகளின் ராக்கெட் யூனிட் எங்கிருக்கிறது என்று விமானத்திலிருந்து வேவு பார்த்துக் கண்டுபிடித்தும் விடுகிறார். அதையறிந்த எதிரிகள் ராக்கெட்டை ஏவுகிறார்கள். அதிலிருந்து தப்பி பாய்ண்ட்டர் டெலஸ்கோப்பில் எதேச்சையாகப் பார்த்தபோது நாலு இந்திய சிப்பாய்கள் ஒரு பெண்ணை மல்லாத்திப் போட்டு கற்பழிப்பதைக் காண்கிறார் ராமனாதன். அருகே பறந்து விமானத்தில் இருந்த படியே மெஷின் கன்னை இயக்குகிறார். ஒரு ஆசாமி தூள் தூளாகிறான் . பெண் தப்புகிறாள். அவள் பின்னால் ஓடுகிறான் இன்னொரு சிப்பாய். மறுபடியும் ராமனாதனின் மெஷின் கன் சீறுகிறது. அந்த சிப்பாயும் காலி. மீதி இரண்டு பேர் ஜீப்பில் ஏறித் தப்புகிறார்கள். ராக்கெட்டுகளை ஏவி அந்த ஜீப்பையும் இரண்டு சிப்பாய்களையும் கந்தல் நாராக ஆக்கிவிடுகிறார். பிறகு இரண்டு வருஷங்கள் கழித்து அந்த நால்வர் விலாசத்தையும் கண்டுபிடிக்கிறார். முதல் சிப்பாய் பிரம்மசாரி. மற்ற மூவரும் மணமானவர்கள். இரண்டு விதவைகளுக்குத் தலா ஐயாயிரம் கொடுக்கிறார் ராமனாதன். மூன்றாவது விதவை அகப்பட வில்லை. சிரமப்பட்டுக் கடைசியில் மீரட்டில் அவளைக் கண்டுபிடிக்கிறார். இவ்வளவும் அவருடைய டயரி சொன்ன குறிப்புகள். ராமனாதன் இறந்துபோன பிறகு, அவர் குடும்பத்தை ஊருக்குக் கொண்டுவந்து, கார்டியனாக இருந்து உதவுகிற ஆசிரியர் ராமனாதனின் டயரியைப் பார்த்துச் சொன்ன கதை.

இந்தப் பன்னிரண்டு கதைகளும் எனக்கு ஒவ்வொரு விதத்தில் பிடித்துத்தான் இருக்கின்றன. மற்றவர்களுக்கும் பிடித்துத்தான் மாதாந்தரப் பரிசைப் பெற்றிருக்கின்றன.

எனக்கு ரொம்பப் பிடித்த கதை எது என்பதுதான் இப் போதைய பிரச்னை. இலக்கண சுத்தமான சிறுகதைகள் எழுதத் தெரியாமல் தோற்றுப்போன நான் சில கதைகள் என்னை மிகவும் கவரும் காரணத்தைக் கண்டுபிடிக்க முயன்றதுண்டு. அவற்றை இங்கு சொல்கிறேன். ஒன்றும் புதிய சமாச்சாரம் இல்லை. எல்லாம் உங்களுக்குத் தெரிந்ததுதான்.

பல சிறுகதைகள் உருவத்தில் இலக்கண சுத்தமாக அமைந்திருக்கும். சில புதிய உத்திகளால் கவரும். சில, மனிதாபிமானத்தாலும், சில சோஷலிஸ யதார்த்தத்தாலும், சில சமூக யதார்த்தத்தாலும் கவரும். மூட நம்பிக்கைகளைச் சாடுவ தாலும் காலாவதியான பிரமாணங்களை எள்ளி நகைப்பதாலும்

சில கவரும். உருவமில்லாத உருவத்தால் மாலை வெயிலில் இலை நிழல்போல சில கதைகள் நம்மை மயக்குவதுண்டு. தீண்டாத சாதி என்ற பேரில் கோபுரமாக உயர்ந்த மௌட்யத்தைக் கண்டு நகைக்கிறார் சூடாமணி. எவன் உண்மையான வைஷ்ணவன் என்று தேடி ஸ்வின்ஹில்டுக்கு மாலை சூட்டுகிறாள் பிரேமா. நந்தகுமாரின் கதாநாயகி தனிமனிதனாக எந்த நம்பிக்கை இருந்தாலும் சமூகத்தில் புத்தி பேதம் ஏற்படுத்தக் கூடாது என்று செல்வி சுதாபாலகிருஷ்ணனின் கந்தசாமி சேர்வை கீதையின் வழியில் நிமிர்ந்து நிற்கிறார். வரதட்சிணை தர முடியாத கை விபசாரியின் வாங்கும் கையாகிறது. மனித மனத்தின் சிறுமைகளையும் சமூக துர்கந்தங்களையும் கண்டு சிரித்து நேர்மையையும் புதிய நீதிப் பிரமாணங்களையும் உருவாக்கும் கதைகள் யாரையும் கவரும். நான்கூட மனிதாபிமானிதான். மனிதாபிமானமும் ஜீவ இரக்கமும் கொண்டவர்கள் இடதுசாரி யாகத்தான் இருப்பார்கள். ஆனால் இடதுசாரி என்று லேபல் போட்டுக்கொள்ள வேண்டிய தேவையில்லை. கட்சி கார்டு வைத்துக்கொள்ள வேண்டிய அவசியம் இல்லை. யாரோ ஒரு குருநாதன் சொன்னபடி, அவர் சொன்ன கொள்கைவாதப்படி இம்மி பிசகாமல் இயங்க வேண்டும் என்பதில்லை. மதத்தில் பீடாதிபதிகள் தோன்றுவதுபோல, சமூக பொருளாதார – அரசியல் தத்துவங்களிலும் பீடாதிபதிகள் தோன்றுகிறார்கள். இந்த நவீன சங்கராச்சாரியார்களின் கிழித்த கோடு தாண்டா சீடப்பிள்ளையாக இருப்பது பலருக்கு சாத்தியமில்லை. எனக்கு முற்றிலும் சாத்தியமில்லை. அப்படிப் பிடிவாதமாக நான் இருந்து எழுதத் தொடங்கினால், பல நீதிக் கதைகள் எழுதலாம்; ஆனால் ஒருவேளை அவற்றைப் படிக்கிற எனக்கே அலுப்புத் தட்டலாம். சொல்லப்பட்ட நீதிமீதே அலட்சிய பாவம் வரலாம். *Counter productive* ஆக மாறி, உள்ளதும் போச்சுடா நொள்ளைக்கண்ணா என்ற ஒரு அனாவசிய விளைவும் ஏற்படலாம்.

எனக்கு ஏன் கதைகள் சில பிடிக்கின்றன, சில ரொம்பப் பிடிக்கின்றன, சில வெதவெதவென்று இருக்கின்றன என்று சொல்லவே இதெல்லாம் சொல்ல நேர்ந்தது.

நான் கதையில் காணத் துடிக்கிற அம்சம் ஒரு *Timelessness.* கதை ஒரு குறிப்பிட்ட இடத்தில், காலத்தில்தான் நடக்கிறது. ஒரு சூழ்நிலையில் ஒரு சரித்திர கட்டத்தில் அல்லது ஒரு சமூக சரித்திர கட்டத்தில்தான் நடக்கிறது. ஆனால் அதே சமயத்தில் அந்தக் குறிப்பிட்ட காலத்திலிருந்தும் குறிப்பிட்ட இடம், சூழ்நிலையிலிருந்தும் விடுபட்டும் நிற்கவேண்டும் என்று எனக்குத் தோன்றுகிறது. மிக சலித்துப்போன உவமை வேண்டுமானால் தாமரை இலைத் தண்ணீர் என்று சொல்லலாம். பலாப்பழத்தை

கை நிறைய சதும்ப எண்ணெய் தடவிக் கொண்டுதான் நறுக்கி சுளை எடுக்க வேண்டும். கதையின் காலமும் இடமும் பிசுக்பிசுக்கென்று அளவு மீறி நினைவில் ஒட்டிக்கொண்டிருந்தால் எண்ணெய் இல்லாத கை நினைவுக்கு வருகிறது. நானே இப்படிப் பல பிசுக்குக் கதைகள் எழுதியிருப்பதால் ஒரு அனுபவ ஞானத்தால் இதைச் சொல்கிறேன்.

நான் சங்கீதக் கச்சேரிகள் நிறைய கேட்பதுண்டு. இதில் பல அனுபவங்கள். ஒரு அனுபவம் ஒரு இரக்க உணர்ச்சி. சில பேர் ராகம் பாடுவார்கள். விஸ்தாரமாகப் பாடிக்கொண்டே மேலே மேலே போவார்கள். கடைசியில் ரொம்பவும் பறந்து போய் எங்கே எப்படி இறங்குவது என்று தெரியாமல் சுற்றிச் சுற்றி வந்து, கடைசியில் எங்கோ போய் காயம் படுவதுபோல் விழுந்துவிடுவார்கள். சிலபேர் ஆரம்பத்திலேயே எதாவது செய்வார்கள். ராமேச்வரம் போக, சென்ட்ரல் ஸ்டேஷனுக்குப் போய், பிறகு, ஓகோ என்று நினைவு வந்து எழும்பூருக்கு வந்து ரயில் பிடிப்பதுபோல. இன்னொரு அனுபவம் – முடிக்கும்போது ஒரு ஸ்வரப் பிரஸ்தாரத்தை. தாளக்கட்டோடு தயார் செய்து கொண்டு, கரீஸ நிதரீஸா நி தப், ஸநிதபம், கமாபதப, மபாத நித என்று ஆர்ப்பாட்டம் அமளிகள் செய்தெல்லாம் முடிப்பார்கள். சிறுகதையிலும் இந்த அமளி, கண்ணீர்கள், குறியீடுகள் முதலிய வற்றால் ஏற்படுவதுண்டு. இதோ, இதோ முடிச்சாச்சு என்று கதை முடியும். இந்த ரகளையில்லாமல் சற்று முன்பே, அமைதியாக முடித்திருக்கலாமே என்று சில சமயம் தோன்றுவதுண்டு. நானே இப்படிப் பல அமளிகள் செய்திருப்பதால் சொந்த அனுபவத்தில் இதைச் சொன்னேன்.

எதுவும் *Contrived*ஆகத் தோன்றும்போது திறமை தென்படலாம். சாதனை தென்படலாம். சுயானுபூதியின் நிர்மாயமான உணர்வு ஒன்று உண்மையாக இருப்பதன் ஒலி காதில் விழுவதில்லை. நைந்த பழமைகளைச் சாடினாலும், தனிப்பட்ட முறையிலோ, சமூக அளவிலோ இயங்கும் வஞ்சம், பொய்மை களையும், மௌட்யங்களையும் உதறினாலும், புதிய நெறிகளை, தைர்யங்களை வரவேற்றாலும் எதைச் செய்தாலும் உண்மையின், சுயானுபூதியின் ஆதாரமான சுருதியை விட்டு விலகாமல் இருக்க வேண்டிய நிர்ப்பந்தம் முக்கியத் தேவை. நிர்ப்பந்தம் என்று சொல்லக் காரணம் சில குரல்கள் இயல்பாகவே சுருதியோடு இழைகின்றன. பல குரல்கள் சாதகத்தால் அதைச் சாதிக்க வேண்டியிருக்கிறது. வலது, இடது, மையம், ஓரம் என்றெல்லாம் சொல்லி இந்த நிர்ப்பந்தத்திலிருந்து தப்புவதற்கில்லை. உத்தியிலோ, சொல்வளத்திலோ, நடையிலோ, விஷயங்களிலோ எந்தப் புதுமை செய்தாலும், எந்தத் திறமைகளைச் செய்தாலும்

இந்த சுயானுபூதியின், எதையும் தன்னுடைய அனுபவமாக ஆக்கிக்கொண்ட சாதனையின், ஒலி கேட்காதபோது, அந்தத் திறமைகள் செயற்கையாகக் கேட்கின்றன. ஒட்டவைத்த கை கால்களாகத் தோன்றுகின்றன.

இத்தகைய சில சொந்த, ஆனால் நான் புதிதாகக் கண்டு பிடித்துவிடாத, தரங்களை வைத்துக்கொண்டு பார்க்கையில் இந்தப் பன்னிரண்டு கதைகளில் எனக்கு மிகப் பிடித்த கதை மும்தாஜ் யாசீன் எழுதிய ‘பசி’ என்னும் கதை. மற்ற 11 கதைகளும் உவப்பாக இருந்தாலும் மும்தாஜ் யாசீனின் கதை என்னை மிகவும் கவர்ந்ததற்குக் காரணம், அவர் தன் அனுபவத்தை சுயானுபவ உணர்வுடன் எனக்கும் ஏற்படுத்தியதுதான். அடக்கம், தொனி, தெளிவு, சூசனை ஆகிய பல அம்சங்களில், மூளிப்படாமல், வெற்றியாக உருவான கதை. தேவர் கண்களிலும் கடைசியில் நீர் வராமல் இல்லை. ஆனால் அவர் அதையும் சமாளித்திருக்கிறார். அதாவது மும்தாஜ் யாசீன் சமாளித்திருக்கிறார். எல்லாக் கதைகளையும் நான் மனசாரப் பாராட்டுகிறேன். ஆனால் என்னுடைய விசேஷப் பாராட்டுக்குரியவர் மும்தாஜ் யாசீன்.

பின் குறிப்பு: திரு. லஷ்மணன் எழுதிக் கேட்டபோது, இந்தக் கட்டுரை பரிசளிப்பு விழாவில் வாசிக்க மட்டும் என்று நினைத்தேன். பின்னர் ஒரு நண்பர் மூலம், இதைப் புத்தகத்திலும் அச்சிடுவார்கள் என்று தெரிந்ததும், கதைச் சுருக்கங்கள் இல்லாமல் வேறு விதமாக எழுதியிருக்கலாமே என்று பட்டது. போகட்டும் . . . இனி நேரம் இல்லை. நீங்கள் மன்னிக்க வேண்டும்.

இலக்கிய சிந்தனை, வானதி பதிப்பகம் வெளியிட்ட ‘பசி’ (1978ஆம் ஆண்டின் பன்னிரெண்டு சிறுகதைகள் தொகுப்பின் முன்னுரை.)

கலை

நெகிழ்ச்சி

வால்மீகியின் ராமாயணத்தை வாசிக்கும்போது நெஞ்சு தழுதழுக்கிற நெகிழ்ச்சி பலருக்கு அடிக்கடி ஏற்படுகிறது. வாய்விட்டுப் படிக்க முடிவதில்லை. மனதுக்குள் படித்தால் நெஞ்சு அடைத்துக் கண்ணீர் மல்குகிறது. சோகமயமான கட்டமாக இருக்க வேண்டிய தேவையில்லை. அவர் சாதாரணமாக வர்ணிக்கிற வர்ணனைகள், பேச்சுக்கள், சாதாரண நிகழ்ச்சிகளைக் கூறுதல் – இவற்றில்கூட இந்த நெகிழ்ச்சி ஏற்பட்டுவிடுகிறது. இது சொல்லப்படும் பொருள்களின் சக்தியல்ல, சொல்லின் சக்திதான். நல்ல கவிஞன் எந்த அனுபவத்தையும் எந்தச் செய்தியையும் ஆழ்ந்தோய்ந்து உணர்கிறான். மற்றவர்க்கு இல்லாத ஒரு தீவிரத் தன்மையுடன் அனுபவிக்கிறான். அனுபூதியில் ஒன்றுகிறான். ஒருகணம் அனுபவிக்கிறவன் என்ற உணர்வுகூடக் கழன்றுவிடுகிறது. அவனே அந்த அனுபவமாகிறான். அந்த அனுபவம்தான் சொல்லாக மாறுகிறது. கவிஞனே அந்த நிலையில் சொல் வடிவம் எடுக்கிறான். தீவிர உணர்வு சொல்லாக உருமாறுகிறது; மூடியில் பட்ட ஆவி நீர், முத்திட்டுத் தளும்புவதுபோல. அனுபவ நினைவில் வழியும் சொற்கள் உண்மையான சொற்களாக முழுப் பயனுள்ள சொற்களாக வடிகின்றன. வேறு எந்தச் சொற்களையும்விடப் பாந்தமான, பொருத்தமான சொற்களாக வடிகின்றன. அந்தச் சொல்லை மாற்றுவது எப்படி இயலும்? மாற்றினால் அந்தப் புல்லரிப்பும் நெகிழ்ச்சியும் எவ்வாறு சாத்தியமாகும்? உணர்வின் தீவிரத் தன்மை சத்தியமானது. தன்னை

மறந்த லயத்தின் தூய்மை கொண்டது. அது சொல்லாக மாறும்போது சத்திய வசனமாக உருவாகி நம்மை வந்தடைந்து நெகிழ்ச்சியை, தூய ரசானுபவத்தை ஏற்படுத்துகிறது. மற்ற நீருக்கும் கங்கை நீருக்கும் உள்ள தூய்மையான வேறுபாட்டை இந்த வெளிப்பாட்டில் உணர முடிகிறது. இந்த அனுபவம் ஆனந்தமயமானது என்பதைத்தான் மங்களம் என்ற சொல்லால் அழைக்கிறார்கள். வால்மீகியின் ராமாயணத்தை மங்களகரமான காவியம் என்று சொல்வதுண்டு.

தீவிர உணர்வுடன் கையாளப்படும் இசையிலும் இதே நெகிழ்ச்சி உண்டாகிறது. முக்கியமாகத் தியாகராஜரின் கிருதிகளில் இது அடிக்கடி ஏற்படும் அனுபவம். அவருடைய நாதுபை, எவரீ போன்ற மத்யமாவதி கீர்த்தனைகள், தோடியில் தாசரதி, கரஹரப்ரியையில் 'நீ சமானமெவரு' முதலிய கிருதிகள் – இவற்றைக் கேட்கும்பொழுது இந்த மங்களமான லய உணர்வு தோன்றும். உதாரணத்துக்காகக் கூறப்பட்டவை இவை. அவருடைய எல்லாக் கிருதிகளிலுமே இது காணக் கிடக்கிறது. கவிஞனின் தீவிர உணர்வுத் திறப்பு, சொல்லாக உருமாறுவதுபோல இவருக்கு இசை ஒலி வடிவமாக உருமாறுகிறது. அதனால்தான் ஒரு ராகத்தை மற்ற யாவரையும்விட இவர் ரஸபுஷ்டியுடன் அதிசயமான சுருக்கமான புல்லரிக்கும் புதுமையுடன் வெளிப்படுத்துகிறார். எந்த ராகத்திலும் இவர் காண்கிற ஸ்வரக் கோவைகளும் பிரஸ்தாரங்களும் பட்டை தீட்டிய ஒளியுடன் இழைத்த வடிவுடன் தோன்றிப் பரவசப்படுத்துகின்றன. ராகத்தைப் பரிபூர்ணமாக அனுபவித்துத் தீவிரமாக உணர்ந்த தன்மறைவின் நிறைவனைத்தையும் அவருடைய ஒலியமைப்புகளில் காண முடிகிறது. கருணாரசத்தில் மட்டுமில்லை, வீரம், காதல், பயம், ரௌத்ரம், அருவருப்பு – எந்த ரசத்திலும் இந்த நிறைவையும் அதனால் ஏற்படும் நெகிழ்ச்சியையும் அனுபவிக்க முடிகிறது. இது தியாகராஜரின் தனி உரிமைபோல் தோன்றுகிறது. தீட்சிதரின் ஆஹிரி, காம்போதி நவாவரண கிருதிகளிலும் ஹடகேச்வரர் மீது பாடியுள்ள பிலஹரி கிருதியிலும் இன்னும் சிற்சில கிருதிகளிலும் இந்த நெகிழ்ச்சியை அனுபவிக்க முடிகிறது. ஆனால் தியாகையரின் கவியுள்ளம் இவருக்கு இல்லை. உணர்வில் அவருடைய தீவிரத்தன்மையும் இவருக்கு இல்லை. எனவே பல கீர்த்தனைகளில் இந்த நெகிழ்ச்சியைப் பெற முடிவதில்லை. ஆனால் உணர்வில் தீவிரத்தன்மை ஆழ்ந்தில்லாதது பிரதிபலிக்கத்தான் செய்கிறது. அதனால்தான் சில பாடல்களில் தவிர பொதுவாகத் தீட்சதரின், மற்றவர் கிருதிகளில் தியாகையர் ஊட்டுகிற மெய்சிலிர்ப்பை அனுபவிக்க முடிவதில்லை. தியாகையர் ஒலிக்கோவை ஒவ்வொன்றும்

உணர்வுக் கடலில் திளைத்து எடுத்த முத்து. அறிவின் ராஜ நடையையும் மிடுக்கையும் ராஜஸத்தையும் தீட்சிதரிடம் காண்கிறோம். உணர்வின் சிலம்பொலியையும் ஸாத்வீகத்தையும் தெய்வத் தன்மையையும் தியாகையரிடம் காண்கிறோம். என் நண்பர் ஒருவர் சொல்லுகிற வழக்கம் "தீட்சிதரின் கிருதிகளைக் கேட்கையில் பெரிய இடத்துக் கலியாணத்து ஊர்வலத்தைக் காண்பது போலிருக்கிறது. தியாகையரின் கிருதிகளைக் கேட்கையில் ஸ்வாமி புறப்பாட்டைப் பார்ப்பது போலிருக்கிறது." என்று. இதை சங்கீத ரசிகர்கள் எப்படி ஏற்றுக்கொள்வார்களோ. தெரியாது. ஆனால் நண்பரின் கூற்றுப் பெரும்பாலும் உண்மை என்றுதான் படுகிறது.

○

தியாகையரின் உணர்வுத் தீவிரம் இரண்டு உருப்பெற்றது. ஒன்று அதிகமாக நெகிழ வைக்கும் ஒலி வடிவங்கள்; இன்னொன்று அழகிய கவிதை. முதலாவது உருவத்திலே, சங்கதி என்ற இன்னொரு அதிசயமும் தோன்றிற்று. அவர் எவ்வளவு தூரம் ஸ்வாநுபூதி கொண்டவர் என்பதற்கு அவர் புகுத்திய சங்கதிகளின் புதுமை ஒன்றே சான்று. ஆனால் அரஸிகர்களாகிய பல சங்கீத 'வித்வான்கள்' தொண்டையில் அகப்பட்டுக்கொண்டு அது பிற்காலத்தில் தவிக்க ஆரம்பித்துவிட்டது, ரஸிகத்தன்மை இல்லாத அசடர்கள் வளவளவென்று பேசிப் பொழுதைப் போக்குவார்கள். தியாகையரின் சங்கதிக்குச் சங்கதிகள் சேர்க்கும் 'வித்வான்களை'ப் பற்றி வேறு என்னத்தைச் சொல்கிறது? அதற்குப் பயந்துதானோ என்னவோ தீட்சிதர் இந்த அசடர்கள் நிற்கக்கூட இடம்வைக்காமல் வார்த்தைகளாக அடுக்கி நிரப்பிவிட்டுப் போய்விட்டார்.

***இலக்கிய வட்டம்*, இதழ்: 2 – 6.12.63**

வித்துவான்கள்

இந்த வித்துவான்களை நினைக்கும்பொழுது நம்முடைய உபநிஷதங்களுக்கும் பாசுரங்களுக்கும் இதிகாசங்களுக்கும் உரை எழுதியவர்கள் நினைவு வருகிறது. உரை எழுதுவது உள்ளர்த்தம் தெரியு மளவுக்கு ஒளி காட்டுவதற்காகத்தான். நாலைந்து மகான்கள் அப்படி விளக்கைச் சற்று எட்ட நின்று காட்டி, போதிய அளவுக்கு வெளிச்சம் விழும்படி செய்தார்கள். பிற்பாடு வந்தவர்கள் வெளிச்சம் காட்டுகிறேன் பேர்வழி என்று நம் கண்ணருகில் வந்து விளக்கை நீட்டினார்கள். இமை பொசுங்கும் அளவுக்குப் பலர் இந்தக் காரியத்தைச் செய்திருக்கி றார்கள். எண்ணற்ற குழப்பங்களும் வெறிகளும் பிடிவாதங்களும் அபிப்ராய மரபுகளும் உருவாகி, காடாக மண்டின. அந்த மண்டலின் உண்மை ரசானுபவம் எல்லாம் இருக்கிற இடம் தெரியாமல் கழுத்து நெரிந்து கிடக்கின்றன.

காவியம் எழுதுவதற்குத்தான் இந்த உணர்வுத் தீவிரமும் முறைப்பும் சிறப்பும் தேவை என்ப தில்லை. எதை எழுதினாலும் தேவை. நீதி நூல் எழுதக்கூடத் தேவை. அற நூல் எழுதத் தேவை. அற நூல்கள் எத்தனையோ இருக்கின்றன. ஆனால் திருக்குறளுக்கு இருக்கிற நிலையும் ஈர்ப்பும் வேறு அற நூல்களுக்கு இருப்பதாகத் தெரியவில்லை, வடமொழியிலும் தமிழிலும் பல அற நூல்கள் உண்டு. அவை பெரும்பாலும் நுண்ணறிஞர்கள், நிபுணர்கள் அந்தத் துறையை பிரத்யேகமாக எடுத்துக்கொண்டு ஆராய்கிறவர்கள் – இவர்களைத் தாண்டி சாதாரண எழுத்தறிவு கொண்டவர்களை

நோக்கி இறங்குவதில்லை. சௌலப்யம் எல்லாம் குறளுக்குத்தான் கிடைத்தன. காரணம், வள்ளுவர் அறிவினால் மட்டுமன்றி, இதயத்தின் ஆழத்தில் கொண்டுவைத்து தம் அனுபவங்களை மாற்றி உணர்ந்திருக்க வேண்டும், இல்லாவிடில் "இனிய உளவாக இன்னாத கூறல், கனியிருப்பக் காய் கவர்ந்தற்று" என்று பிரமிக்கத்தக்க வேகத்துடன் நூற்றுக் கணக்கில் எழுதியிருக்க முடியாது. சட்டென்று நினைவுக்கு வந்ததால் இந்தக் குறளைச் சொல்ல வேண்டியிருந்தது. அவருடைய சொற்கள் பழுத்த பழங்களாகத் தாமாகவே விழுந்திருக்கின்றன. அரையுணர்வு, கால் உணர்வுடன் அவர் எந்தக் கருத்தையும் காயாகவே திருகி முறித்துப் பிடுங்கியதில்லை.

காவியமோ வேறு எந்த விதப் படைப்போ செய்யும் பலருக்கு இந்தத் தீவிரத் தன்மையும் திளைப்பும் கிட்டுவதில்லை. முயலக்கூட முயலாமல் காணும் பிஞ்சும் வெம்பலுமாகக் காய்த்துத் தள்ளியிருக்கிறார்கள். சக்கை, கழிவிற்கெல்லாம் பயன் கண்டுபிடிக்கிற முறைகள் வளர்ந்துவரும் காலத்தில் இந்த வெம்பல் படைப்புக்களுக்கும் பயனும் அங்கீகாரமும் இருந்துதான் வருகின்றன.

❍

வைணவ மரபில் வரும் தனுர்தாசன், ஸ்ரீராமாநுஜரின் சீடன். மல்லன், முரடன். ஸ்ரீராமானுஜர் அவனை இறைவன் அழகைப் பார்க்கச் செய்துவிட்டார். அன்றுமுதல் அவன் நெஞ்சு நெகிழ்ச்சிமயமாகிவிட்டது. ஒருநாள் குரேசன் ஆழ்வார்களின் பிரபந்தங்களை வாய்விட்டுச் சொல்லிக்கொண்டிருந்தான். போகிற போக்கில் அதைக்கேட்ட தனுர்தாசன் அப்படியே மெய்சிலிர்த்து நின்றுவிட்டான். அந்த ஆனந்தத்தில் திளைத்து நெஞ்சடைக்க நின்றான். கண்ணீர் தாரை தாரையாக மாலை யோடிற்று. குரேசனுக்கு வெட்கமும் சிறுமை உணர்வும் குத்தின. "இந்த மாதிரி ஹிருதயம் எனக்குக் கிடைக்குமானால் என் படிப்பு, அறிவாற்றல், புத்தி சாமர்த்தியம் எல்லாவற்றையும் அதற்கு விலையாகக் கொடுப்பேன்" என்று பரவசத்துடன் துன்பப்பட்டான்.

***இலக்கிய வட்டம்*, இதழ்: 3 – 20.12.63**

வீணையும் மீசையும்

மீண்டும் ஒருமுறை சொல்லிக்கொள்ளலாம். தமிழ்நாட்டையும் கார்நாடக சங்கீதமும் வழங்கிவரும் பகுதிகளையும் பற்றித்தான் நமக்குத் தெரியும். மற்ற இசைகளிலும் நாடுகளிலும் நாம் இப்போது காண்கிற செய்திகளை ஒரு சமயம் காண முடியும். ஆனால் நமக்கு இதைப் பற்றித் தெரியாது.

வீணையைத் தவுல் போலவும், தவுலை மிருதங்கம் போலவும், வாய்ப்பாட்டை நாகஸ்வரம் போலவும் இன்னும் பல வாத்தியங்களை வேறு வாத்தியங்களைப் போலவும் வாசிக்கிறவர்கள் சிலர் தமிழ்நாட்டில் இருக்கிறார்கள். ஒரு பிரபல வைணிகர் பல துறைகளில் தேர்ந்தவர். ஆனால் அவர் வீணையைக் கேட்கும்பொழுது மீசை முளைத்த பெண் பிள்ளையைப் பார்ப்பது போல இருக்கிறது. ஆண்களுக்கு சரிநிகர் தான் பெண்களும். அவர்களும் குதிரை ஏறலாம். ஆனால் மீசை முளைத்தாலோ வளர்ந்தாலோ நமக்கு அருவருப்பு வருகிறது. பயம்கூட உண்டாகிறது. வீணை இசையில் மிடுக்கு இருக்கலாம். வீரநடை இருக்கலாம். ஆனால் மீசை இருக்கக் கூடாது. இன்னும் சாதாரணமாகச் சொல்லப் போனால் வீணை எழுப்பும் ஒலி நகார மகாரம் ஓங்கிய மென்மை வாய்ந்திருக்க வேண்டும் என்றே எதிர்ப்பார்க்கிறோம். டடட்டா டடட்டா காட்டுப் பூனை மந்தர ஸ்தாயியில் உறுமும் ரகாரம் நிறைந்த சுரசுரப்பு – இவை எல்லாம் வெளிப்படும் பொழுது நல்ல காதில் நாராசம் பாய்கிறது. ஆனால் இப்படி

ஆகாத்தியம் செய்பவர்களை மேதைகள் என்று வர்ணிப்பது சகஜமாகிவிட்டது. மேதைக்கும் பைத்தியத்திற்கும் இடையே எல்லைக்கோடு மங்கலாக இருக்கும் என்று சொல்கிறார்கள். இந்த மேதைகள் எங்கு நிற்கிறார்கள் என்று சந்தேகம் வந்துவிடுகிறது. வீணை மேதை மட்டுமில்லை. தமிழ்நாட்டுப் புல்லாங்குழல் மேதை ஒருவர்கூட இப்படிஅட்டகாசம் செய்துவருவதையும் பார்க்கிறோம். ஜிலுஜிலுவென்று மத்தியம காலத்தில் துள்ளும் கிருதிகளை இரண்டு களைச் சவுக்கத்திலும், இரண்டு களைச் சவுக்கத்திற்கே ஏற்ற கிருதிகளை வாலில் தகரம் கட்டி மூன்றாம் கால வேகத்தில் விரட்டியும் வாசிக்கும் தன்னிகரற்ற தனிமேதை இவர். இந்த மேதைகள் செய்யும் காரியத்தைப் பார்க்கும்போது, தெருவோடு சிவனே என்று போகிற பெரியவரை கல்லைவிட்டு அடித்துச் சிரிக்கும் சிறுபிள்ளையின் நினைவு வருகிறது நமக்கு. உணர்வின் அழுத்தத்தில் அமிழ்ந்து திளைத்த தியாகையர் போன்ற கீர்த்தனை பிரம்மாக்களின் பாடல்களின் காலப்ரமாணம் தானாக அமைந்தது. பொருளோடும் அனுபவத்தோடும் ரச வெளிப்பாட்டோடும் இழைந்தது. அந்த நடையின் வேகத்தை இந்த மேதைகள் ஏன் மாற்ற வேண்டும்? வேண்டுமானால் சொந்தமாக ஏதாவது இயற்றிவிட்டுப் போகட்டுமே.

நம்முடைய வீணை மேதை எழுப்பும் மீசை ஓசைகளைப் பற்றிப் பேசும்பொழுது ஒரு நண்பருக்கு உடன்பாடு இல்லை. வீணை ரொம்ப மென்மை கொண்ட வாத்யம்தான். ஆனால் வாசிப்பது ரொம்ப கஷ்டம். விரல் பள்ளம் விழுந்து காய்த்துவிடும், ரொம்பச் சிரமம் என்றார். உண்மைதான். பெண் மென்மை நிறைந்தவள். ஆனால் அவளைத் திருப்திப்படுத்த ஒரு ஆணின் ஆண்மை வேண்டியிருக்கிறது. அவளுடைய பெண்மையின் அழகும் ஆற்றலும் பொங்கச் செய்ய ஒரு ஆணின் ஆண்மை தேவையாகத்தான் இருக்கிறது. கஷ்டம்தான். தம்பட்டம் அடிப்பது கஷ்டமல்ல. மெதுவாகத் தட்டினாலே ஓசை காதைப் பிளக்கும். எளிதில் தேர்ச்சியும் அடையலாம். வீணை வாசிப்பது கஷ்டம்தான், அரக்கத்தனமில்லாத நாசுக்குத் தெரிந்த ஆண்மைதான் அதற்குத் தேவை. அரக்கத்தனம் செய்தால் வீணை அரக்கியைப் போலக் கத்தும்; ஒப்பாரி பாடும், தொம்பச்சி தெருவில் நின்று போடுவதுபோல் கூப்பாடுபோடும்.

மேதைகள் என்று சொல்லிவிட்டுப் போகட்டும். அவர்கள் செய்யும் ஆகாதத்தியங்களைச் சோதனைகள் என்று வேறு சொல்லத் தொடங்கும் பொழுதுதான் நாம் எங்கே வாழ்கிறோம் என்ற பிரமை வந்துவிடுகிறது. வீணையைத் தவுல்போல வாசிப்பது ஒரு சோதனையா? மத்தியம கால க்ருதியை நாலு களை சவுக்கத்தில் பாடுவது ஒரு சோதனையா?

பிகா ஸ்ஸோவையே சாப்பிட்டு விடுகிற பிரம்ம ராட்சதர்கள் இந்த மாதிரி ஓவியத்திலும் இலக்கியத்திலும் தோன்றி யிருக்கிறார்கள். சோதனைகளெல்லாம் – அது இலக்கியத்திலோ, ஓவியத்திலோ, இசையிலோ – ஒரு தவிர்க்க முடியாத தேவையின் பயன், அடக்க முடியாத ஒரு உத்வேகத்தின், உணர்வின், வெளிப்பாடு என்று இவர்களுக்கு நீங்கள் சொல்லுங்கள். சோதனைக்காகச் சோதனை செய்யும்பொழுது பிள்ளையார் குரங்காக ஆகிறார்.

வடமொழி இலக்கியத்தில் நையாண்டி

நான் அதிர்ஷ்டக்காரக் கிளி. பொன் கூண்டில் வாசம். சுவையும் கதுப்பும் நிறைந்த இன்கனிகளே உணவு. குடிக்க அமுதமான பால், அரசரின் தளிர்க் கரங்கள் என்னைத் தடவிக் கொஞ்சுகின்றன. சபை கூடினால் எப்போதும் ராமநாமத்தையே கேட்கிறேன். உயர்ந்த செய்திகளையே கேட்கிறேன். இந்தப் பாழும் மனசு, நான் பிறந்த மரப்பொந்தை நோக்கியே தாவிக் கொண்டிருக்கிறதே!

◯

கூண்டின் கதவு ஆட்டம் கண்டுவிட்டது. கூண்டே நைந்து கிடக்கிறது. வீட்டிலோ கடும் பூனையின் ஓயாத ஒழியாத நடமாட்டம். கிளியே சற்று வாயைக் கட்டிக்கொண்டுதான் இரேன். பாமரப் பரதைகளுக்கு உன் மொழியும் அதன் இனிமையும் எதற்கு?

◯

அன்னமே! நீ எங்கு இந்தக் குளத்திற்கு வந்து சேர்ந்தாய்? இங்கே கொக்கல்லவா அன்னம் அன்னம் என்ற பெயருடன் முழங்கிக் கொண்டிருக்கிறது! வந்த அடியோடு இந்த இடத்தை விட்டுப் போய்விடு. இல்லாவிட்டால் கொக்கு என்று இங்கே உன்னை இருக்கிற புத்திசாலிகள் அழைக்கத் தொடங்கிவிடுவார்கள்.

◯

"நீ யாரு? உன் கண்ணு, காலு, வாயி எல்லாம் சிவப்பா இருக்கே!"

"நான் தான் அன்னம்"

"எங்கேருந்து வறியாம்?"

"மானசம்னு ஒரு ஏரியிலேர்ந்து வரேன்"

"அங்கே என்னல்லாம் இருக்கு?"

"பொன் வர்ணத்திலே தாமரை காடா முளைச்சிருக்கு, தண்ணீர் அமிருதம் மாதிரி இருக்கு, பக்கத்திலே ரத்னம், பவளம், மணி, முத்து, வைடூரியம் – கிடைக்கிறது"

"ஹீ ஹீ ஹீ ஹீ . . . . . ஒன்றுமில்லே. சும்மாச் சொல்றே" என்று கொக்குகளெல்லாம் அன்னத்தைப் பார்த்துச் சிரித்தன.

இலக்கிய வட்டம், **இதழ்: 6 – 31.01.64**

திருவாலங்காடு சுந்தரேசய்யர்

நீலகிரியில் ரோஜாவுக்கு அழகு அதிகம். இதழ்கள் அடுக்கடுக்காகப் பரந்து, பட்டின் வழவழப்புடன் கண்ணைக் கவரும். மூக்கைக் கவராது. நமக்கும் பூவை பார்த்ததும் முகர்ந்து பார்க்கத்தான் தோன்றும். ஏமாந்துவிடுவோம். படாடோபமில்லாமல் சற்று எளிய அமைப்புடன், அமர்ந்த வாசனையுடன் நம் புலவர்களையும் உள்ளத்தையும் குளிரவைக்கிற நம் ஊர் ரோஜாப்பூதான் உடனே நம் ஞாபகத்துக்கு வரும். புதிய புதிய ஓட்டுக்கள் போட்டு, உரமிட்டு வர்ணம், அழகெல்லாம் கொண்டுவந்தவர்கள் முக்கியமான காரியத்தை மறந்துவிட்டார்கள். மறந்து விட்டார்களோ, முடியவில்லையோ?

திருவாலங்காட்டு ரோஜாப்பூவின் பலம் எல்லாம் அதன் வாசனை. திருவாலங்காட்டில் ரோஜாப்பூவை நான் வாங்கினதோ பார்த்ததோ இல்லை. அந்த ஊரில் பூக்கிற ரோஜாப்பூ சுந்தரேசய்யரும் அவருடைய பிடிலும்தான்.

அவரை ஸுஸ்வரம் சுந்தரேசய்யர் என்று ஒரு பெரியவர் அழைத்தார். இதற்கு ஈடாக யாரும் எந்த கௌரவத்தையும் சங்கீத சம்பந்தமாகப் பெற்றதாக எனக்குத் தெரியவில்லை. சுந்தரேசய்யரின் கலைச் சிறப்புகள் அனைத்தையும் மிகமிகச் சாரமாக, குறிப்பாக, உண்மையாக எடுத்துக் கூறிவிட்டது இந்த வார்த்தை.

சுந்தரேசய்யரின் வாசிப்பில் பாவத்தைத் தவிர வேறு ஒன்றும் கேட்க முடியாது. ஒவ்வொரு கணமும் பிழிந்தெடுத்த ஸாரமாக இருக்கும். அதனால்தான் அது சுருக்கமாகவும் இருக்கிறது. இருக்க முடிகிறது. ராகம், கீர்த்தனம். ஸ்வர ஸஞ்சாரம், நிரவல் – எதைச் செய்தாலும் சுருக்கமாகத்தான் இருக்கும். ராகம் வாசிக்கும்போது சிற்சில கோடுகளில் ராகத்தின் ஸ்வரூபத்தை சில விநாடிகளுக்குள் நம் முன் நிறுத்திவிடுவார். அதை விஸ்தாரப்படுத்தும்போது அந்த வடிவின் அழகை பளிச்சென்று எடுத்துக்காட்ட என்ன செய்ய வேண்டுமோ அதை மட்டும்தான் செய்வார். அநாவசியமான ஆபரணங்களைப் போட மாட்டார். ஒரு இடத்திலேயே ஒரே ஆபரணத்தை நாலைந்து போட மாட்டார். ஒரு காதுக்கு ஒரு தோடுதான் போடலாம். ஐந்தாறு தோடுகளைப் போட்டால், போடுகிறவர்கள், போட்டுக்கொள்கிறவர்கள், பார்க்கிறவர்கள் எல்லோருக்குமே சிரமம்.

அவர் கீர்த்தனம் வாசிக்கும்போதும் ஸாரம் நிறைந்த இந்த எளிய அழகைக் காண முடிகிறது. அதோடு, கீர்த்தனை இயற்றியவரின் மனோபாவத்தை அப்படியே வெளியிடக்கூடிய அளவிற்கு தன்னடக்கமும் வரம்பும் கட்டிக்கொண்டுவிடுகிறார் அவர். சங்கீதக்காரர் தன்னுடைய சொந்த ஆற்றல்கள், பயிற்சித் திறமைகள் முதலியவற்றை அளவுக்கு மீறிக் காண்பிக்கும்போது கீர்த்தனை இயற்றியவரின் உயிர் ஒரு பக்கம் மன்றாடிக் கொண்டிருக்கும். எனக்குச் சின்ன வயதில் பார்த்த காட்சி ஒன்று ஞாபகம் வருகிறது. ஒரு பெரியவர் பூஜை செய்து. கர்ப்பூரம் காண்பித்துவிட்டு, கண்ணை மூடி தியானத்தில் ஆழ்ந்தார். அவருடைய பேரப் பையன் – மூன்று நான்கு வயதிருக்கும் – கர்ப்பூரம் எரியும் கரண்டியை மற்றவர்களுக்கெல்லாம் எடுத்துக் காண்பித்தான். கர்ப்பூரம் அணைந்த பிறகு அவனுக்கு என்ன செய்வதென்று தெரியவில்லை. என்ன செய்கிறோம் என்று தெரியாமல் தியானத்தில் உட்கார்ந்திருந்தவரின் முதுகின் மீது கரண்டியின் எரிந்த முனையை இரண்டு விநாடி. வைத்தான் சிரித்துக்கொண்டே. வித்வான்கள் தங்கள் சொந்த மேதைகளைப் பிறர் இயற்றிய கீர்த்தனைகளில் அளவுக்கு மீறிக் காண்பிக்கும் போதெல்லாம் இந்தச் சம்பவம் எனக்கு நினைவில் வருகிற வழக்கம்.

'வித்வானின் சொந்த மேதைமை கீர்த்தனையின் ரச உணர்வை மிகுதிப்படுத்துகிற அளவுக்குத்தான் பயன்படுத்த வேண்டும்' என்ற அரிய தன்னடக்கத்தைத் தவம் போல் அப்யசித்தவர் திருவாலங்காடு. வாத்யம் வாசிக்கிறவருக்கு இந்தத் தன்னடக்கம் தேவையா என்று யாரும் கேட்க உரிமை உண்டு. தேவை என்பது தான் என் அபிப்ராயம். இந்தச் சமயத்தில் சுந்தரேசய்யரின்

இன்னொரு சிறப்பையும் சொல்ல வேண்டும். பொதுவாக வாத்யம் வாசிப்பவர்கள் ஒரு கீர்த்தனையை வாசிக்கும்போது, அது என்ன கீர்த்தனம் என்று மெட்டைக் கொண்டு புரிந்து கொள்கிறோம், சுந்தரேசய்யர் வாசிப்பில் ஒரு அளவுக்கு அந்த வார்த்தையைக்கூடக் கேட்கலாம், அல்லது அப்படிக் கேட்கும் மயக்கத்தையாவது உண்டுபண்ணுகிற ஒரு தனிப்பண்பு அவரிடம் உண்டு. அகார, இகார, உகாரங்களையும் வார்த்தைகளையும் அப்படியே வாசிப்பதுபோல ஒரு தனிப்பட்ட சாதகத்தைச் செய்தவர் அவர். கீர்த்தனைக்காரருக்கு மரியாதை கொடுக்கும் இந்தச் சாதகத்தை அந்தத் தலைமுறை வித்துவான்கள் பலர் செய்துவந்ததாகச் சொல்லுகிறார்கள். அதைச் சேர்ந்தவர் தான் சுந்தரேசய்யர்.

ஸுஸ்வரம் என்று சொன்னாரே ஒரு பெரியவர்; அந்தச் சொல்லின் பொருளை விளக்குவது சற்றுக் கடினம். விளக்க அவதிப்படவும் அவசியமில்லை. தீர்மானமான, அசைக்க முடியாத சுருதி உணர்வாலும் காலப்பிரமாண உணர்வாலும் ஏற்படும் ஒரு நிலை இது. அதோடு இன்னொன்றையும் சேர்க்க வேண்டும். ராக வடிவங்களையும் பிரயோகங்களையும் பற்றி வழிவழியாக நுண்ணிய கலைஞர்கள் நிறுவிய மரபுகளை அப்படியே காப்பாற்றும் சிரத்தையும் கூடச் சேரும்போது இந்த ஸுஸ்வரம் நிலை பூர்ணமாக அமைந்துவிடுகிறது. இவை இயல்பாகவும் அமையலாம், சாதகத்தினாலும் வரலாம். சாதகம் செய்ய வேண்டும் என்று தனியாகச் சொல்ல வேண்டியதில்லை.

சுந்தரேசய்யரின் வாசிப்பைக் கேட்கும்போது முக்கியமான வற்றிலும் தூய்மையிலும் ஒருமுகமாக நாட்டம் செலுத்திய தலைமுறையில் வாழ்வது போன்ற ஒரு உணர்வு உண்டாகும். கலையில் உண்மையான, சுவையான அம்சங்களைக் கண்டு உள்ளம் தோயும் அனுபவம் உண்டாகும். அவருடைய வாசிப்பு பல்லவ சிற்பங்களைப் போன்றது. வடிவ உணர்வும் முழுமையும் எளிமையும் கொண்டவை அவை. அனாவசியமான அணிகள், கிளை வேலைப்பாடுகள், அமைப்பு ஒருமைக்கு அவசியமில்லாத விவரங்கள் – இவற்றை ஹொய்ஸால, நாய்க்க சிற்பங்களில் காணலாம்.

அவருடைய ஆழ்ந்த புலமைக்கு எடுத்துக்காட்டாக ரசிகர்களுக்கு அவர் சமீபத்தில் ரேடியோவில் செய்த கச்சேரி ஒன்றில் மஞ்சரி ராகத்தை அவர் வாசித்ததைக் கேட்கும் வாய்ப்பு ஏற்பட்டது. இந்த மாதிரி ராகங்களைப் பாடவோ வாசிக்கவோ செய்யும்போது சில வேடிக்கைகள் நிகழ்வதுண்டு. நான் அழைத்துக்கொண்டு போகிறேனய்யா என்று சொல்லி

நம்மை வேறு தவறான வீட்டில் கொண்டு விட்டுவிடுவார்கள். தவறான வீடு என்று சொன்னாலும் கேட்க மாட்டார்கள். சரியான வீடு என்று அவர்களுக்குத் தீர்மானமான புத்தி மயக்கம் ஏற்பட்டிருக்கும்போது வேறு என்னத்தைச் செய்வார்கள்? இன்னும் சிலர் சரியான வீட்டை வெளியிலேயே சுற்றிச் சுற்றி வந்து உள்ளே இருக்கிற ராக வடிவத்தைப் போய்ப் பார்க்க வழி தெரியாமல் அவதிப்பட்டுக்கொண்டிருப்பார்கள். சுந்தரேசய்யர் அன்று நேராக, ஒரு சிரம மில்லாமல் நம்மை உள்ளே அழைத்துச் சென்று மஞ்சரியை நாலைந்து நிமிட நேரம் தர்சனம் செய்து வைத்தார். இந்தக் கச்சேரியைக் கேட்டவர்கள் மிகமிகக் கொடுத்து வைத்தவர்கள். இந்த கர்வத்தில் இதை எழுதுகிறவருக்கும் ஒரு பங்கு உண்டு.

உண்மை படாடோபமில்லாதது. எளிமை இருக்கும். ஒளி இருக்கும். அனாவசிய உடுப்புகள், அங்கிகள் எல்லாம் அதன் மேல் இராது. சங்கராச்சாரியாரைவிட அவர் மடத்தில் வேலை செய்கிற சிப்பந்திகளுக்குத்தான் உடை அதிகம், இந்த உண்மையை சங்கீதத்தில் காண திருவாலங்காட்டின் வாசிப்பைக் கேட்க வேண்டும்.

மதுரை மணி – மணி விழா மலர் 1960

மதுர மணி

கான கலாதர ஸ்ரீ மதுரை மணி அய்யர் அவர்கட்கு சென்னை சங்கீத வித்வத் சபை இவ்வருஷம் சங்கீத கலாநிதி விருதை அளிக்கப் போகிறது. ரசிகர்களுக்கு இரட்டிப்பு சந்தோஷம். சுருதி, லயம் இரண்டிலும் மங்காத தனியரசு செலுத்தும் வயதிலேயே ஒரு மேதையைக் கௌரவிக்கும் வாய்ப்பு ரசிகர்களுக்குக் கிட்டியது மகிழச்சிக்குரிய முக்கியமான செய்தி.

பதினைந்து ஆண்டுகட்கு முன் திருச்சியில் உச்சிப் பிள்ளையார் கோயில் மண்டபத்தில் இலக்கிய மேதை கு.ப.ரா.வின் குடும்ப நிதிக்காக மணி அய்யர் செய்த கச்சேரி மறக்க முடியாத வகையில் அவர் செய்திருக்கும் எத்தனையோ கச்சேரிகளில் ஒன்று. கச்சேரி முடிவில் பேசிய தேசத்தொண்டர் டாக்டர் சாமிநாத சாஸ்திரியார், "மதுரை மணி அய்யர் என்பதைவிட மதுர மணி அய்யர் என்பதே பொருந்தும்" என்று கூறினார். பதினைந்து ஆண்டுகட்குப் பிறகு மதுரமாக முதிர்ந்துள்ளது அந்த மதுர சங்கீதம்.

கர்நாடக சங்கீதப் பரம்பரையில் இன்று மக்களை அதிகமாகக் கவர்ந்தவர் யாராவது உண்டு என்றால் அது மதுர மணி அய்யர்தான். அவருடைய கச்சேரி நடக்கும் இடத்தில் உள்ளேயும் வெளியேயும் நிறைந்து வழியும் மக்கள் திரள் ஒன்றே இதற்குச் சான்றாகும். 'மக்களுக்குப் பிடித்தது மெத்தப் படித்தோரைக் கவராது' என்ற பெரிய மனித முசுமுசுப்பையும் இங்கே காண முடியாது.

பெரிய கலை மேதை ஒருவன் படித்தவர்களையும் நுணுக்கம் தெரிந்தவர்களையும் மட்டும் கவர்வதில்லை; செவியுள்ள, சுவையுள்ள எல்லா உள்ளங்களையும் கவர்ந்துவிடுகிறான். மதுர மணி அய்யரின் சங்கீதமானது சங்கீதத்தில் முதிர்ந்த ஞானமுள்ளவர்களிலிருந்து சாதாரண ரசிகன் வரை – அத்தனை பேர் நெஞ்சையும் அள்ளக்கூடிய தனிப்பெருமை படைத்தது. அதாவது, உண்மையான மேதை. கலை விஷயங்களில் உண்மை மேதையானது சாஸ்திர அறிவுக்கும் மேற்பட்ட ஒரு நிலையில் நின்று உலகம் அனைத்தையும் கவர்ந்துவிடுகிறது.

கச்சேரியில் உட்கார்ந்து ஆரம்பித்ததுமே களைகட்டி, சபையின் கவனம் முழுவதையும் அந்தக் கணமே ஒருமிக்கவைத்து. சலசலப்பில்லாத, வேறு எங்கும் திரும்பாத, தனியானந்த மௌன நிலையைச் சாதிக்கிற ஒரு அனுபவத்தைக் காண வேண்டு மானால், மதுர மணி அய்யரின் கச்சேரியில்தான் காண முடியும், சூடேற வேண்டும், பிடிக்க அரை மணி ஒரு மணி ஆக வேண்டும், அதுவரையில் பொறுமை காட்ட வேண்டும் என்ற தர்ம சங்கடங்கள் எல்லாம் அவர் கச்சேரியில் ஏற்படுகிறதேயில்லை.

இவ்வளவு சக்தி அவர் சங்கீதத்தில் ஓங்கி நிற்பதன் ரகசியம் என்ன? அவருடைய சுருதி உணர்வும் ஸுஸ்வர கானமும் அழுத்தமாக உள்ளே இழைந்து அமைந்துவிட்ட லய உணர்வும் தான்.

இவ்வளவு சுருதி உணர்வு குரலில் எந்தக் கணமும் கைவிடாமல் கவ்விவரும் நற்பேறு கர்நாடக சங்கீதத்தில் இன்றுள்ள அநேக வித்வான்களுக்குக் கிட்டவில்லை. உரிய காலத்தில் போதிய சாதகமின்மை காரணமாக இருக்கலாம். பிறவிக் குணமாகவும் இருக்கலாம் சாதகமின்மை என்று ஒரேயடி யாகவும் சொல்லிவிட முடியாது. இன்று முன்னணியில் நிற்கும் வித்வான்கள் சாதகத்தில் பின்வாங்கியதில்லை. ஆனால், வருங்கால வித்வான்களைப் பற்றி ஒருவிதக் கவலை பலருக்கு இருந்துவருகிறது. சாதகத்தை இரண்டாம் பட்சமாக வைத்து இன்று செய்யப்படும் சங்கீதப் பயிற்சியைப் பார்க்கும்போது சுருதி சுத்தமான கானத்திற்குக் காலம் உண்டா என்றெல்லாம் கலக்கமுறத் தோன்றுகிறது.

மணி அய்யர் பிறவியிலேயே இனிமையான சாரீரம் படைத்தவர். குரல் உடையும் பருவத்தில் சிரம சாதகம் செய்து அதைக் காப்பாற்றித் தனி மெருகும் ஏற்றி விட்டார்.

மணி அய்யரின் சங்கீதத்தில் இன்னொரு தனிப் பெருமை அதன் விச்ராந்தி, சுருதி, லயம் இரண்டிலும் உள்ள நிச்சயமான

பிரக்ஞையினால், அவருடைய புகழ் பெற்ற, பிரமிக்க வைக்கிற ஸ்வர கல்பனைகளில்கூட ஒரு அமைதி விரவி நிற்கிறது. விரைவான கதிகளிலோ, சிக்கலான ஸ்வரப் பின்னல்களிலோகூட இந்த அமைதி நிலை ஊடாடி நிற்பதால் கேட்போர் உள்ளத்திலும் ஒரு பிரமிப்புக் கலந்த அமைதியையும் ஆனந்தத்தையும் ஏற்றிவிடுகிறது அது. யுத்த கள ரகளை, அதட்டல், இரைச்சல், விவகார கெடுபிடி – இவைகூட சங்கீதத்தின் பகுதிகள் என்று சிலர் கூறலாம். ஆனால் எல்லாவற்றிற்கும் மேலாக சங்கீதத்தின் உயிர் ஆனந்த அனுபவம். தன்னை மறந்த ஒரு நிலைக்கு ஏற்றுவதுதான் அதன் பயன். நீண்டகாலம் அதன் கார்வைகள் கேட்போரின் உள்ளத்தே ஒலிக்க வேண்டும். இந்த ஆனந்த அனுபவத்தை மணி அய்யரிடம் இந்நாடு கணக்கற்ற முறை அடைந்திருக்கிறது.

எந்த ராகத்தையும் தனக்குள்ளே ஆழ்ந்து சிந்தித்து அனுபவித்து, அதனுடைய ஜீவகளைகளையெல்லாம் சுருக்கமாகத் திரட்டி அவர் அளிப்பதால் ரசிகர்களுக்குக் குறையில்லாத ஒரு திருப்தி கிடைத்துவிடுகிறது,

எல்லா மேதைகளையும் போலவே மதுர மணி அய்யரின் நடை அடையாளம் கண்டுகொள்ளக்கூடிய ஒரு தனி நடை. இதை ஸ்வரம் பாடும்போது மட்டுமின்றி, ராக சஞ்சாரத்திலும் கீர்த்தனைகளிலும் காண முடியும். வெட்டி வெட்டி, கத்திரித்துக் கத்திரித்துப் பாடுகிறார் என்று சிலர் சொல்லலாம். அது ஒரு கலைஞனின் நடை, தனக்காக வகுத்துக்கொண்ட நடை, அது கலைஞனின் உரிமை. ஒரு குறையையே நிறைவாகவும் அழகாகவும் மாற்றி அமைக்கக் கூடிய ஆற்றல் ஒரு மேதைக்கு உண்டு. அடுக்குக் காசித் தும்பை மலரில் புள்ளிகள் கொண்ட வகை உண்டு. அந்தப் புள்ளிகள் குறைகளல்ல. மலரின் அழகைப் பெருக்குபவை. மணி அய்யரின் கத்திரிப்பு நடைகூட ஒரு தனி அழகாகவே காலப்போக்கில் அமைந்துவிட்டது.

மணி அய்யரின் தோடி, காம்போதி, சங்கராபரணம், மோகனம், ரஞ்சனி, ஆபோகி முதலியவற்றை யாரும் மறக்க முடியாது. அதே போல காபிநாராயணி, சித்தரஞ்சனி, கன்னட கௌள முதலிய அபூர்வ ராகங்களில் உள்ள மிகச் சின்ன கீர்த்தனைகளைப் பெரும் காவியங்களாக அவர் பாடிக்காட்டும் தனித் திறமையும் பலர் உணர்ந்திருக்கிறார்கள். பாரதி பாட்டுகளை அவர் பாடும்போது அந்த மந்திரச் சொற்களுக்கு ஒரு புது வேகத்தையும் அர்த்தத்தையும், ஊட்டியிருக்கிறார். சங்கீதப் பெரிய மனிதர்கள் இதெல்லாம் துக்கடா நேரத்துக்காக ஆனவை என்று கீழ்நோக்குடன் புன்னகைக்கலாம். ஸாஹித்யம் பிரதானமில்லை என்ற விதண்டாவாத நிலையினால் பிறந்த துர்ப்பாக்கியம் இது.

இதற்காக நாம் மண்டையை உடைத்துக்கொள்ளத் தேவை யில்லை. விவேகம் சொல்லி வராது.

அண்மையில் நவாவரணங்கள் உள்பட பல தீட்சிதர் கிருதிகளை மணி அய்யர் தம் தனிச் சிறப்புடன் பாடிவருகிறார். நவாவரணங்களுக்கு இன்னும் சற்று விளம்ப நடையைக் கையாண்டால் இன்னும் நல்ல பயன் கிடைக்கும் என்பது என் சொந்தக் கருத்து. கலந்துகட்டியான சபையில் விளம்ப காலம் எடுக்குமா என்று அவரே சந்தேகப்படலாம். ஆனால் இந்த மாதிரிக் கிருதிகளைக் கச்சேரிக்கு ஒன்று இரண்டுக்கு மேல் பாடப்போவதில்லை. ஆகவே இந்த முயற்சியைச் செய்து பார்க்கலாம். இன்னும் தீட்சிதர், தியாகராஜர், கோபால கிருஷ்ண பாரதியார், பட்டணம் சுப்ரமண்யர் முதலியோருடைய அபூர்வ கிருதிகள் பல காத்துக்கொண்டிருக்கின்றன. மணி அய்யரைப் போன்ற மேதைகள் அவற்றை எடுத்துக்கொண்டால் வாக்கேயக் காரர்களுக்கு இன்னும் அதிகப்படியான நன்றி செலுத்தியதாக இருக்கும்.

மதுர மணி அய்யரின் சங்கீதம் உன்னதமானது என்று இன்னொரு வகையிலும் சொல்ல வேண்டும். அது தெய்வத்தின் முன் நிற்கும் ஒரு பரிசுத்த நிலையை, ஒரு ஆனந்த மோன நிலையைப் பல சமயங்களில் உண்டாக்கியிருக்கிறது. இத்தகைய கலைஞர் பல்லாண்டு வாழ வேண்டும். இதே விச்ராந்தி, சுருதி லயப் பிரக்ஞையைச் செயலில் காட்டும் திடகாத்திரத்தை இறைவன் அவருக்கு அருள வேண்டும்.

மதுரை மணி அய்யரை உரிய காலத்தில் பாராட்டி ஒரு முக்கியமான கடமையைச் செய்ய முன்வந்த வித்வத் சபையும் நம் வாழ்த்துக்குரியதாகிறது.

மதுரை மணி – மணி விழா மலர் 1960

கணையாழி, ஜூன் – ஜூலை 1968

இரண்டு நிம்மதிகள்

ஈரக் குளிரோடும் வாடைக் காற்றோடும் இசை மழையும் பொழியும் பருவம் இப்பொழுது சென்னையில். குளிர் காற்றிலும் சில சமயம் இதமும் மென்மையும் தவழ்ந்து நெஞ்சையும் உடலையும் இனிக்க அடிக்கின்றன, சங்கீதத்திலும் சில சமயம் இந்த அனுபவம் கிடைக்கிறது. குளிர்காற்றோடு வேண்டாத கைப்பும் நஞ்சும் கலந்து மனிதனைப் படுக்கவும் சாகவும் அடிக்க முடியும்.

உயர்ந்த சங்கீத மரபுக்கு சேவை செய்துவரும் சபை ஒன்றில் அன்று ஒரு இளைஞர் புல்லாங்குழல் வாசித்தார். எக்காலும் மாற்றுக் குறையாத இசையைப் பேணி உபாசித்து வளர்த்துவரும் பரம்பரையில் உதித்தவர் அந்த இளைஞர். அவருடைய சுருதி சுத்தம், ராகங்களின் ஜீவநாடிகளை அறிந்து உணர்ந்து அனுபவித்து வாத்தியத்தில் அவற்றை நிறைவுடன் எழுப்பும் கலை ஆற்றல், ஸ்வரம் வாசிக்கும்பொழுது தாளகதிகளை ரக்தியாகக் குழைத்துப் புதியபுதிய பின்னல்களைப் பின்னிக் கவரும் தன்னம்பிக்கை கொண்ட நிச்சய உணர்வு – இவ்வளவும் சேர்ந்து கேட்போரைத் தன்மறதியில் ஆழ்த்திவிட்டன.

அவருக்குப் பக்க வாத்தியமாக வயலின் வாசித்தார் ஒரு வித்துவான். அவரும் இளைஞர். சங்கீதத்தைக் கற்று, தொழிலாகவும் கொண்டு வளர்ந்த பரம்பரையைச் சேர்ந்தவர்தான். ஆனால் குழலில் எழுந்த மோகனமான இசையைத் தம் வில்லால் அறுத்துக் கழுகுக்குப் போட்டுக்கொண்டிருந்தார். வில்லும் கம்பியும் சேரும்போதே ஒரு நரநரப்பு,

சுருதியில் எதற்காகச் சேர வேண்டும் என்று கேட்பதுபோல ஒரு அசட்டை, ராகமோ குடிகாரத் தள்ளாட்டம் போன்ற அநிச்சயம், அனுபூதியில்லாத தேகப்பயிற்சி, உயிர்நாடிகளைத் தவிர, மற்ற எலும்பு, தசைகளை எல்லாம் அறிந்துகொண்ட ஒரு திருப்தி – இவ்வளவும் அவருடைய தொழிலில் விரவிக் கிடந்தன. அவருடைய இசையில் என்று சொல்ல மனமில்லை. அது இசையில்லை, கலையில்லை, இசைத் தொழில். இசையை வரவழைக்கத் தவறிவிட்ட உடற்பயிற்சி.

மற்ற சங்கீத முறைகளைப் பற்றியோ, மற்ற நாடுகளைப் பற்றியோ நமக்குத் தெரியாது, தமிழகத்திலும், கர்நாடக இசை வழங்கிவரும் பகுதிகளிலும் இத்தகைய பல நுணுக்கத் தொழிலாளர்களைப் பார்த்துவருகிறோம்.

அன்று ஒரே மேடையில் ஒருவர் குழல் ஊதினார். சல்லியன் கர்ணனுக்குத் தேரோட்டிய மரபில் அவருக்குப் பக்க வாத்தியம் வாசித்தார். இருவரும் ஒரே தினுசான இசைப் பயிற்சி உடையவர்கள். ஸ்வராவளி, ஜண்டை வரிசை, அலங்காரம் என்று தொடங்கி பாலபாடம், முன்னேற்றப் பாடம், விசேஷ பாடங்கள் எல்லாம் இருவருக்கும் நடந்திருக்கின்றன. இருவரும் தத்தம் வாத்தியங்களை உழைப்போடு பயின்றிருக்கிறார்கள். ஆனால் ஒருவரது வாத்தியம் இசைக்கருவி போலவும், இன்னொருவரது வாத்தியம் ஆயுதம் போலவும் ஒலிக்கிறது; ஒன்று இசையாகவும், இன்னொன்று இசை ஊடின ஓசையாகவும் கேட்கிறது ஏன்?

இசை உள்ள இசை, இசை இல்லா இசை என்று இரண்டு இசைகள் நிலவிவருகின்றன. பொருளாதார ரீதியில் இருவருக்கும் தொழில் நன்கு நடக்கிறது. பின்னவருக்கு அதிகமாகக்கூட நடக்கலாம். அது கிடக்கட்டும். மற்ற கலைகளும் மச்சம்போலப் பிறவியாக இருக்க வேண்டுமோ என்னவோ. ஆனால் அது தம்மிடம் இருப்பதாக நினைத்துக்கொண்டு பலர் பாடுபட்டுக் கற்றுத் தேர்கிறார்கள். அது சிரங்கு மாதிரித் தெரிகிறது, குரங்கைப் போல அவர்கள் அதைக் கிள்ளிக்கிள்ளி அந்த எரிச்சலையே கலை முயற்சி என்று வெறி கொள்கிறார்கள். ஆங்கிலத்தில் மெஸோக்கிஸம் என்று அழைக்கப்படுகிற ஆத்ம சித்திரவதை இது. இந்த எரிச்சலையும் வெறியையும் மற்றவர்களும் கலை முயற்சி என்று தவறாக எண்ணி அவர்களைக் கச்சேரியில் உட்கார்த்திவிடுகிறார்கள். நாட்டியம ஆடவும் ஓவியம் வரையவும் சொல்கிறார்கள். எனவே இசையில்லாத இசை, இலக்கியமில்லாத இலக்கியம், ஓவியம் இல்லாத ஓவியம், நாட்டியம் இல்லாத நாட்டியம் என்று அந்தந்தத் துறைகளில் உயிரும் சவமும் சேர்ந்து சேர்ந்து பவனிவருகின்றன.

இலக்கியத் துறையிலும் இந்த இலக்கியமில்லாத இலக்கியங்கள் இருந்துவந்திருக்கின்றன. காலம் கடந்து நிற்கும் ஒரே காரணத்தினால் அவை இலக்கியங்கள் என்று கூறிவிட முடியாது. இலக்கியமில்லாத இலக்கியமும் காலம் கடந்து நிற்க முடியும். அதுவும் ஒரு ஆறுதல்தான். ஏனெனில் பழமை எல்லாம் சத்தியம், தெய்வம், அழகு என்று ஏமாளித்தனம் போகாமல் விழித்துக்கொள்ள அவை நமக்கு உதவுகின்றன. காலம் கடந்து நிற்க, புறச்சாதனங்களே பெரும்பாலும் உதவும். நவீன இலக்கியத்திலும் இந்தப் புறச்சாதனங்களை மூர்த்தண்யமாக எழுப்பி இலக்கியமில்லாத இலக்கியத்தை இலக்கியம் என்று, செல்வாக்குள்ள வெகுபேர் ஏதோ சுயநல நோக்கத்துடன் சாதித்துக்கொண்டிருக்கிறார்கள். எனவே காலம் சொல்லும் எது நல்லது என்ற வாதம் வெறும் சக்கை. கவிதை இல்லாத கவிதைகளும் சிறுகதைகளும் நாவலில்லாத நாவல்களும் வளர்ந்துகொண்டிருக்கின்றன. பாராட்டுகள் பெறுகின்றன. வசதிகள் பெறுகின்றன. பொருளாதார வசதிகள் பெறுவதில் யாருக்கும் ஆட்சேபமில்லை, நிறையப் பணம் கிடைத்தால் நிறையச் சாப்பிடலாம், ஆரோக்கியமாக வாழலாம். ஆனால் கலை என்று சொல்லாமலிருந்தால் போதும். சொன்னால் ஒரே மேடையில் உண்மை இசையில் தவழும் புல்லாங்குழல்காரரையும், கழுத்தறுக்கும் பிடில் தொழிலாளியையும் வைத்து வேடிக்கை பார்த்த பாவம்தான் விளையும். சொல்லிருக்கிறது; வேகம் இல்லை; சிறுகதை இலக்கணம் இருக்கிறது; சிறுகதை இல்லை; நாவல் இலக்கணம் இருக்கிறது; நாவல் இல்லை; கவிதை இலக்கணம் இருக்கிறது; கவிதை இல்லை – என்றால், பல்லாண்டுக் காலம் கம்பிகளை ராவி, சாஸ்திரங்கள் படித்தாலும், உழைத்தாலும், இயல்பான இசைத்தன்மை இல்லாத பிடில்காரரைப் போல அந்தச் சிறுகதைகள், நாவல்கள், கவிதைகள் எழுதினவர்களிடத்திலும், அவற்றின் இயல்பான உயிர் நாடி இல்லை என்றுதான் அர்த்தம். அவர்களுக்குப் பூமாலை, பாமாலை, புகழ்மாலை, காசுமாலை எல்லாம் போடுங்கள். ஆனால் உழைப்புக்கு என்று சொல்லிப் போடுங்கள். கலைக்கு என்று சொல்லாதீர்கள்.

கும்முட்டிக் காய் பருமனிலும் தோற்றத்திலும் பூசணிக்காய் மாதிரியே இருக்கும், சமைத்தால் கசக்கும். பூசணியின் சாம்பல் பூச்சை இனம் கண்டுகொள்வது நாட்டுப்புறப் பிள்ளைகளுக்குச் சுலபம். தஞ்சாவூர் ரயிலடிக் கடைகள் கதம்ப மலர்ச் சரங்களுக்குப் பேர்போனவை. இரண்டு பூப்பந்துகளை ஒரே மாதிரியாகப் பக்கத்தில் வைத்திருப்பார் கடைக்காரர். ஒன்று, சேர் எட்டணா சொல்கிறார். இன்னொன்று, மூன்றணா சொல்கிறார். எட்டணாக் கதம்பத்தில் ரோஜாப்பூ, இருவாட்சி, மருதாணி,

வெட்டிவேர் எல்லாம் இருக்கும்; மூன்றணாக் கதம்பத்தில் ரோஜாப்பூ போன்ற செவ்வரளி, வெட்டிவேர் போன்ற குளத்துக் கரும்பூண்டு, இருவாட்சி போன்ற வறட்டு வெள்ளைப்பூ – இவை எல்லாம் இருக்கும்; வாசனை இராது. ஏழை மக்கள் மூன்றணாக் கதம்பத்தைத்தான் வாங்குவார்கள். இந்த உலகத்தில் ஏழைகள் அதிகம். எனவே அதுதான் அதிகம் விலைபோகும். விற்பனை கூடிவிட்டதற்காக வாசனை வந்துவிடாது. மக்கள் விரும்புவது அதுதான்; அதைத்தான் நிறையக் கட்டி விற்கப் போகிறேன் என்று சொல்லுங்கள். தடையில்லை. ஆனால் எட்டணாக் கதம்பத்திற்கு அது சமம் என்றோ, அதைவிட உயர்ந்தது என்றோ சொல்லிவிடாதீர்கள். சொன்னால் விஷய மறிந்தவர்கள் சிரிப்பார்கள். ஏன், நமக்குள்ளே இருக்கிற மனசாட்சியேகூட "முட்டாளே" என்று சிரிக்கும். உண்மைக் கலைஞர்களைப் போல், நுணுக்க வினைஞர்களான போலிக் கலைஞர்களுக்கும் குழந்தை குட்டிகள், உலக வாழ்க்கை எல்லாம் உண்டு. எனவே பணம், பரிசு, எல்லாவற்றுக்கும் அவர்களுக்கு உரிமை உண்டு. ஆனால் கலைஞர்கள் என்று அவர்களை அழைத்துவிட்டால் ரசிகர்களுக்கு அவமானம். இன்னொன்றும் சொல்ல வேண்டும். எப்போதுமே சுண்டிவிட்ட ரசிகர்களாக நமக்கு இருக்க முடிவதில்லை. பொழுதுபோக்க மட்டமான திரைப்படத்தைப் பார்ப்பதுபோல சில சமயம் மட்டமான இலக்கியத்தையும் படிக்கலாம். ஆனால் அது மட்டமான இலக்கியம் என்ற உணர்வை இழந்துவிடக் கூடாது. நிம்மதியை வேண்டிச் சிறிது நேரம் பூஜை அறைக்குள் போய்க் கழிக்கலாம்; சிறிது நேரம் கழிவிடங்களிலும் கழிக்கலாம்; ஆனால் இரண்டு நிம்மதிகளும் ஒன்றே என்று குழப்பிக்கொள்ளக் கூடாது. பூஜை அறையும் கழிவிடமும் எப்படி ஒன்றாகும்?

இலக்கிய வட்டம், இதழ்: 4 – 3.1.64

பால சரஸ்வதியின் நடனம்
ஒரு பாமரனின் நினைவுகள்

பரத நாட்டியத்தை இரண்டு வகைகளாகப் பிரிக்கலாம். பால சரஸ்வதியின் நாட்டியம் ஒன்று. இன்னொன்று, மற்றவர்களின் நாட்டியம். சென்ற டிசம்பர் கடைசி வாரத்தில் மியூசிக் அகாடமியில் பால சரஸ்வதியின் பரதநாட்டியத்தைப் பார்த்த போது இப்படித்தான் எனக்குத் தோன்றிற்று. சூழ்நிலையால் எழுந்த பிரமையோ என்று சந்தேகப் பட்டேன். ஆனால், மற்ற நாட்டியங்களையும் இந்த நாட்டியத்தின் நினைவையும் சேர்த்துப்பார்க்கும் போது இது வெறும் பிரமை இல்லை என்று தீர்மானிக்க முடிகிறது. பால சரஸ்வதி தலைசிறந்த பரத நாட்டியக் கலைஞர் என்பது முடிவாக ஒப்புக் கொள்ளப்பட்ட செய்தி. பரத நாட்டியத்திலேயே தனிச் சிறப்பும் தூய்மையும் பாரம்பர்யமும் நிறைந்த கலை மரபின் பிரதிநிதி என்று போற்றப்படுகிறார் அவர். இந்த முன்கூட்டிய எண்ணங்களால் அவருடைய கலையை மற்றவர்களின் ஆடல்களினின்று வேறுபடுத்திப் பார்க்கத் தோன்றுகிறதோ என்று நினைத்தேன். ஆனால், எட்ட நின்று தெளிவுடன் நினைத்துப் பார்க்கும் அளவுக்குக் காலம் கழிந்தும், அந்த எண்ணம் மாறவில்லை. பால சரஸ்வதியின் நாட்டியம் தனிப்பட்டதுதான். மற்றவர்களின் நடனங்களை அதற்கு இணையாகச் சொல்ல இதயம், அறிவு எல்லாம் மறுக்கின்றன.

ஓர் அனுபவத்தை முக்கியமாகச் சொல்லவேண்டும். பால சரஸ்வதி ஆட ஆரம்பித்து முடிக்கிற வரையில் நம்முள் ஏற்படுகிற லய உணர்ச்சி அது. அலாரிப்பு தொடங்கிய உடனேயே நம் உள்ளம் ஒரு லயத்தில் ஏற்றி வைக்கப்பட்டுவிடுகிறது. தன்னை மறந்த அந்த லயத்தில் நாம் மிதக்கிறோம். சாதாரண நிலையிலிருந்து நம் அறிவும் உணர்வும் எழுப்பப்பட்டு உயர்த்தப் படுகின்றன. கடைசிவரையில் இந்த லயத்தில் நாம் ஒன்றி நிற்கின்றோம். இடையிடையே வரும் இடைவேளையில்கூட இந்த அனுபவத்திலிருந்து நாம் விண்டு பிரிந்துவிடுவதில்லை. அந்த லயத்தின் கார்வையில் நாம் ஊசலாடுகிறோம். இந்தக் கார்வை, லயம் முதலிய சொற்கள் செப்பிடு வித்தையல்ல. ஓர் அதிசயமான அனுபவத்தை எழுத்தில் சொல்ல முடியாத தவிப்புத்தான்.

தன்னை மறக்கச்செய்வது என்று சொல்லும்போது, இன்னொரு அனுபவத்தையும் சொல்லித்தானாக வேண்டும். உடலை மறக்கிற அனுபவம்தான் அது. எழுதுவதற்குச் சற்று ரசக்குறைவான விஷயமாகச் சிலருக்குப் படலாம். ஆனால், அனுபவத்தின் ஓர் உண்மையைச் சொல்வதில் தப்பென்ன? பால சரஸ்வதியின் நாட்டியம் நம்மை உடலை மறக்கத்தான் செய்கிறது, சதையைப் பற்றிய நினைவு, உணர்வு யாவும் அங்கு நசித்துவிடுகின்றன. சித்திபெற்ற கலைஞர் ஒருவர் தன் ஆத்மாவை, கலானுபூதியை, தன் படைப்புத் திறனை அசைவுகளாக, பாவங்களாக வெளிப்படுத்தும் ஒரு புனித கர்மத்தைக் காணும் உணர்ச்சி ஒன்றுதான் நிற்கிறது. இந்தப் புனித நோன்பிலும் தவத்திலும் நாமும் பங்குகொள்வதுதான் இதில் கவனிக்கப்பட வேண்டிய செய்தி. நாம் சும்மா பார்க்கிறவர்களாக மட்டும் நின்றுவிடுவதில்லை. நாமும் கலைஞர்களாக மாறுகிறோம். ஆனால், மௌனமாகச் சலனம் இன்றி இந்தத் தவத்தில் நாம் பங்குகொள்கிறோம். நம் நாட்டியம் அனுபூதியாக நடக்கிறது. வெளிப்படையான சலனமின்றி நிகழ்கிறது. உயர்ந்த கலைஞர்களின் படைப்புத் திறனுக்குத்தான் இந்தச் சக்தி உண்டு.

இவ்வாறு உணர்ச்சிகளையும் அவற்றின் தரத்தையும் உணர்த்தக்கூடிய நாட்டியம் ஓர் உபாசனைதான். கலையை உபாசனை செய்வது கலைஞர் மட்டுமில்லை – ரசிகர்களுந்தான். ரசிகர்களை இப்படித் தன்கூட இழுத்துச் செல்வது பால சரஸ்வதியைப் போன்ற தெய்வக் கலைஞர்களுக்குத்தான் முடியும். இன்று பரத நாட்டியத்தில் என்னமோ இது பால சரஸ்வதிக்குத்தான் முடிகிறது.

இவ்வளவு தூரம் நம்மை நாமே மறக்கும்போது இன்னொரு விஷயத்தையும் சொல்ல வேண்டும், இதைப் பிரஸ்தாபிக்கத் தேவையே இல்லை. ஆனால் எங்கோ ஓர் ஆங்கிலக் கட்டுரையில், 'அரங்கத்தில் ஆடும்போது பால சரஸ்வதியின் பருமன் கண்ணில் படுவதில்லை' என்று படித்த ஞாபகம். என்னைக் கேட்டால் உடலின் பருமன், ஒல்லி இதெல்லாம் கவனிக்கத்தக்க விஷயமே இல்லை என்றுதான் படுகிறது. நல்ல சரீர அமைப்பு நாட்டியத்திற்கு மெருகு தருகிறது – வாஸ்தவந்தான். ஆனால், நாட்டியத்தின் ரசங்களையும் நிலைகளையும் தெய்வீகமான தரத்திற்கு ஒருவர் சாதிக்கும்போது, உள்ளத்தை மனித நிலைக்கும் மேல் உயர்த்துமளவுக்கு ஒருவர் சாதிக்கும்போது இது அர்த்த மில்லாத பிரச்னையாகிவிடும். சாரீரத்தைப் போல் தான் சரீரமும். 'கட்டை, கட்டை' என்று சங்கீதத்தில் ஒரு வார்த்தை அடிபடுகிறது. ஐந்து கட்டை, மூன்று கட்டை என்று குரலின் சக்திக்கு அளவுகோல்கள் உலவுகின்றன. ஆனால் மூன்று கட்டை யிலும் ஐந்து கட்டையிலும் பாடுகிறவர்கள் மந்த்ர பஞ்சமத்தையும் தார பஞ்சமத்தையும் எட்டுவதற்குள் விழிபிதுங்கித் தவிப்பதைப் பார்க்கிறோம். கால் கட்டை, அரைக் கட்டையில் பாடுகிற சில சாதகர்கள் மந்த்ர ஷட்ஜத்தோடும், தார ஷட்ஜத் தோடும் சுமுகமாகக் காலம் கடத்திக் குரலின் அபூர்வ சக்திகளை நிலைக்குக் காட்டுகிறார்கள். நாட்டிய சரீரத்தையும் இந்த நிலையிலிருந்துதான் பார்க்க வேண்டியிருக்கிறது. கோயில் சிலை போன்ற வடிவழகிகள் பலரின் நாட்டியம் வெறும் ஆட்டமாக நின்றுவிடுகிறது. எந்தவித ரசானுபவத்தையும் நம் முன் எழுப்ப அவர்கள் தவறிவிடுவதை நாம் கண்டிருக்கிறோம். "டைகரி"ன் சமுத்திரம் போன்ற கற்பனையைக் கேட்ட காதுகள் குறைகளைக் கேட்டதில்லை. குறைகள் இருப்பதாக ஒரு பாவனையைக்கூட எய்தியதில்லை. ஆகவே, நாட்டிய உடலமைப்பு என்று பிடிவாதக் கொள்கையுடன் பால சரஸ்வதியின் நாட்டியத்தைப் பார்க்க விரும்பாதவர்களோ, ரசிக்காதவர்களோ, துர்ப்பாக்கியசாலிகள் என்று தான் கருத வேண்டும்.

சரீர அமைப்பையும் பற்றி முன்கொள்கைகள் இல்லாமல் பார்த்தால்தான் தெரியும். பால சரஸ்வதியின் புறங்கை வளையும் வளைவின் அழகு, விரல்கள் பின்னுக்கு அநாயாசமாக வளையும் குழைவு, குறிக்கப்படும் பொருட்களையோ, காட்சிகளையோ படம் பிடித்துக் காண்பிக்கும் அவருடைய முத்திரைகளின் அசாதாரண அழகு – இவற்றைக் கண்டு அதிசயிக்கத்தான் வேண்டியிருக்கிறது. சஞ்சாரி பாவங்களைச் சித்தரிக்கும் அவருடைய கற்பனை எல்லை இல்லாதது. ஒரு பாட்டின் ஓர் அடியையோ, சொல்லையோ தன் அபாரமான கற்பனை மூலம்

எங்கெங்கு எத்தனை விதங்களில் வியாக்யானம் செய்யலாம். எங்கெங்கு குறிப்பாகக் காட்டிவிட்டுப் போகலாம் என்பதெல்லாம் ரசம் நிறைந்த அவருக்கு அத்துப்படி என்றே தோன்றுகிறது. மேடையில் ஏறிய கணம்முதல் கடைசிவரையில் அவருடைய உடலில் லயம் வியாபித்து நிற்கிறது. அவருடைய அசைவுகள், நடக்கும் நடை, இளைப்பாறுதல் எல்லாம் இந்த லயத்தின் ஆட்சியில்தான் நிகழ்கின்றன. இதனால்தான் சபையோரின் உள்ளமும் ஒருவித லய உணர்வில் போற்றிவைக்கப்படுகிறது போலும்! இடைவேளையில்கூட இந்த லயத்தின் கார்வையில் நம் உள்ளம் அதிர்ந்துகொண்டே இருக்கிறது. ஸ்வர ஜதியில் அவர் ஒரு தாளத்தில் பல தாளங்களை வின்யாசம் செய்யும் வியப்பைக் காணும்போது, கலையை ரசிக்கக்கூட முடியாத அளவுக்கு நம் ஞான சூனியம் வேரூன்றியிருப்பதை நொந்து கொள்ள நேர்கிறது. நம்முடைய கலைகளை மனிதனின் விடுதலைக்கும் சாந்திக்கும் சாதனங்களாவே வகுத்திருக்கிறார்கள். லேசில் அசைக்க முடியாத ஓர் ஆத்மிக சாந்தி நாட்டியத்தில் ஏற்படுமானால் அது பால சரஸ்வதியின் நாட்டியத்தில் முழுமையுடன் கிடைக்கிறது.

பால சரஸ்வதியின் நடனம் உயர்ந்ததா அவருடைய பாட்டு உயர்ந்ததா என்று தீர்மானிக்க முடியவில்லை. பாவங்களை எழுப்பும் அவருடைய பண்பட்ட குரல், வீணையோடு வீணையாகச் சாதகம் செய்ததோ என்னவோ? வீணை தனத்தின் வழித்தோன்றலான பால சரஸ்வதி அப்படித்தான் குரலை இழைத்துப் பண்படுத்தியிருக்க வேண்டும். வீணையின் நட்பு இல்லாமல் இந்த பாவ சித்திரம் சாத்தியமாயிராது.

பால சரஸ்வதி தெலுங்கு, சம்ஸ்கிருத பாடல்களைக் கையாளும்போது, பாஷை நமக்குத் தெரிநதால் இன்னும் நன்றாக ரசித்திருக்கலாமே என்று தோன்றுகிறது. தமிழில்தான் பாட வேண்டும் என்று நான் சொல்லவில்லை. அன்று ‘அகாடமியார்’ பாட்டுக்களின் தலைப்புகளை மட்டும் அச்சடித்துக் கொடுத்திருந் தார்கள். தெலுங்குப் பாட்டுகள் வரும் போது பால சரஸ்வதியின் அபிநயமும் நிருத்யமும்தான் புரிய வைத்தன. முழுப் பாட்டையும், மொழிபெயர்ப்பையும் அச்சிட்டுக் கொடுத்திருந்தால் உதவியாக இருந்திருக்கும், நமக்குப் புரிவது மட்டுமில்லை; சஞ்சாரி – பாவங்களில் கலைஞரின் கற்பனை விரியும் திறனையும் புரிந்துகொள்ள முடியும். பாட்டின் பொருள் தெரிந்தால், ஒரு குறிப்பிட்ட அடிக்கு எப்படியெல்லாம் கலைஞர் அசைவுகளாலும், ஹஸ்தங்களாலும், முகபாவங்களாலும் வியாக்யானம் செய்கிறார், அவருடைய கற்பனை எவ்வளவு சக்தி வாய்ந்தது என்றும் நாம் புரிந்துகொள்ள முடியும்.

எனக்கு நாட்டியத்தில் பரிச்சயம் கிடையாது. ஆனால், என்னைப் போன்ற பாமரனுக்கே பால சரஸ்வதியின் நாட்டியத்தைப் பற்றிப் பக்கம் பக்கமாகச் சொல்லத் தோன்றுகிறது. ஒட்டகத்தை ஊசிக் கண்ணில் நுழைப்பதுபோல ஒரு சிறு கட்டுரையில் முயல்வது வீண் துணிவு. நாட்டியம் தெரிந்தவர்கள் பிரமாதமாக அதைப் பற்றிச் சொல்கிறார்கள்.

ஆமாம், பரத நாட்டியத்தை இரண்டாகப் பிரிக்கலாம். ஒன்று பாலசரஸ்வதியின் நாட்டியம்; இன்னொன்று, மற்றவர்களின் நாட்டியம்.

வெளியீட்டு விவரம் தெரியவில்லை.

சென்னை சங்கீதம்

சென்னையில் சங்கீத விழா முடிந்துவிட்டது. தமிழிசைச் சங்கம், வித்வத் சபை, நுண்கலைக் கழகம் மூன்றும் முதல் தரமான கச்சேரிகளை நிறுவிப் போட்டிபோட்டுக்கொண்டு நல்ல பெயர் சம்பாதித்திருக்கின்றன. ஆனால் எல்லாவற்றையும் பாரபட்சமின்றி சீர்தூக்கிப் பார்த்தால் வித்வத் சபைக்குத்தான் (ம்யூசிக் அகாடமி) முதல் ஸ்தானம் அளிக்க வேண்டும். கச்சேரிகளின் அமைப்பு, 'தலைமை', ஆராய்ச்சிகள் மூன்றிலும் வித்வத் சபையின் வெற்றி பிரமாதமானது. முக்கியமான காரணம் தலைமைதான். முடிகொண்டான் ஸ்ரீ வெங்கடராமய்யர் தலைமை பூண்டது கர்னாடக சங்கீதத்திற்கே அலங்காரம் என்று சொல்வது மிகையில்லை. நாலைந்து மகான்களிடம் பயின்று ஸம்பிரதாய சுத்தமாகப் பாடக்கூடிய வன்மை உள்ளவர். வன்மையுள்ளவர் என்று ஏன் சொல்ல வேண்டியிருக்கிறது என்றால் சம்பிரதாய சுத்தமாகப் பாடுவது லேசான காரியம் அல்ல. இன்றைக்கு நவீனம் என்ற பெயருடன் சங்கீதத்தில் புகுந்திருக்கும் பாணிகளும் அம்சங்களும் சம்பிரதாய சுத்தமாகப் பாட முடியாமல் தட்டுத் தடுமாறி ஒப்பேற்றப்படும் சங்கீதம். முறைப்படி பாட முடியாமல் அதற்கான முயற்சியும் செய்யாமல் ஏதோ ஒப்பேற்றப்பட்டதாகச் சுருக்கு வழிகள்தான் நவீனம் என்ற முத்திரையுடன் கர்னாடகச் சங்கீதத்தில் பவனிவருகின்றன. கலை உலகில் சாதகமின்மையும் சுருக்கு வழிகளும் அபாயகரமானவை. இந்த அபாயங்களில் இருந்து சங்கீதத்தை காப்பாற்றிக்கொண்டு

வரும் மிகச்சில கலைஞர்களில் முடிகொண்டான் ஒருவர். அவருக்குத் தற்கால ரீதியில் பிரசித்தி – அதாவது ஜனநாயக சபாஷ்கள் – மிகவும் குறைவு. நவீனர்களின் கைங்கரியத்தால் ஜனங்களுடைய காது புது மோஸ்தர் சங்கீதத்தைக் கேட்கத்தான் தீட்டப்பெற்றிருக்கிறது. சம்பிரதாய சங்கீதத்தைக் கேட்டால் 'ஏதோ இராமாயண சாஸ்திரிகள்' என்று திண்ணையில் குத்துவிளக்கை வைத்துக்கொண்டு தூங்கு மூஞ்சிகளுக்குச் சொல்லும் புராணிகர்களைச் சொல்லிவிட்டு போகிறதுபோல் ஜனங்கள் போய்விடுகிறார்கள். ஆகையால் முடிகொண்டானுக்கு மேடைப்புகழ் குறைந்திருப்பதில் வியப்பில்லை

முடிகொண்டான் ஹிந்துஸ்தானி சங்கீதத்தையும் நன்கு ஆராய்ந்தவர். அவர்களுடைய சாதக முறைகளை ஓரளவுக்குக் கையாண்டு தன் சங்கீதத்திற்கு பலம் கொடுத்துக்கொண்டிருக்கிறார். ராகம் பாடுவதிலும் ஸ்வரம் பாடுவதிலும் அவருக்குத் தனி வழி உண்டு. கமகங்கள் நிறைந்த அவருடைய சங்கீதம் ரசிகர்களுக்கு எப்போதும் நல்ல விருந்து.

கர்னாடக சங்கீதத்தில் கமகங்களுக்குத்தான் முதல் ஸ்தானம் அளிக்கப்பட்டுள்ளது. இப்போது அதுதான் முதல் முதலாக மறக்கப்பட்டுள்ளது. கார்வைக்கும் கமகத்திற்கும் காத்திரம் போதாத பிர்க்கா அரசர்கள் பெரும்பாலோரை அடிமைப்படுத்திருக்கிறார்கள். ஏதோ தங்களைப் பார்த்து அசூயைப்படுவதாக பிர்க்கா சங்கீதக்காரர்கள் நினைத்துவிட வேண்டாம். அழகான பிர்க்கா சங்கீதத்தை அளித்ததற்காக கடவுளுக்கு நம்முடைய நன்றி. ஆனால் பிர்க்காவுடனும் அவற்றால் ஜனங்களை வியப்பிலும் மூழ்கடித்து திணறடித்து கரகோஷம் வாங்கிவிடுவதுடனும் கர்னாடக சங்கீதம் முடிந்து விடுவதில்லை. நம்முடைய சங்கீதம் சுருதியையும் அடக்கத்தையும் மெய்பித்தலையும் அடிப்படையாகக் கொண்டது. இதை மறந்து கேவலம் ஸ்டண்டுகளில் மட்டும் புத்தியைச் செலுத்துவது சங்கீதத்திற்குச் சேற்றுக்காப்பு பூசுவதாகும். பிர்க்காக்கள் கடிவாளம் இல்லாத குதிரைகள். அவற்றை அடக்கிப் பாதையில் செலுத்துவதுதான் கலை. கான்ஷியஸ் ஆர்ட் என்று சொல்லுகிறோமே – அதாவது நாம் என்ன செய்கிறோம் என்ற அறிவுடன் ஒரு கலையை உபாசனை செய்வது – அது இந்தக் காலத்தில் குறைவாக இருக்கிறது. குருகுல முறையில் சிரத்தை யுடன் பயின்ற மிகச் சில கலைஞர்களிடம் அது இப்போது வாசம் செய்கிறது. ஜனநாயக அடிப்படையில் சங்கீதத்தைப் பயின்றவர்கள் மாசம் 200 அல்லது 300 ரூபாய் என்று சராசரி வரும்படிக்குத் திட்டம்போட்டுக்கொண்டு ஒரு குறிப்பிட்ட அளவுடன் தங்கள் உபாசனை, சிரத்தை அனைத்தையும் நிறுத்திக்

கொண்டு விடுகிறார்கள். சங்கீதக் கலை எல்லையற்றது என்றும் வருமானத்திற்கும் கலைக்கும் அவர்கள் நினைக்கும் அளவுக்கு அவ்வளவாகத் தொடர்பில்லை என்றும் நான் அவர்களுக்கு எடுத்துக்காட்ட வேண்டியதில்லை.

சங்கீதம் பாடப்படுவதற்காகத்தான் இருக்கிறது (பேசவும் படலாம்) என்பதை (நம்முடைய தற்கால சங்கீதத்தைக் கேட்கையில்) அடிக்கடி ஞாபகப்படுத்திக்கொள்ள வேண்டியுள்ளது. பாடப்படும் கலைக்கு சாரீரம் மிகமிக முக்கியம் என்பதையும் சுட்டிக்காட்ட வேண்டியிருக்கிறது. இந்த சாதாரண அடிப்படையான விஷயங் களை எடுத்துக்காட்டும் அளவிற்கு நம்முடைய வித்வான்களின் சாரீர அந்தஸ்து குறைந்துவிட்டிருக்கிறது. புனா, டில்லி, பம்பாய், அலகாபாத், கல்கத்தா முதலிய இடங்களில் நான் வடநாட்டு சங்கீத வனிதைகளைக் கேட்டிருக்கிறேன். அங்கு ரொம்ப மட்டமான மூன்றாம்தரப் பாடகர்களுடைய குரலின் காலில் நம்முடைய முதல்தர சங்கீத வித்வான்களின் குரலை கட்டியடிக்கக்கூட நம் கைகள் கூசும். நல்ல உயர்ந்த சுருதியில் பாடப் பழகி, குரலை காத்திரமாக ஆக்கி, உயிருடன் ஒட்டி நாபியிலிருந்து வடநாட்டுக் கலைஞர்களின் குரல் வருகிறது. நம்முடைய தொன்றுதொட்ட கர்னாடக சங்கீதத்தின் உபாசகர்கள் கழுத்துக்கு கீழ் இறங்குவதில்லை. அடிப்படையான குரலம்சம், இப்படிக் கைவிடப்பட்டிருப்பது வேதனைக்குரிய விஷயம். ரேடியோவை முடுக்கி வடநாட்டு நிலையங்களில் ஒரு மூன்றாம்தரப் பாடகன் பாடுவதைக் கேளுங்கள் போதும். இந்த உண்மை விளங்கும். சாரீர சாதகம் செய்ய முடியாவிட்டால் சங்கீதத்திடம் ஏன் வர வேண்டும்? சாரீரப் பயிற்சியைப் பற்றி ஆரம்பித்தால் உடலைப் பாதுகாப்பது முக்கியம் என்று சொல்ல வேண்டியிருக்கிறது. தேஜஸையும் வீர்யத்தையும் மேலும் திட மனதுடன் வண்ணாத்திப்பூச்சிகளுக்கு அடிமைப்படாமல் காப்பாற்றுவதுதான் முக்கியம். பல சங்கீதக்காரர்களுக்கு இது கசப்பாக இருக்கலாம். என்ன செய்கிறது ஸ்வாமி? உங்களுடைய குரல்கள் ஒன்றாவது எதிர்பார்த்த அளவிற்கு வரவில்லையே. இந்த வருஷம் ரதன் ஜங்கரின் நிகழ்ச்சி பேப்பர்களில் கண்டிருந்தது. அவர் பாடினாரோ இல்லையோ தெரியவில்லை. இந்த ரேடியோக்காரர்கள் ஏன் ஒலிப்பதிவு செய்யவில்லை? நல்ல குரலைக் கண்டால் அவர்களுக்கும் பிடிக்கவில்லையோ.

குரல் வசமாகப் பேசாததால்தான் சம்பிரதாயத்தின் தூய்மையைக் காப்பாற்றமுடியவில்லை. சம்பிரதாய சுத்தமாகப் பாட சாதகமான குரல் வேண்டும். அது இல்லாததால்தான் சுருக்கு வழிகளில் விழுந்து சங்கீதத்தைக் கற்பழித்திருக்கிறார்கள் நவீனர்கள்.

ஆராய்ச்சிகள்

இந்த வருஷ ஆராய்ச்சிகளில் மந்த்ர ஸ்தாயியைப்பற்றி வெகுவாகப் பேசப்பட்டது. மந்த்ர ஸ்தாயியில் வெற்றிபெறுவது சாதகத்தைப் பொறுத்துள்ளது. இதைப்பற்றிப் பேசவாவது துணிந்துவிட்டதால் சாதகத்தின் அவசியத்தை நம்முடைய சங்கீதப் பிரமுகர்கள் உணர்ந்துவிட்டார்கள் என்றே தெரிகிறது. டி.கே. ஜயராமய்யர் ஒலிபெருக்கி வசதியுள்ள இந்த காலத்தில் இடைக்காலத்தில் கைவிடப்பட்ட மந்த்ர ஸ்தாயி சஞ்சாரத்தை மீண்டும் புதுப்பிக்கலாம் என்று சொன்னார். நல்ல யோசனைதான். இதற்கும் சாதகம் வேண்டுமே ஸ்வாமி. மந்த்ர ஸ்தாயி சஞ்சாரம் ஒழுங்காக இல்லாவிட்டால் ஒலிபெருக்கி அழுக்குகளை அம்பலத்தில் இழுத்துவிட்டுவிடுமே. இந்த விபத்திற்கு நம்முடைய வித்வான்கள் தயாராய் இருப்பார்களா?

அடுத்தபடியாக, ராக சர்ச்சைகள் – பந்துவராளியையும் கன்னட ராகத்தையும் மீண்டும் விவாதித்துள்ளார்கள். இரண்டாம் முறை விவாதிக்க என்ன காரணம்?

ஒன்று, முன்னால் ஏற்பட்ட தீர்மானங்களை வித்வான்கள் நடைமுறையில் கையாளத் தவறியிருக்க வேண்டும். வித்வான்கள் தீர்மானங்களை அமலில் நடத்தாவிட்டால் இந்த சர்ச்சைகளின் அவசியம் என்ன என்று புரியவில்லை. செப்டம்பர் 11இல் மட்டும் பாரதியை நினைப்பது போலவும் அக்டோபர் 2இல் மட்டும் காந்தியை நினைப்பதுபோலவும் இருக்கிறது இந்த சர்ச்சைகள். தவறுகிற வித்வான்கள் மீது போலீஸ் நடவடிக்கை எடுக்க முடியாதுதான். ஒரு கட்டுப்பாட்டுக்காவது தலைவணங்கினால் நம்முடைய வித்வான்கள் குறைந்தா போய் விடுவார்கள். த்விஜாவந்தி முதலிய ராகங்களைப் பற்றிப் பொதுமக்கள் கேள்விப்பட்டதுகூட இல்லை. ஆகவே அதைப் பற்றிப் பேசியவர்கள் அதை ஜனங்களிடையே பரப்ப அவற்றை அடிக்கடி பாட வேண்டும். வித்வத் சபை சர்ச்சையோடு இதை நிறுத்திவிட வேண்டாம்.

பொதுவாக, இந்த வருஷத்தில் கர்னாடக சங்கீதத்தில் பழைய தூய்மையை உயிர்ப்பிக்க முயற்சிகள் செய்யப்பட்டுள்ளன. இவற்றைச் செயல் அளவுக்குக் கொண்டுவரப் பாடுபடுவது வித்வான்களின் கடமை.

செய்ய வேண்டியவை

1. நவீன சங்கீதத்தில் ஸ்வரம் பாடுவது மிகவும் பிரபலமாக இருக்கிறது. மிருதங்கச் சொற்களுக்கு ஸ்வரக் கோவைகள்

தயார் செய்துகொண்டு வாண வேடிக்கை நடக்கிறது. ஆங்கில ரீதியில் சொன்னால் வண்டிக்கு முன்னால் குதிரையைக் கட்டுவதற்கு பதிலாக குதிரைக்கு முன்னால் வண்டியைக் கட்டுவதுபோலாகிறது இது. சங்கீதத்திற்குத் தாளமே தவிர தாளத்திற்கு சங்கீதம் அல்ல. 'கிருஷ்ண பிடாரன்' படத்தில் திரு என்.எஸ். கிருஷ்ணன் இந்த தற்கால விபரீதத்தை வெகு அழகாகக் கிண்டல் செய்திருக்கிறார். அந்தப் படத்தை நம்முடைய சங்கீத வித்வான்களுக்கு ஒரு விசேஷக் காக்ஷியாக ஏற்பாடுசெய்து காட்ட வேண்டும். அரிய கலை நுணுக்கத்துடன் உண்மையை விளக்கியிருக்கிறார் திரு. என்.எஸ்.கே அவர்கள். என்.எஸ்.கே.யின் சங்கீத வித்வத்தைப் பற்றி அபிப்பிராயங்கள் சொல்லத் தொடங்கிவிடாமல் நம்முடைய வித்வான்கள் பணிவுடன் இந்த உண்மையைத் தெரிந்துகொள்ள வேண்டும்.

ஸ்வரம் பாடுவதில் ராக பாவத்தை இழந்துவிடாமல் இருப்பது வித்வான்கள் சங்கீதத்திற்குச் செய்யும் அரிய தொண்டாகும். அடிக்கடி திரு. ஈ. கிருஷ்ணய்யர் வற்புறுத்துவதுபோல இந்த விஷயத்தில் நம்முடைய வித்வான்கள் வடநாட்டு நிபுணர்களின் சங்கீதத்தைக் கேட்டுணர வேண்டும்.

2. ஹிந்து ஆசிரியர் ஸ்ரீ ரகுநாதைய்யர் பேசுகையில் பல குட விளக்குகளையும் மேதமையையும் உலகிற்குக் காட்டுவது வித்வத் சபையின் கடமை என்று வற்புறுத்தினார். சம்பிரதாயத்தைப் பக்தியுடன் உபாசித்துவருவதற்குத் தண்டனையாக பல மேதாவிகள் குட விளக்குகளாகவே இருக்கிறார்கள். காலஞ்சென்ற முடிகொண்டான் சபாபதி அய்யர் இந்த மாதிரிப் புகழ் அடையாமல் சபிக்கப்பட்டவர். அவருடைய சிஷ்யர் மன்னார்குடி சாமிநாதைய்யர் என்று ஒருவர் இருக்கிறார். இன்னும் எத்தனையோ மாணிக்கங்கள் குப்பையில் கிடக்கின்றன. இவர்களை வெளிக்கொணராவிடில் வித்வத் சபை கடமைத் தவறியதாகத்தான் கருத முடியும்.

3. இந்த ரேடியோக்காரர்களுக்கு ஒரு வார்த்தை. தயவு செய்து வித்வத் சபை, தமிழிசைச் சங்கம் முதலியவர்களின் ஆராய்ச்சிகளையும் ஒலிப்பதிவு செய்து வைத்துக் கொள்ளுங்களேன். தான்சேனுடைய மியான் கி தோடி, ஸரிகம பதநிஸ ஸநிதப மகரிஸ என்று ஆரோஹணத்தில் மட்டும் பிரதிமத்திமம் உள்ள ஓர் அபூர்வக் கலை

நுணுக்கத்தை பாடிக்காட்டினாரே பண்டித ரவிசங்கர், அதையெல்லாம் பொதுமக்களும் மதராஸுக்குப் போகாதவர்களும் எப்படித் தெரிந்துகொள்ள முடியும்? தமிழிசையில் பண் ஆராய்ச்சிகளையும் ஒலிப்பதிவு செய்யத் தவறிவிட்டீர்கள். அடுத்த வருஷத்திலிருந்தாவது இதைத் தொடருங்கள்.

சிவாஜி, 5.1.1950

பாராட்டு

ஸ்ரீமதி வித்யாவின் 'கர்நாடக சங்கீதம் – கலையும் விஞ்ஞானமும்' என்ற புத்தகம் தனித்துவமானது, திட்பமானது, வித்தியாசமானது. கர்நாடக சங்கீதத்தில் ஊறித் தேர்ந்த ரசிகர்களும், முறையாகப் பயின்ற மாணவர்களும் அந்த சம்பிரதாயத்தையும் நூற்றாண்டுகளாக எந்த நுட்பங்களின் மீது அது வளர்ந்து வந்திருக்கிறது என்பதையும் அறிவார்கள். ஆனால் அதை முழுமையாகப் பார்த்து வியப்படையும் சாதாரணனுக்கோ அல்லது மாணவனுக்கோ எப்படி, ஏன் அது தங்களை வியப்படையச் செய்கிறது என்ற அறிவூட்டும் வழிவகைகள் கற்பிக்கப்படவில்லை. அவனை அப்படி ஆச்சரியப்படுத்துவது எது என்று யாரும் சொல்லிக்கொடுக்கவும் இல்லை. இந்தக் கூறுகளை விளக்கும் பல நூல்கள் மாணவர்களையும் ரசிகர்களையும் கருத்தில் கொண்டு எழுதப்பட்டவையென்று கூறுவதற்கில்லை. ஆகையினால் நுட்பங்கள் போதுமான அளவில் விளக்கப்படாதபோது அவர்கள் தடுமாறுகிறார்கள். ராகங்களும் அவற்றை விரிவாகக் கையாளும் முறையும் – அளவிலும் சரி, ஆழத்திலும் சரி – இசைக் கலைக்கு இந்தியாவின் மகத்தான பங்களிப்பாகும். ஆயினும் இந்த முறையின் தோற்றம், வளர்ச்சி நிலை பற்றி மாணவர்களுக்கு மேலோட்டமாகவே தெரிந்துள்ளது. கமகங்களின் நளினம் எண்ணற்ற ராகங்களில் பல்வேறு சாத்தியங்களை திறக்கின்றன என்று அவர்கள் அறிந்திருக்கலாம். ஆனால் ஒரே ராகத்தின் அனைத்து பிரயோகங்களிலும் ஒரே விதமாய் கமகங்கள் கையாளப்படுவதில்லை.

ஒரே ஸ்வரத்தில் ஆரோகணத்தில் ஒலிப்பது போன்ற கமகம் அவரோகணத்தில் ஒலிப்பதில்லை. இது ஏன்? ஆரோகணத்தில் பயன்படுத்திய கமகத்தையே அவரோகணத்திலும் பிரயோகிக்கும்போது அழகுணர்ச்சி குன்றி நாராசமாவது ஏன்? இந்தக் கேள்விக்கான பதிலை, பாமரர்களுக்கும் புதிய சங்கீத ரசிகர்களுக்கும் புரியும் வகையில், எடுத்துக்கூற இதுவரை யாரும் முயலவில்லை. இதுபோன்ற பல விஷயங்களுக்கு மாணவர்களை உற்சாகப்படுத்துகிற வகையில் தெளிவாகவும் ஸ்திரமாகவும் வழிகாட்ட வேண்டிய தேவையிருக்கிறது.

ஸ்ரீமதி வித்யாவின் பங்களிப்புஅந்த விதமான வழிகாட்டுதலை அளிக்கிறது. விஞ்ஞானியையும் கலைஞரையும் தனக்குள் கொண்டிருப்பவர் அவர். ஒருவேளை இந்தக் கலவையை அவர் பிதுரார்ஜிதமாகப் பெற்றிருக்கக்கூடும். அவருடைய சித்தப்பா காலஞ்சென்ற சர். சி.வி. ராமனின் மிருதங்கத்தின் ஒலியமைப்புகளின் அழகியல் போன்ற சங்கீத ஆராய்ச்சிகளும் குறிப்பிடத்தக்கவை. வித்யாவின் தந்தையார் காலஞ்சென்ற சி.எஸ். அய்யர் சங்கீத நுணுக்கங்களை விஞ்ஞானப்பூர்வமாய் விளக்குவதில் பெயர் பெற்று விளங்கியவர். ஸ்ரீமதி வித்யா மொத்த சங்கீத அமைப்பின் விஞ்ஞான அடிப்படையை முன்வைக்க முயல்கிறார். இந்தப் புத்தகம் ஒரே சமயம் கர்நாடக சங்கீத பாரம்பரியத்தின் விமர்சனாபூர்வ விளக்கங்களையும் கலையை அனுபவிக்கும் ரசானுபவமாகவும் விளங்குகிறது.

‘இடைவிடாமல் சிந்தித்தது, ஆனால் ஒருபோதும் நன்கு வெளிப்படுத்தப்படாதது’ – கவிதையைப் பற்றிய மிகவும் பிரபலமான விளக்கம் இது. வித்யாவின் புத்தகத்துக்கும் இது நன்றாகப் பொருந்தும். கர்நாடக சங்கீதம் சம்பந்தமான மிக நுட்பமான விஷயங்களைக்கூட அவரால் துல்லியமாக வெளிப்படுத்த முடிவதே அவருடைய வெற்றி. அநேக ராகங்களின் சூட்சுமமான வழிகளைப் பற்றி மகா சாகித்யகர்த்தாக்களின் உதாரண சகிதம் அவர் அளிக்கும் விளக்கங்கள் மேதைமை மிளிர்பவை. 22 அல்லது 24 ஸ்ருதி வரைமுறைகளை – வாய்ப்பாட்டிலும் வாத்தியங்களிலும் விற்பன்னர்களான மகா கலைஞர்கள் கடைப்பிடித்ததும் பேணியதுமான சம்பிரதாயத்தின் மீது மரியாதையுடன் அணுகாவிடில் – அவை வெறும் கணக்குகளாக எந்திரத்தனமான கோட்பாடுகளாய் இருந்துவிடும். பழகிய உதாரணம் ஒன்றைக் காட்டலாம். கல்யாணியிலும் சங்கராபரணத்திலும் நான்காவது ஸ்வரமாக – ம – மத்யமம் வேறாக இருப்பதனால் மட்டும் அவ்விரு ராகங்களும் வேறுபடுவதில்லை. ஒரே ஸ்வரஸ்தானங்கள்தான் என்றாலும் கூட ரி, கா, தா – ஆகிய ஸ்வரங்களைக் கையாளும்

முறையிலும் இரு ராகங்களுக்கும் இடையே உள்ள் நுட்பமான வேறுபாட்டை உணர்ந்துகொள்ள முடியும். இதுபோல பல்வேறு உதாரணங்களை ஸ்ரீமதி வித்யா அளிக்கிறார். அவை மூலம் கற்றுக்கொள்பவர்கள் பயிற்சி பெறவும் ராக சம்பிரதாயங்களின் சூட்சுமமான வியப்புகளைக் காணவும் உதவுகிறார்.

ஸ்ரீமதி வித்யா, அர்ப்பணிப்பும் முழுமையும் கொண்ட வீணைக் கலைஞராக இருப்பதனால் இவை சாத்தியமாகி இருக்கின்றன. மகா கலைஞர்களுக்கும் ஆராய்ச்சிக்காரர்களுக்கும் கற்றுக்கொடுத்த வாத்தியம் வீணை. சங்கீத சிந்தனை வளர்ச்சிக்கு முழுமையாக உதவியதும் அதுதான். வீணை பெண்ணைப் போல நளினமானது. நுட்பமானது. பூர்ணமானது. ஸ்ரீமதி வித்யா அந்த வாத்தியத்தில் கொண்டிருக்கும் தேர்ச்சி, கர்நாடக சங்கீதத்தின் மகத்தான நாதவெளியின் எப்படிகளையும் ஏன்களையும் இயற்கையாகவே திறந்து காண்பிக்கிறது.

நான் பார்த்தவரையில் இந்தப் புத்தகம் மாணவர்களுக்கு மாத்திரமல்ல; ஆசிரியர்களுக்கும், மகா வித்வான்பாடும் ராகத்தையோ கிருதியையோ கேட்டு அதன் உருவிலும், ரசத்திலும் உருகி ரசிக்கும் மக்களைப் பார்த்துக் குழம்பிப் போகிற மேற்கத்திக்காரர்களுக்கும் மகத்தான துணைவன்.

8 ஆகஸ்ட் 1982

வித்யா சங்கர் எழுதிய The Art and Science of Carnatic Music (Published by PARAMBARA, Chennai 600004) **என்ற ஆங்கில நூலுக்கு அளித்த முன்னுரையின் தமிழாக்கம்.**

தமிழில்: சுகுமாரன்

எட்டிஃபி

(எட்டாவது அனைத்துலகத் திரைப்பட விழா)

1

என் பெயர் சா–மா. வேண்டுமானால் சாதாரண மானிடன் என்று வைத்துக்கொள்ளுங்கள். ஒரு முந்நூறு விதேசி அல்லது சுதேசி சினிமாக்கள் அத்தனையும் கரைத்துக் குடித்துவிடலாம் – க்யூக்களில் நின்று டிக்கட் வாங்கிவிட்டால், கண் பூத்துப்போகாமலிருந்தால், விஞ்ஞான பவனத் திற்கும், மாவ்லங்கர் ஹாலுக்கும், சாணக்யா, டிலைட், ரசனை, ராதுபாலஸ், ஷீலா என்ற தியேட்டர்களுக்கும் மாறிமாறி ஓட முடிந்தால்.

சாமாவுக்கு இத்தனையும் பார்க்க முடியாது. மாறிமாறி பஸ்களில் போக முடியாது. டில்லியிலேயே பிறந்து வளர்ந்து பிழைக்கக் கற்றவர்களுக்குத் தான் டில்லி பஸ்களில் ஏறத் தெரியும்; முடியும். ஏற விட மாட்டார்கள். ஏறினால் இறங்க விட மாட்டார்கள். இறங்கினால் ஏற விட மாட்டார்கள்.

யாருக்காக இந்த சர்வதேச சினிமா விழா? சாமாக்களுக்கு அல்ல. சாமாக்களை சினிமா மூலம் அசாமாக்களாக (அசாதாரண மனிதர்களாக) உயர்த்தப் பாடுபடும் சினிமா நிபுணர்களுக்காக. டைரக்டர்கள் டெக்னீஷியன்கள், நடிகர்கள், நடிகைகள், ரசிகர்கள், விமர்சகர்கள் – இவர்களுக் காக. இவர்கள் எல்லாரும் உலகத்து நல்ல சினிமாக்களைப் பார்த்து நல்ல சினிமாக்களாகத்

தயாரிப்பாளர்கள் தயாரிக்கச் சொல்வார்கள் – இந்தியாவில் நல்ல சினிமா எடுப்பார்கள். இவற்றை எல்லாம் பார்த்துச் சாதாரண மனிதர்கள் நல்ல ரசிகர்களாகிவிடுவார்கள். தங்களுக்கு எது நல்லது, தேசத்துக்கு எது நல்லது என்று புரிந்துகொள்வார்கள்.

சாமாக்கள் துன்பப்படாத நாடுகளே இல்லை. சொர்க்கத்தையே பூமியில் இறக்கிவிட்ட கம்யூனிஸ்ட் அல்லது இடதுசாரி நாடுகளில்கூட அவன் கஷ்டப்படுகிறான். வயிறு, துணி, படுக்கைக்குத் தவிக்காவிட்டாலும் வேறு விதமான கஷ்டங்கள். உதாரணமாக இந்த எட்டிஃப்பிக்கு ஒரு *அரசாங்க அதிகாரியின் மரணம்* என்று ஒரு படம் க்யூபா என்கிற கம்யூனிஸ்ட் நாட்டிலிருந்து வந்திருக்கிறது. ஒரு சாமா குடும்பம் படுகிற பாட்டை வெகு தைரியமாகப் படம் கிண்டல் செய்கிறது. கதை? ஒரு சிற்பி. ரொம்பவும் தேசபக்தர். உழைப்பாளி, அறிவாளி. பிரமுகர்களின் சிற்பங்களை ஒவ்வொன்றாகச் செய்து நேரத்தை வீணாக்குவதைவிட நூற்றுக்கணக்கில் ஒரே மாதிரி சிற்பங்களைச் (நகல்களை) செய்து தள்ளும் இயந்திரம் ஒன்றைக் கண்டு பிடிக்கிறார். பட்பட்டென்று பிரமுகர்களின் சிற்பங்களை அந்த இயந்திரம் உருவாக்கி வெளியே கொட்டுகிறது. ஒருநாள் அந்த இயந்திரம் பழுதாகிவிடுகிறது. தட்டிக் கொட்டி என்னென்னமோ பண்ணுகிறார் சிற்பி. இயந்திரத்தின் வாயருகே நின்று அவர் பழுதுபார்க்கும்போது திடீரென்று அது வேலைசெய்யத் தொடங்கி, அவரையே உள்ளுக்கிழுத்து ஆள் க்ளோஸ். அண்டை அயலார்கள் அவருடைய பரிதாபங்களைச் சொல்லி இடுகாட்டில் புதைக்கிறார்கள். அவர் பாட்டாளியாதலால், அவருடைய உத்யோகச் சீட்டையும் கூடவே வைத்துப் புதைக்கிறார்கள். வந்தது வினை. அவர் மனைவி பென்ஷனுக்கு மனுப்போடுகிறாள். அவருடைய உத்யோகச் சீட்டு இல்லாமல் பென்ஷன் கிடையாது என்று இடுகாட்டு குமாஸ்தா சொல்லுகிறாள். கல்லறையைத் திறந்துதான் எடுக்க வேண்டும். புதைத்து இரண்டு வருஷங்களுக்குப் பிறகுதான் உடலை எடுக்க அனுமதி கிடைக்கும். அதுதான் 'ரூல்'. முன்னால் திறக்க வேண்டுமானால் கோர்ட் உத்தரவு வேண்டும். சடலத்தையே எடுக்கத்தான் கோர்ட் அனுமதி கொடுக்கும். சீட்டை எடுக்க 'ரூல்' கிடையாது. இந்த மாதிரி ஒரு கேஸே வந்ததில்லை என்று முழிக்கிறார்கள் அதிகாரிகள். சிற்பியின் மருமான் விழிக்கிறான். இரண்டு வருஷம் வரையில் யார் காத்திருப்பது? அதுவரையில் கிழவி எப்படிச் சாப்பிடுவாள்? மருமான் இடுகாட்டு ஊழியர்களைக் கையில் போட்டுக்கொண்டு இரவோடு இரவாகக் கல்லறையைப் பெயர்த்துச் சவப்பெட்டியை வெளியே எடுத்து, சடலத்தின் கோட்டிலிருந்து உத்யோகச் சீட்டை எடுத்துவிடுகிறான். ஊழியர்களின் அஜாக்ரதையால்

கடப்பாறை விழுந்து பெரிய சத்தம். காவல்காரன் வந்து விடுகிறான். அவனை எப்படியோ ஏமாற்றி ஒரு வண்டியில் பெட்டியை ஏற்றிக்கொண்டு வீட்டுக்குக் கொண்டுபோகிறான் மருமான். ஐஸ் எல்லாம் போட்டு மீண்டும் சடலத்தைக் காப்பாற்றுகிறார்கள். மீண்டும் சடலத்தைப் புதைத்தாக வேண்டுமே? மறுபடியும் மனு. கல்லறையிலிருந்து சடலத்தை எடுக்க உத்தரவு வேண்டும். அந்த உத்தரவுக்காகப் பல அரசாங்க அலுவலகங்களில், பல மேஜைகளுக்குமுன் பல க்யூக்களில் நிற்கிறான் மருமான். நாள்கணக்கில், மணிக்கணக்கில். கடைசியில் ஒருபாடாகக் கையெழுத்து வாங்கி மனுவை நீட்டும்போது இடுகாட்டு அதிகாரி, "வா சடலத்தைக் கொடுக்கிறேன்." என்று அழைத்துப் போகிறார். சடலம் வீட்டில் இருக்கிறது. மருமான் உண்மையைச் சொல்லவே இந்தச் சட்ட விரோதமான, கடவுளுக்கு விரோதமான குற்றத்துக்காக அவனைப் பிடிக்கப் போகிறார். அவன் ஓட, இவன் ஓட, கடைசியில் அவன் அவரை அடிக்க, நடந்த ரகளையில் அதிகாரியின் உயிர்போய் விடுகிறது. போலீஸ் அவனைப் பிடிக்கப்போக, அவன் பைத்தியம்பிடித்து வெறி வந்து . . .

நமக்கே வயிற்றெரிச்சலாக இருக்கிறது. கம்யூனிஸ்ட் நாடோ முதலாளி நாடோ, அரசாங்க ஊழியன் ஊழியன்தான். அவனுக்கு 'ரூல்'தான் தெய்வம். உலகத்தில் எல்லா நாடுகளிலும் எல்லாக் காலங்களிலும் நடந்து வருகிற 'ரூல்' – சிவப்பு நாடாவின் செங்கோல் இது. பெரிய இடம் மந்திரிகள், லஞ்சப் பிரபுக்கள் – இவர்களுடைய தயவு – சிபாரிசுகள் இல்லாத சாமாக்கள் அன்றாடம் படும் அவதியை நம்முடைய கலெக்டர் – தாசில்தார், முனிசிபாலிட்டி, சப்ரிஜிஸ்தார் அலுவலகங்களில் காணலாம். ரயில்வே நிலையங்களில் பார்க்கலாம். கல்லூரி அட்மிஷன்களில் பார்க்கலாம். எல்லா ஆபிஸ்களிலும் பார்க்கலாம். கம்யூனிஸம் வந்தாலும் சரி, கடவுளே வந்தாலும் சரி, சா–மாவை சிவப்பு நாடாவிலிருந்து, அரசாங்க அதிகாரி, குமாஸ்தாக்களிடமிருந்து காப்பாற்ற முடியாது. இது மறக்க முடியாத படம்.

இந்தப் படத்தை சாமாக்கள் பெரும்பாலோர் பார்க்க முடியாது. விழா டில்லியில் நடக்கிறது. டில்லியில் உள்ள அதிகாரிகள், வந்திருந்த சினிமா நிபுணர்கள், விமர்சகர்கள் எல்லோரும் பார்த்தார்கள். 'கெக்கெக்கே' என்று சிரித்தார்கள். கோபம், வருத்தம், சிரிப்பு, வேதனை, நிராசை என்று பல உணர்ச்சிகளை எழுப்பிய படம் இது. டில்லி, மதராஸ், பம்பாய், பெங்களூர் என்று மட்டும் இல்லாமல், இந்தப் படங்களை ஏன், லக்னோ, போபால், விழுப்புரம், சிதம்பரம், கோயம்புத்தூர், சேலம் – என்ற இடங்களில் திரையிடக் கூடாது? இன்னும்

சின்ன ஊர்களில் போடக் கூடாது? ஒரு ரூபாய், எட்டணா என்று டிக்கெட் வைத்துப் போட்டால் பார்க்க மாட்டார்களா? கிழவர்களும் நடுவயதைக் கடந்தவர்களும் இளம் நட்சத்திரப் பெண்களை மரங்களுக்கு நடுவிலும் மழையிலும் தீயிலும் மலையிலும் பள்ளத்திலும் துரத்திப் பிடித்து, இடுப்பை வளைத்துத் தாடையை ஜாலக்காக ஆட்டி ஆட்டி அணைத்துக் காதல்செய்து ஓடிப் பாடி ஆடுவதைத்தான் பார்ப்பார்கள்.

யாரோ சிரிக்கிறார்கள். கேட்கிறது. சினிமா நிபுணர்கள், தியேட்டர் முதலாளிகள், நடிகர்கள், டைரக்டர்கள் எல்லாரும் சிரிக்கிறது காதில் விழுகிறது. “சா—மா. சரியான சாமாவாக இருக்கிறயே, உனக்குத் தெரியாத, புரியாத சமாசாரங்களைப் பத்தி எல்லாம் ஏன் பேசறே? இதெல்லாம் நம்ம ஊர்லெ ஓடாதுப்பா. நாங்கள்ளாம் இந்த விழாவைப் பார்த்திட்டு, புதுசு புதுசா உன்னை வச்சே படம் எடுக்கப் போறேம் பாரு. அதெல்லாம் இளையபுத்தூரு, சேலம் என்ன, கருப்பூரு, கம்பயநத்தம், கனத்தூரு, இங்கெல்லாம் கூட எங்க படம் ஓடப் போவுது? அதையெல்லாம் பாத்து ஒரு நாளைக்கு நீயும் கொடி பிடிச்சிக்கிட்டு நிக்கப் போற பாரு. அது சரி, உனக்கு ஏது இந்த எட்டிஃப்பியிலே வந்து படம் பார்க்கக் காசு, நீ சாமாவாச்சே?”

நல்ல கேள்வி!

சாமாவுக்கு ஏது பணம்? பாஸு. ஓசி டிக்கட்டு. “நீ எத்தினி நாளு சாமாவா இருக்கப் போறே? நீயும் போய்ப் பாரு” என்று ஒரு ஆசாமி வாங்கிக் கொடுத்த பாஸு.

2.2.81

2

ஜனவரி ஆறாம் தேதியன்று விஞ்ஞான பவனத்தில் சலசலப்பு. ஸ்வீடனும் ஸ்பெயினும் தயாரித்த **ஸபீனா** என்ற ஆங்கிலப் படம் ஓடிக்கொண்டிருந்தது. மாளாத கூட்டம். பத்திரிகைக்காரர்களுக்கு ஒதுக்கியிருந்த நாற்காலிகளில் வேறு யார் யாரையோ உட்கார அனுமதித்துவிட்டார்களாம். சில பத்திரிகைக்காரர்களுக்கு வேறு இடங்களைக் காண்பித்தார்கள். காசு கொடுத்து டிக்கட் வாங்குபவர்கள் உட்கார்ந்துகொண்டிருந்தார்கள். இந்தப் படத்திற்கு மட்டும் ஏன் இப்படி கூட்டம்?

எல்லாருக்கும் தெரிந்த ஆசை. ஸ்வீடன் போன்ற சில நாடுகளிலிருந்து வரும் திரைப்படங்களில் மனிதர்களை இடுப்புக்குக் கீழேயும் இடுப்புக்குக் கீழ் நிகழும் இயக்கங்களையும்

காட்டப்படும் என்று நப்பாசை. இதைப் பார்ப்பதற்காக உடல், பொருள், ஆவியெல்லாம் கொடுத்து டிக்கட் வாங்கத் தயார். நாய்களும் மாடுகளும் ஆடுகளும் இன்னும் பூச்சிகளும் பறவைகளும் அம்மணமாகத்தான் திரிகின்றன. தினமும் பார்க்கிறோம். ஆனால் மனித அம்மணத்தைப் பார்க்க எத்தனை ஆசை! எத்தனை கூச்சல்! ஆனால் ஸபீனா படத்தில் இந்த இரண்டும் இல்லை. ரொம்பப் பேருக்கு ஏமாற்றம். இரண்டு ஆங்கில எழுத்தாளர்கள். நல்ல நண்பர்கள். உள்ளுக்குள் வெறுப்பு, பொறாமை, போட்டி. மூன்று பெண்கள் இந்த இரண்டு பேரின் வாழ்வோடு விளையாடு கிறார்கள். ஸ்பெயின் நாட்டு மலைப்பிராந்தியத்தில் ஒரு நீண்ட, ஆழமான குகை. அங்கு ஸபீனா என்று யட்சிபோல, மோகினி போல ஒரு பெண். அவள் அங்கு யாராவது ஆண்கள் வந்தால் புணர்ந்து கடைசியில் கொன்றுவிடுவாளாம். இந்த மாதிரி பல ஆண்கள் பலி ஆனதுண்டாம். ஆணா பெண்ணா என்று அவள் அடையாளம் கண்டுகொள்வதற்காக, ஆண்கள் தங்கள் உறுப்பில் ரோஸ்மேரி என்ற வாசனையைப் பூசிக்கொண்டு போவார்களாம். பொண்ணாசையில் ஒருவருக்கொருவர் துரோகம் செய்துகொண்ட இரண்டு எழுத்தாளர்களும் அங்கே போய் சண்டை போட்டு உயிரை விடுகிறார்கள். அங்கு ஸபீனாவும் இல்லை. புடலங்காயும் இல்லை. அது மக்களிடையே வாழ்ந்த ஒரு பயம். ஒரு மூடநம்பிக்கை. தீராத பெண் மோகத்தின் லட்சியம். இரண்டு உயிர்கள் தங்களுக்குள்ளே உள்ள வெறுப்புக்கு பலியாகின்றன. நம்முடைய ரசிகர்கள் எதிர்பார்த்தற்கு மாறாக, டைரக்டர் லூயி போரா, புணர்ச்சி, அம்மணம் ஒன்றையும் காட்டவில்லை. மற்றபடி வழக்கம்போல படப்பிடிப்பு, ஒலிப் பதிவு எல்லாம் ரொம்ப கணிசமாக வந்துள்ளன.

நம் ஊரில் “என்னய்யா சும்மா காதல் காதல்னு காதல் கதையே எழுதுறானுங்க. வேற சேதியா கிடையாது, இந்த ஜன்மத்துலெ? பசியில்லையா? பட்டினி இல்லையா? உழைப்பு இல்லையா? பாட்டாளி இல்லையா? போராட்டம் இல்லையா? தியாகம் இல்லையா? இந்தக் காதலைப் பற்றியே புலம்பறதை எப்ப விடப்போறீங்க?” என்கிற மாதிரி பலர் கேட்கிறார்கள். உலக சினிமாவைப் பாருங்கள். பசிப் போராட்டங்களுக்கு நடுவில், உரிமைப் போராட்டங்களுக்கு நடுவில், புத்திப் பசிக்கு நடுவில், வயிற்றுப் பசிக்கு நடுவில், வயிற்றுக்குக் கீழ் உள்ள பசிக்கும் அதனால் தீர்கிற இதயப் பசிக்கும் சம இடம் உண்டு என்று காண்பிக்கிறார்கள். எத்தனையோ போராட்டம், ஓட்டம், உரிமைக் குரல் – இவற்றை எல்லாம் செய்துகொண்டிருக்கும் போதே, திடீர் என்று ஓர் அறை, ஒரு தனிமை வரும். ஒரு ஆணும் பெண்ணும் முத்தம் கொடுத்துக்கொள்வார்கள். அணைத்துக்

கொள்வார்கள். பெருமூச்சு, கண்ணீர் எல்லாம் விடுவார்கள். இல்லாவிட்டால் ஆசை பூர்த்தியாகாமல் ஏங்குவார்கள். இலக்கிய ரசிகர்களுக்கெல்லாம் புரியாத ரகசியம் பெரும்பாலான சினிமாக்காரர்களுக்குப் புரிந்திருக்கிறது. ஆனானப்பட்ட ஜெர்மனி, இத்தாலி, ஸ்வீடன், அமெரிக்க டைரக்டர்களே இதைப் புரிந்துகொண்டிருக்கிறார்கள். போராட்டம் எல்லாம் எதற்காகச் செய்கிறோம். மனைவி, குழந்தை குட்டிகளோடு இன்பமாக இருக்கத்தானே!

இர்விங் வாலஸ், ஹாரால்ட் ராபின்ஸ் போன்ற அமெரிக்க, ஐரோப்பியத் தலையணை நாவல்களை நம்முடைய ரசிகர்களும் மாணவர்களும் மாணவிகளும் வேலைக்குப் போகிற பெண்களும் நிறையப் படிக்கிறார்கள். இருபது முப்பது பக்கத்துக்கு ஒருமுறை, நாவல் தொய்ந்துவிடாமல் ஒரு புணர்ச்சிக் காட்சியை வர்ணிப்பார்கள். மறுபடியும் கதை தொடரும். இந்த ரகசியத்தை மேநாட்டு சினிமாக்காரர்கள் நன்றாகப் புரிந்துகொண் டிருக்கிறார்கள். இப்போது அவர்களுக்கும் அது அலுத்துவிட்டது என்று இப்போது வந்துள்ள விழா சினிமாக்களைப் பார்த்து ஊகிக்க வேண்டியிருக்கிறது. இந்த விழாவில் இது ஒரு விசேஷ அம்சம்.

மறக்க முடியாத படங்களில் இரண்டைக் குறிப்பிட வேண்டும். ஒன்று தி கண்டக்டர் இன்னொன்று **ஆர்க்கெஸ்ட்ரா ரிஹர்சல்.**

‘கண்டக்டர்’ (பஸ் கண்டக்டர் அல்ல) படம் ஒரு இசைக் குழு இயக்குநரின் கதை. போலந்துப் படம். இந்த ஆண்டு வெளியான படம். போலந்தில் ஒரு சிறிய நகரத்து இசைக்குழுவில் வயலின் வாசிக்கிற மார்த்தா, நியூயார்க் சென்று மூன்று மாதம் தங்க நேர்கிறது. அங்கு லஸோக்கி என்ற புகழ்பெற்ற இசைக் குழு இயக்குநரைச் சந்திக்கிறாள். லஸோக்கியும் போலந்தியர். மார்த்தாவின் ஊரைச் சேர்ந்தவர். மார்த்தாவின் தாயை அந்தக் காலத்தில் காதலித்தவர். ஏதோ ஒரு உணர்ச்சித் தாக்கலில் லஸோக்கி ஐம்பது வருஷங்களுக்கு முன் போலந்தைவிட்டு அமெரிக்கா வந்து பெரும்புகழ் அடைகிறார். மார்த்தா தன் தாயைப் பற்றிச் சொன்னதும், லஸோக்கிக்கு அவளிடம் ஒரு தனிப் பாசம் சுரக்கிறது. பிறந்த நாடு இவரை இழுக்கிறது. இசை வாழ்வில் தன் பொன்விழாவைத் தான் பிறந்த ஊரிலேயே கொண்டாட முடிவு செய்கிறது இவருடைய இதயம். மார்த்தாவின் கணவனும் ஒரு இசைக் குழு இயக்குநர். இசைக் குழுவில் வாசிப்பவர்களைத் திட்டியும் மிரட்டியும் கத்தியும் தன் கற்பனைக்கேற்ப வாசிக்கும்படி அமளிப்படுத்துகிற வழக்கம்.

குழுவுக்கு அவனுடைய ஆர்ப்பாட்டம் அலுப்பூட்டுகிறது. லஸோக்கி அங்கு வருகிறார். ஒரு விளையாட்டாகக் குழுவை இயக்குகிறார். ஒரு பேச்சில்லே. சத்தமில்லே. அவருடைய முகத்தில் காணும் லயத்தையும் இசையில் ஆழ்ந்துவிடும் உருக்கத்தையும் பார்த்துக்கொண்டே அந்தச் சாதாரணக் குழு அசாதாரணமாக வாசிக்கிறது. மார்த்தா அவரைப் பற்றியே அடிக்கடி பேசிப்பேசி பிரமிக்கிறாள். கணவனுக்குப் பொறாமையும் எரிச்சலும் மூள்கிறது. லஸோக்கி அந்தக் குழுவினரோடு பீத்தோவன் இசை ஒன்றை இயக்க ஒப்புக்கொள்கிறார். ஏற்பாடு செய்கிறவர்கள் இந்தச் சாதாரணக் குழு லஸோக்கிக்கு ஒத்து வராது என்று ஆடம்பரமாக தலைநகர் வார்சாவிலிருந்து இன்னொரு குழுவைக் கொண்டு வருகிறார்கள். லஸோக்கிக்கு இந்தப் புதுமுகங்களைப் பார்த்துக் கோபம் வருகிறது. ஒத்திகைக் கூடத்தை விட்டு வெளியேறி, அவர் இயக்குவதைக் கேட்பதற்காக டிக்கட் வாங்கவந்த நீண்ட க்யூவில் கடைசி ஆளாக உட்கார்ந்துகொள்கிறார். மார்த்தாவும் அவள் கணவனும் திகைத்துப்போய், அவரைத் தேடிக்கொண்டு க்யூவில் கண்டுபிடிக்கிறார்கள். ஆனால் வயசு, உள்ள எழுச்சி, சோர்வு எல்லாம் சேர்ந்து அவர் உயிர் போய்விடுகிறது. மார்த்தாவின் கணவன் பச்சாதாபத்தில் வீட்டுக்கு ஓடி, புலம்பி, அரற்றுகிறான். மார்த்தா அவனைச் சொற்களால் சுடுகிறாள். "உங்களுக்கு இசை புகழுக்கும், பணத்துக்கும், விளம்பரத்துக்கும் ஒரு கருவி. லஸோக்கிக்கு இசையே உயிர். அவர் தன் ஆத்மாவுக்காக இசையில் திளைத்தவர். அதனால்தான் சாதாரண வாத்தியக்காரர்களிடம் கூட அவர் கைகள் மந்திர இசைகளை எழுப்ப முடிந்தது" என்று உருகுகிறாள்.

பிரபல நடிகர் ஜான் கில்குட் இயக்குநராக வருகிறார் இதில். க்ரிஸ்டினாயாண்டா, மார்த்தாவாக நடிக்கிறார். இருவருடைய நடிப்பும் தியேட்டரில் அமர்ந்திருக்கும் நினைவே இல்லாமல் செய்துவிடுகிறது. டைரக்டர் நேராகக் கதையை நடத்திச் சென்றிருக்கிறார். டைரக்டர் ஞாபகமே வரவில்லை.

டைரக்டரை ஞாபகப்படுத்தாத டைரக்ஷன்தான் உண்மையான டைரக்ஷன். உண்மையான வெற்றி! இந்த ரகசியத்தை உணர்ந்துள்ள டைரக்டர் ஆந்த்ரெ வாய்தாவை வாயார, மனசாரப் பாராட்டலாம்.

இசையைப் பற்றிய இரண்டாவது படம் **ஆர்க்கெஸ்ட்ரா ரிஹர்சல்** (இசைக் குழு ஒத்திகை). இத்தாலியப் படம். பிரபல இயக்குநர் ஃபெடரிகோ ஃபெல்லினி டைரக்ட் செய்த படம்.

1978ஆம் ஆண்டு வெளியான படம். முழுக்க முழுக்க இசைக் குழு ஒத்திகையை வைத்து எடுத்த ஒரு திரைக் காவியம். இதில் இயக்குநர் கத்தவில்லை. மிரட்டவில்லை. மாறாக வாத்தியக்காரர்கள் சம்பள உயர்வுக்குக் கத்துகிறார்கள். ஒருவரோடு ஒருவர் இசைந்து வாசிக்காமல் மனம்போனபடி இருக்கிறார்கள். ஒவ்வொரு வாத்தியக்காரனுக்கும் தன் வாத்தியத்தின் மீது அபாரமான பற்று, மோகம், ஆசை. ஆனால் இத்தனை பேரும் இசைந்து இயங்கினால் உண்மையான இசைநாதம் எழும். 'இயக்குநர் ஒழிக' என்று கத்துகிறார்கள். யூனியன் மரபில் போராடி, ஒவ்வொருவனும் தன்தன் மனம்போனபடிக் கத்துகிறான். இந்த அமளிக்கு நடுவில் ஒரு வாத்தியக்காரியை பியானோவுக்கு அடியில் இழுத்துவைத்துப் புணர்கிறான் ஒரு வாத்தியக்காரன். இசைக் குழு திறந்துவிட்ட மிருகக்காட்சி சாலையாக அமர்க்களப்படுகிறது. திடீரென்று ஒரு சத்தம். கட்டிடம் இடிகிறது. இடிபாடும் தூசியும் புகையுமாக அமளி அடங்குகிறது. தூசி அடங்க அடங்க, இயக்குநர் மீண்டும் வருகிறார். கத்தி, மிரட்டி, தனித்தனியாக அறுக்காமல், தனித்தனியாக இயங்காமல், ஒத்து இசைந்து வாசிக்குமாறு குரலை எழுப்புகிறார். ஒத்த இசை இறுதியில் எழுகிறது. இது ஒரு குறியீட்டுப் படைப்பு. ஆயிரக்கணக்கான ஆண்டுகளாக உயர்ந்த இசையாக ஒத்து வளர்ந்து ஐரோப்பிய கலாசாரம். இரண்டு உலக யுத்தங்களுக்குப் பின்னர் சின்னாபின்னமாக, தான்தோன்றியாக, உருவழிந்து, அவலமாகிப்போன நிலையை இசைக் குழுவின் தான்தோன்றி அமளி மூலம் சுட்டிக்காட்டுகிறார் டைரக்டர். தான்தோன்றிகள் கத்துகிற சமுதாயம், ஒத்து இயங்காத சமூகம் இறுதியில் எதேச்சாதிகாரிகளைத்தான் உருவாக்கும். நட்புக்கும் அன்புக்கும் பதிலாக இரும்புக் குண்டுக்கு பயந்து ஒத்து வாழ வேண்டிய இக்கட்டுதான் தோன்றும். சிரிப்பும் கிண்டலும் நையாண்டியுமாக இந்தத் தனி மனித-சமூக வீழ்ச்சிகளை நயமாகவும் மிரட்டியும் கொண்டுவந்திருக்கிறார் ஃபெல்லினி.

இன்னொரு இந்திய விழாவுக்கு மேற்கண்ட இரண்டு படங்களும் வர நேர்ந்தால் பார்க்கத் தவற வேண்டாம்.

வினோபா பாவே எப்போதோ ஒருமுறை சொன்ன ஞாபகம் — பள்ளிக்கூடங்களில் கொஞ்ச காலத்திற்கு இந்திய வரலாறு கற்பிக்காமல் இருந்தால் நல்லது என்று. பாடப் புத்தகங்களில் இந்திய வரலாறு, அந்தப் போர் இந்தப் போர் என்று போர்களின் கதையாகவும், மதச்சண்டை, ராஜாக்கள் சண்டையாகவும் இருப்பதைக் கண்டுதான் அவர் சொல்லியிருக்க வேண்டும். வரலாறு, வெறும் சண்டைகளின் கதையா, தனிப்பட்ட

ராஜாக்களின் கதையா, மக்களின் சிந்தனை–உழைப்பு மரபுகளின் கதையா, என்றெல்லாம் சர்ச்சை இப்பொழுதும் மூலைகளில் நடந்துகொண்டிருக்கிறது. இந்தப் பிரச்னை மேற்கு ஜெர்மனியில் ஒரு வரலாற்று வாத்தியாரம்மாவையும் தூண்டி, அவள் வரலாறு என்றால் என்ன என்று ஆராயும் தேடலைப் படமாகக் காட்டுகிறது **பேட்ரியட்** என்ற மேற்கு ஜெர்மன் திரைப்படம். பேட்ரியட் அதாவது தேசாபிமானி யார்? நூலகத்தில் உள்ள சரித்திரப் பாடப் புத்தகங்களில் எழுதியிருப்பதுதான் ஒரு தேசத்தின் வரலாறா?அவற்றைப் படித்துக் கற்பிப்பவனும் புரிந்துகொள்பவனும்தான் தேசாபிமானியா? போரில் லட்சக்கணக்கான மக்கள் மடிகிறார்கள். அவர்களை மறந்து ஆட்சியாளர்களையும் அரசியல்வாதிகளையும்தான், அத்தகைய மனிதர்களையும் சம்பவங்களைப் பற்றியும்தான் பாடப் புத்தகம் பேசுகிறது. செத்தவர்களை மறந்துவிடுகிறது. ஆனால் உண்மை யான வரலாறோ கஷ்டப்பட்ட குடும்பங்கள், அவர்களின் அன்றாட வாழ்க்கை, ஆசைகள், சிந்தனைகள் – இங்குதான் காணப்படுகின்றன. செத்துப்போன ஒரு சோல்ஜரின் முழங்கால் உண்மையான வரலாற்றைக் கூறக்கூடும். இந்தச் சித்தாந்தத்தை கேபிடீஷர் என்ற வாத்தியாரம்மா பிடித்துக்கொண்டு அரசியல் கட்சிக் கூட்டங்கள், கடைகள், உடற்கூறு, காதல்கள் – இவற்றை யெல்லாம் ஆராய்ந்து உண்மையான வரலாற்றை எழுத முயலுகிறாள். அப்படியே தன் மாணவ மாணவிகளுக்கும் கற்பிக்கிறாள் – ஆராயத் தூண்டுகிறாள். பள்ளி நிர்வாகிகள், பெற்றோர்கள், பெரிய வாத்தியார்களோடு தொடர்ச்சியாகக் கருத்து வேற்றுமை வளர்ந்துகொண்டே வருகிறது. அவள் முறைப்படி சரித்திரத்தை ஆராய்ந்து உருவாக்கினால் ஒவ்வொரு நாட்டின் வரலாறும் முற்றிலும் மாறாகக் காட்சி அளிக்கும். இந்திய சரித்திரமும் இதற்கு விலக்கல்ல.

டாக்குமெண்ட்டரி பாணி இந்தப் படத்தில் தவிர்க்க முடியாத அம்சம், பாதிப் படத்திலேயே பாதிப் பேர் எழுந்து போய்விட்டார்கள் – அதாவது திரைப்பட விமர்சகர்கள், நடிகர்கள், டைரக்டர்கள் முதலியோர். ரொம்பச் சிரமப்பட்டு அலெக்சாண்டர் க்ளூகே எடுத்த படம் இது. புத்தி ஜீவிகளுக்கான படங்கள் எடுப்பதில் பெயர்போனவர் க்ளூகே. இந்தப் படத்தினால் வழக்கமான கதைப் படங்கள் பார்ப்பவர்களுக்கு ஏமாற்றம். டைரக்டர்கள் நல்ல படிப்பாளிகளாகவும் அசல் புத்தி ஜீவிகளாக வும் இருக்க முடியும் என்று கோடிட்டுக் காட்டுகிறார் க்ளூகே. வேறு என்ன சொல்ல.

9.2.81

3

ஆக்ரோஷ் சினிமாவைப் (இந்தி) பார்த்த பிறகு, சாமா தன் பெயரைக் கீமா என்று மாற்றிக்கொண்டுவிட்டான். சுற்றிலும் நடக்கும் அக்ரமங்களையும் அநீதிகளையும் பார்த்துக்கொண்டு சும்மா இருக்கிற மானிடர்கள் – கோபம் வராதவர்கள், குரல் எழுப்பாதவர்கள், கீழான மனிதர்களாகத்தான் இருக்க வேண்டும். பெரும்பாலான மனிதர்கள் முக்கியமாக நகரங்களிலும் பெரிய ஊர்களிலும் வாழும் முக்காலே மூணுவீசம் மனிதர்கள் இப்படித் தான் இருக்கிறார்கள். அவர்கள் எல்லோருடைய சார்பாக சாமா தன் பெயரைக் கீமா என்று மாற்றிக்கொள்கிறான். கோபிக்க வேண்டாம். ஐயையோ, கோபித்துக்கொள்ளுங்கள்!

இந்த 'ஆக்ரோஷ்' கதை பழங்குடி மக்கள் வாழ்க்கையைப் பற்றியது. லஹன்யா என்ற பழங்குடி மனிதன் ஒருவனின் மனைவியை ஒரு கண்ட்ராக்டர், டாக்டர் முதலியவர்கள் இரவு ஒரு பங்களாவுக்கு வரச்சொல்லிக் கற்பழித்துக் கொன்று ஒரு கிணற்றில் போட்டுவிடுகிறார்கள். அந்தக் கற்பழிப்பு நடக்கும்போது லஹன்யா ஓடிவருகிறான். அவனுடைய மனைவியின் கதியற்ற கூச்சல் கேட்கிறது. ஆனால் உள்ளே போக முடியவில்லை. அவ்வளவு பெரிய தாழ். அவன் உயிர் போகிறது போல இடிக்கிறான். சுற்றிச்சுற்றி வருகிறான். கத்துகிறான். உள்ளே காரியம் நடத்திக்கொண்டிருக்கும் பெரியவர் களின் ஆட்கள் வெளியே அந்த லஹன்யாவைப் பிடித்து அடித்து நொறுக்குகிறார்கள். பின்னர் பெண்டாட்டியைக் கொன்று கிணற்றில் போட்டுவிட்டதாக லஹன்யாமீது கேஸ் ஜோடிக்கிறார்கள். வழக்கு நடக்கிறது. ஒரு வெற்றிகரமான வக்கீல் சர்க்கார் சார்பாக வழக்கை நடத்துகிறார். "குற்றவாளி" லஹன்யாவின் சார்பாக வழக்கை நடத்த அந்த வக்கீலின் ஜூனியரான ஓர் இளைஞன் அமர்த்தப்படுகிறான். லஹன்யா கோர்ட்டிலும் சரி, அந்த இளைஞன் தனியாக வந்து பேசி நடந்ததைச் சொல்லும்படி பலதடவை மன்றாடியபோதும் சரி, ஏதும் சொல்லாமல் முழு மௌனியாக இருக்கிறான். படம் முடிந்தவரையில் அவன் வாய் திறந்து பேசுவது அரை நிமிஷம்தான். கத்துவது ஒரு நிமிஷம். காரணம் அவனுக்கு ஆக்ரோஷம் பொங்கிப் பொங்கி எரிகிறது. இந்த உலகத்தில் ஏழைகள் எப்போதும் வாயடைத்த பூச்சிகள், அவர்களுக்கு எந்தக் காலத்திலும் விமோசனம் கிடையாது, நீதி கிடையாது, என்பதுபோல அவனுடைய மௌனம் நம்மிடைய இதயங்களில் இடி இடியாகக் கேட்கிறது.

ஜூனியர் வக்கீல் இளைஞரின் முதல் வழக்கு அது. சீனியரிடமிருந்து எந்தப் பயிற்சியும் கிடைக்காது. கிடைத்தாலும் அழகும் ஆகாது. சுதந்திரமாகத் தொழில் நடத்தக் கிளம்புகிறான். லஹன்யாவின் அப்பாவிடம், தங்கையிடம் போய் நடந்ததைச் சொல்லுமாறு மன்றாடுகிறான் அவர்களும் ஏதும் சொல்ல மறுக்கிறார்கள். நீங்கள் எல்லோருமே, இந்த உலகமே முருங்கக் குச்சி. உங்களை நம்பியா வாழ்க்கையில் உயரப் போகிறோம்? என்பது போல தடிமௌனமாக இருக்கிறார்கள். கடைசியில் அந்தப் பழங்குடி மக்களிடையே வாழ்ந்து கொண்டு, அவர்களுக்குச் சுரணை வருமாறு, துன்பங்களை, அநீதிகளை எதிர்த்துக் குரல்எழுப்புமாறு பாடுபட்டு வருகிற ஓர் இளைஞனின் உதவியை நாடுகிறான். அந்த இளைஞன், இந்தச் சிறிய வக்கீல் உண்மையாகத்தான் பாடுபடுகிறான் என்று புரிந்துகொண்ட பின், ஓர் இரவு அவனிடம் உண்மையை வெளியிடுகிறான். ஆனால் நிரூபிக்க ஆதாரம் இல்லை என்கிறான். “தடயங்களைக் காண்பது உன் வேலை. நீதியை நாங்கள் தேடுவது வேறு வழி, நீ தேடுவது வேறு வழி. நான் உன்னை மறுபடியும் சந்திக்கப் போகிறேனோ என்னவோ, இந்த உண்மை ...” என்று மூன்று பேர்கள் அந்த பெண்ணைக் கற்பழித்துக் கொன்றதைக் கூறிவிட்டுப் போய்விடுகிறான்.

மறுநாள் அந்த ஆளைக் க்ளோஸ் பண்ணிவிடுகிறார்கள். இளம் வக்கீலும் வழக்கை நடந்த முடியாத வகைக்குப் பயமுறுத்தப்படுகிறான். அதாவது கத்திக் குத்துப்படுகிறான். அந்த வெட்டுக்காயம் ‘எங்க பக்கம் சேந்துக்க, இல்லாட்டி சாவு’ என்ற முதல் பயமுறுத்தல். இளைஞன் கோர்ட்டில் போலீஸ் பாதுகாப்புக் கேட்கிறான். சர்க்கார் வக்கீல் ஆட்சேபிக்கிறார். நீதிபதி சட்டப்படி போலீஸ் பாதுகாப்புக் கொடுக்கிறார். இராப் பகலாக உட்கார்ந்து குறுக்கு விசாரணையில் சர்க்கார் வக்கீலைத் திணற அடிக்கிறான் இளம் வக்கீல். அவர் ஜோடித்த சாட்சிகளும் முரணும் குழறலுமாக உளறுகிறார்கள்.

இளம் வக்கீல் லஹன்யாவை மீண்டும் சந்திக்கிறான். “உனக்கு உதவ வந்திருக்கிறேன். நீ வாயைத் திறந்து ஏதாவது சொல்லு. நீ ஒன்றும் சொல்லாவிட்டால் உன்னைத் தூக்கிலிட்டு விடுவார்கள். பிறகு உன் தங்கையின் கற்பும் போகும். தந்தையையும் யார் காப்பாற்றுவார்கள்?” என்று கேட்கிறான். அப்போதும் அவன் பதில் பேசவில்லை. வழக்கு சாதகமாக வரும் தருணத்தில், லஹன்யாவின் தகப்பன் இறந்துவிடுகிறான். கைதி லஹன்யாவைத் தகப்பனுக்குக் கொள்ளிவைக்க விலங்கு பூட்டி, கடிவாளம்போட்டு இழுத்துப் போகிறார்கள் (படம் தொடங்கும் போதும் பெண்டாட்டிக்குக் கொள்ளி மூட்ட

இதேபோல்தான் கொண்டுபோகிறார்கள்). விலங்கை அவிழ்த்து விடுகிறார்கள். கொள்ளி போட்டு, தண்ணீர் குடத்தைத் தோளில் வைத்து மூன்று தடவை சிதையைச் சுற்றிவிட்டு, திடீர் என்று அங்கேயிருந்த ஓர் ஆளின் கையிலிருந்த கோடரியைப் பிடுங்கி, தங்கையின் மீது ஒரு போடு போடுகிறான் லஹன்யா. தகப்பன் இறந்ததும் அவளும் கற்பை இழப்பதிலிருந்து தப்பிவிடுகிறாள். இனி அவள் கற்பை எந்தப் பெரிய மனிதனும் விழுங்க முடியாது!

இளம் வக்கீல் அதிர்ந்து போய் தனக்கு சீனியராக இருந்த சர்க்கார் வக்கீலிடம் நீதி, உண்மை பற்றி வாதாடுகிறான். சீனியர் வக்கீல் மசிந்துவிடவில்லை. பழங்குடிகள், ஏழைகள் அடிமைப் படுகிறார்கள் – உண்மைதான். ஆனால் இதுதான் உலகம். சட்டம் காண்பதுதான் உண்மை என்று நெகிழ்ந்தோ, குழம்பியோ போகாமல் சொல்கிறார்.

இந்த 'ஆக்ரோஷ்' படத்துக்குத் 'தங்க மயில்' பரிசு அளித்திருக்கிறார்கள். சரியான தீர்ப்புதான்.

இந்த அயல் நாட்டு நிபுணர்களைவிட நம் நாட்டு டைரக்டர்கள் சொல்ல வேண்டியதை அழுத்தமாக, கச்சிதமாகச் சொல்லியிருக்கிறார்கள். **ஆல்பர்ட் பிண்ட்டோவுக்கு ஏன் கோபம் வந்தது?** என்ற படம் பம்பாய் துணி ஆலைத் தொழிலாளர்களின் வேலை நிறுத்தத்தை மையமாகக்கொண்டது. பம்பாயில் வாழும் கோவா கிறிஸ்தவக் குடும்பத்தைப் பற்றிய படம். அயல்நாட்டுக் கார்களை வைத்திருக்கும் பம்பாய் முதலைகளை 'சார்' போடாமல் பெயர் சொல்லி அழைக்கும் அளவு நட்புப் பராட்டும் மோட்டார் மெக்கானிக் ஆல்பர்ட் பிண்ட்டோ வேலை நிறுத்தங்களையும் பசி, பட்டினிக் கிளர்ச்சிகளையும் முதலில் வெறுக்கிறான். சேராமல் ஒதுங்குகிறான். அவன் காதலிக்கும் பெண் (ஸ்டெனோகிராஃபர்) மீது முதலாளி கைபோட முயன்றதும், தன்னைப் போல வேலை நிறுத்தங்களை வெறுத்த தகப்பனார் பஞ்சாலை முதலாளிகளின் கையாட்களான குண்டர்களிடம் உதைபட்ட பிறகும்தான் அவனுக்குப் பணமுதலைமீது கோபம் வருகிறது. அவன் பெயர் சொல்லி அழைக்கும் ஒரு பெரிய முதலாளி வீட்டுக்கு, அவருடைய காரைப் பழுதுபார்த்து ஓட்டிக்கொண்டு கொடுத்த போது முதலாளியின் மனைவி "என் கணவரின் நண்பனா சீ நாயே" என்று சொல்லாமல், அந்த அர்த்தத்தில் ஏதோ சொல்லி அவனை ஒரு மோட்டார் மொக்கானிக் அந்தஸ்துக்கு இறக்குகிறாள். கோபம் அன்று தொடங்குகிறது ஆல்பர்ட்டுக்கு. ஐரோப்பிய–அமெரிக்க மேதைகளைப் போல குறியீடுகளும் சுற்றி வளைத்தலும் இல்லாமல் நேராகச் சொல்லிக் கோபத்தை நமக்கு வரவழைக்கிறார் டைரக்டர் சையத் மிர்சா.

16.2.81

4

சோத் என்ற ஹிந்திப் படமும் (டைரக்ஷன் – பிப்லப் ராய் சௌத்ரி) இந்த மாதிரி கோபத்தைத் தூண்டும் படம்தான். ஜமீன்தாரிடம் வேலை பார்க்கும் சின்னப் பையன், வீடு பெருக்கும்போது அவருடைய செருப்பைக் காலால் நகர்த்திவிடுகிறான். அந்தப் பையனைப் பேயறையாக அறைகிறார் அவர். அவன் ஓடுகிறான். ஊரை விட்டே ஓடுகிறான். இந்த ஜமீன்தாரின் பிடியிலும் லேவாதேவிகளின் பிடியிலும் சிக்கி நில உடைமைகளைக் கடனுக்கு இழந்து, குரலெழுப்பாமல் ஒடுங்கிச் சாகிற கிராமத் தார்களுக்குப் புத்தி கற்பிக்க வருகிறான், அந்தப் பையன் பெரியவனான பிறகு. கல்கத்தாவில் ஏதோ வேலை பார்க்கிறவன். வாரா வாரம் வருகிறான். இறந்தவர்களின் ஆவி ஒன்றுக்குப் பத்து ரூபாய் வீதம் கொடுத்து வாங்குவதாகக் கூவிக்கொண்டு வருகிறான். அரிசி விலை, கடுகெண்ணெய் விலை எல்லாம் விஷமாக ஏறிப் பட்டினி கிடக்கிற கிராமத்தார்களுக்கு நப்பாசை. வாரா வாரம் பத்து பத்தாகப் பூதத்தின் விலை ஏறுகிறது. ஆவிகளைப் பிடித்துக்கொடுத்துப் பணம் வாங்கி, அரிசி வாங்க மக்களுக்கு ஆசை. இந்த ஏழைகளில் ஒருவனின் பெண் வயிற்றுக்காக விபசாரம் போகிறாள். அவளைக் கல்லால் அடித்து ஊரார் ஊரை விட்டு விரட்டுகிறார்கள். இதற்கு நடுவில் ஒரு வைதீகர் தன் மருமகளை (மகன் ரூர்க்கேலாவில் வேலை பார்க்கிறான்) பலவந்தமாக மயக்கிக் கருக்கொடுத்த அவளுக்கு சங்காதோஷம் வந்து, யாருடைய ஆவியோ அவளைப் பிடித்துக் கொண்டு விட்டதாக மாந்திரீகன் கையாலேயே அவளை அடித்து 'க்ளோஸ்' பண்ண முயலுகிறான். ஆவிகளை விலைக்கு வாங்கும் இளைஞன் குட்டை உடைக்கிறான். இப்போது அவன் கொடுக்கத் தயாராகயிருப்பது, ஒரு ஆவிக்கு நூறு ரூபாய். ஒரு கிராமத்தான் தள்ளாத தன் தகப்பனைக் கொன்றாவது அவனுடைய பூதத்தைப் பிடித்து நூறு ரூபாய் வாங்கத் திட்டம் போடுகிறான். 'நல்ல சோறாவது போடேன். நல்லாத் தின்னு செத்தாலும் நல்ல பூதமாகக் கிடைக்கும்' என்பது தகப்பனின் கோரிக்கை.

இது ஒரிஸா கிராமத்தில் எடுத்தது அருமையான படம். நல்ல வேளையாக இவ்வளவு ஆழமான அறியாமை தமிழகத்துக் கிராமங்களில் இல்லை. பெரியாருக்கும் தோழர்களுக்கும் மனமார நன்றி கூற வேண்டும். தமிழகத்துச் சிற்றூர் மக்கள்கூடத் தங்கள் தலைவர்களுக்குச் சூடம் காட்டியும் காலில் விழுந்து தொட்டுக் கும்பிட்டும் விக்ரக ஆராதனை செய்ய மாட்டார்கள்.

வட்டிக்காரர்கள், நிலப்பிரபுக்கள், போலீஸ்காரர்கள் போன்ற அதிகாரிகள், அவர்களுக்குக் கைகொடுக்கும் படித்தவர்கள் (பாவம், இவர்களுடைய பிடியிலிருந்து ஏழைகளைக் காப்பாற்றும் பணியை அந்த ஏழைகள்தான் ஏற்றுக்கொள்ள வேண்டும்.) வெளியாரும் பிறரும் அவர்களைக் கரையேற்ற முடியாது. அவர்களே தங்கள் உரிமைகளை, தங்கள் இன்னல்களைப் புரிந்து உணர்ந்து வழி தேடிக்கொள்ள வேண்டும். இதைத்தான் பாலே ஃப்ராரே முதல் பிப்லப் ராய் சௌத்ரிவரை சொல்லிக்கொண்டு வருகிறார்கள். "உங்களுக்கு எப்படிச் சுரணை ஊட்டுகிறது என்று தெரியவில்லை" என்று கோபத்தில் கத்துகிறான் அந்தப் படத்தில் பூதம் வாங்குகிற இளைஞன். பூதத்தையும் காற்றையும் கையில் பிடிக்கிற காரியம்தான் இது. 'மயிலே மயிலே என்றால் இறகு போடுமா' என்று ஒரு பழமொழி உண்டு. அதற்கு என்ன அர்த்தம்?

வெனிஸ் பொய்கள் (வெனிஷியன் லைஸ்)

காணாமற்போன பையன், குழந்தைகளைப் பற்றி தினமும் ரேடியோவில் கேட்கிறோம். பத்திரிக்கையில் படிக்கிறோம். 'கண்ணே வாடா, உன்னை இனிமேல் அடிக்க மாட்டேன். அம்மா படுத்த படுக்கையாகிவிட்டாள். உடனே திரும்பி வா. இப்படிக்கு அப்பா' என்று விளம்பரங்கள் படிக்கிறோம்.

ரெனுட்டோ இந்த மாதிரிப் பையன்களின் ரகம்தான். அவனுக்கு எந்த ஊரோ, யார் பெற்றோர்களோ,தெரியாது எங்கிருந்தோ வந்தான் ரகம். பல வீடுகளில் ஒரு விளையாட்டு விளையாடுகிறான். குழந்தைகள் இல்லாத புருஷன் மனைவி களாகப் பார்த்து பரிதாபமாக ஒரு கதை சொல்லி அவர் களோடு சில காலம் வாழ்ந்து மறைந்துவிடுவான். இப்படிப் பல தம்பதிகளிடம் பிள்ளையாக இருக்கிறான். ஒரு நாள் வெனிஸுக்கு ஒரு லாரியில் ஏறி வருகிறான் அங்கு ஒரு சாப்பாட்டுக் கடையில் ஒரு கடிதம் எழுதி ஒரு கணவனிடம் கொடுக்கிறான். 'எங்கம்மா நீங்கள்தான் என் தகப்பனார் என்று சொன்னாள். நீ போய் உங்கள் அப்பாவைத் தேடிக்கொள் என்று சொன்னாள். வந்திருக்கிறேன்" என்று எழுதியிருக்கிறது. இதைப் பார்த்ததும் அந்த ஆளுக்கு லேசாக அதிர்ச்சி, குழப்பம், மனைவியிடம் சொல்கிறான். மனைவிக்கு சந்தேகம் வருகிறது. மேநாட்டு சமூகத்தில் கல்யாணத்திற்கு முன் ஆண்–பெண் உறவு வைத்துக்கொள்வது பொதுவாகப் பெரிய குற்றமாகக் கருதப்படுவதில்லை. ஆனால் ஒரு குழந்தை பெறும் அளவுக்கா என்று மனைவிக்கு சந்தேகம் வருகிறது.

பையனோ மகா புத்திசாலி. புல்லாங்குழல் ரொம்ப அழகாக வாசிக்கிறான். நன்றாகச் சமையல் பண்ணுகிறான். டென்னிஸ் விளையாடுகிறான். கடைக்குப் போய் சாமான் வாங்குவதில் மகா திருவாழத்தானாக இருக்கிறான். அந்த மனைவிக்கு, தன் வாழ்க்கையில் சனிமாதிரி புகுந்தானே என்று முதலில் நினைத்த மனைவிக்கு, இந்தப் பையனைப் பிள்ளையாக ஏற்று அன்புகாக்கும் அளவுக்குப் பிரியம் வந்துவிடுகிறது. திடீரென்று ஒருநாள் அவர்கள் வீட்டில் ஒரு திடுதிடு கும்பல் நுழைகிறது. பல தம்பதிகள் – இந்தப் பையனால், ரெனாட்டோவினால் இதே மாதிரி ஏமாற்றப்பட்ட தம்பதிகள் எல்லோரும் – கூடுகிறார்கள். பையனின் சூழ்ச்சியை ஒருவர் கண்டுபிடித்து எல்லோரையும் ஒரு இடத்தில் கூட்டிவிடுகிறார். போலீசில் ஒப்படைக்க வேண்டும் என்று கத்துகிறார்கள். 'ஓடு ஓடு' என்று கடைசியாக அம்மா ஆனவள் கத்துகிறாள்.

பையன் ஓடி ஆற்றில் குதிக்கிறான். தப்பி ஓடி ஒரு கார்காரரிடம் சவாரி கேட்டுக்கொண்டு மிலானுக்குக் கம்பி நீட்டுகிறான். அவனுக்குப் பெட்டி படுக்கை ஒன்றும் கிடையாது. இருக்கிற சொத்து இரண்டு புல்லாங்குழல்கள்.

எல்லாப் 'பெற்றோரும்' கடைசிப் 'பெற்றோர்'களிடம் உறுமுகிறார்கள். கடைசி அப்பாவும் அம்மாவும் அவர்களை வீட்டை விட்டு விரட்டுகிறார்கள். "பிள்ளையென்றால் உங்கள் சந்தோஷத்திற்காக, உங்கள் சுயநலத்திற்காக ஆட வேண்டும். பிள்ளைக்கு ஒரு மனசு, ஆத்மா எல்லாம் உண்டு என்று உணர்ந்திருந்தால் இப்படி கத்தியிருக்க மாட்டீர்கள்" என்று அந்தக் கடைசி அப்பா விரட்டுகிறார். பையன் தப்பித்து ஓடும் போது அந்த அப்பாக்களில் ஒருவர் துப்பாக்கியால் சுடுகிறார். அவன் ஆற்றில் விழுந்து செத்திருப்பான் என்றே எல்லாருக்கும் எண்ணம், ஆசை.

ஒரு மலடி, சக்களத்திற்குப் பிறந்த குழந்தையை தன் பிள்ளை என்றும், சக்களத்தி இல்லையென்றால் வெட்டி ஆளுக்குப் பாதியாக எடுத்துக்கொள்ளுமாறு சாலமன் சொன்ன கதையின் ஒரு புது உருவம் ரொனாட்டோவின் கதை. கலர் படம். 100 நிமிஷம்தான். பத்து நிமிஷம்தான் நடந்தது போலயிருக்கிறது. இத்தனைக்கும் ஒரு சண்டை, குண்டுகள், சஸ்பென்சுகள், ஏதும் இல்லை. ஸ்டிஃபானே ரோல்லா என்ற ஒரு இளம் டைரக்டர் இயக்கின படம். அவரைப் படம் முடிந்ததும் விஞ்ஞான பவனில், மேடையில் அறிமுகப்படுத்தினார்கள்.

நான்தான் டைரக்டர் என்று டைரக்டரின் சாமர்த்யத்தை நம் கண்ணிலும் புத்தியிலும் காதிலும் இடித்து இடித்துக்

காட்டாமல், ஒரு தடபுடல் இல்லாமல், தொழில் நுணுக்க 'உத்திகள்' இல்லாமல் ரொம்ப நாசூக்காக, கதையைச் சொல்லி விட்டார். அன்பு என்றால் என்ன, அதற்கும் நம்முடைய 'நான்' 'எனக்கு'க்கும் என்ன தொடர்பு, உண்மையாகவே நாம் செய்கிற அன்பு சுயநலமில்லாததா என்றெல்லாம் நாள் கணக்கில் சிந்திக்க வைத்துவிட்டார் டைரக்டர் ஸ்டிஃபானே ரோல்லா திரைக்கதையும் அவருடைய கைவேலைதான். விழாப் படங்களில் காண்கிற '*gimmicks*'ஐப் பார்த்துத் திகட்டிப்போன மனதிற்கு மிகவும் ஆசுவாசமும் திருப்தியும் நிறைவும் தரும் படம்.

ஆக்ரோஷ் உடன் தங்க மயிலுக்குப் போட்டிபோடும் நிறைவுகள் உள்ள படம் இந்த வெனீஷியன் லைஸ்.

மறக்க முடியாத இன்னொரு படம் **நல்ல போர்த்துக்கீசிய மக்கள்** (த குட் போர்த்துக்கீஸ் பீப்பிள்) முழுக்கமுழுக்க டாக்குமெண்ட்டரி நடையில் போர்த்துக்கீசிய மக்களின் வரலாற்றையும் பாட்டாளிகளின் போராட்டங்களையும் கதை ஏதுமில்லாமல் தேர்தல் கூட்டங்கள், ராணுவ ஜண்ட்டாவின் கூட்டங்கள், கோஷங்கள், சிற்சில கிராமக் காட்சிகள், போர்த்துகல் ஆண்ட அங்கோலா, மொஸாம்பிக் முதலிய இடங்களில் நடந்த சுதந்திரப் போராட்டங்கள், சுதந்திர தின வைபவங்கள் – இந்தக் காட்சிகள் மூலமே திரைக்கப்பாலான உரைகளுடன் விவரிக்கிற படம் இது. கடுமையாக ஆரம்பத்திலேயே சென்சார் பண்ணப்பட்டதாம் (இந்தியாவில் இல்லை – போர்த்துக்கல் நாட்டிலேயே). ஆனால் பல நண்பர்களின் உதவியால் பற்பல நேர்ப் படப் பிடிப்புகளைச் சேர்த்து எடிட் பண்ணி உருவாக்கி யிருக்கிறார் டைரக்டர் ரூயி ஸிமோஸ்.

இந்த உலகத்தில் காலனி ஆட்சிக்கு அங்குரார்ப்பணம் செய்ததில் முன்னோடிகளாக விளங்கிய புண்ணியவான் போர்த்துக்கல் நாடு. அதற்குப் பின்னர்தான் ஸ்பெயின், இங்கிலாந்து, பிரான்ஸ் போன்ற நாடுகள் வியாபாரம் என்று கிளம்பி, அது சாம்ராஜ்ய வெறியாக வளர்ந்து காலனிகளை நிறுவின. ஆசியாவும் ஆப்பிரிக்காவும் தென் அமெரிக்காவில் உள்ள மக்களும் அடிமைப்பட்டார்கள். சுரண்டப்பட்டார்கள். இரண்டாம் உலகப் போருக்குப் பின் இந்த எல்லா நாடுகளும் மனதில்லாமல் காலனிகளை இழந்துவிட்டுத் தனித்து நிற்கின்றன. போர்த்துக்கலும் இப்போது அதேபோல கோவா, அங்கோலா, மொஸாம்பிக் போன்ற காலனிகளை இழந்து உரித்த கோழியாக நிற்கிறது. இத்தனை நாடுகளைப் பிடித்துச் சில நூறு ஆண்டுகள் ஆண்ட போர்த்துக்கலில் உழைக்கிற மக்களுக்கு நல்வாழ்வு கிடைத்ததா? நகரங்களில் வாழாத நாட்டுப்புற மக்களுக்கு

நல்வாழ்வு கிடைத்ததா? சுதந்திரம் வந்த பிறகுதான் காலனிகளில் வாழும் உழைக்கும் மக்களுக்கும் கிராம மக்களுக்கும் ஏதாவது கிடைத்திருக்கிறதா? இந்தப் பிரச்னைகளை ஆராய்கிற படம் இது. ஒரு தேசத்தின் தொன்மை, பழம்பெருமை, நாகரீகம், டெக்னாலஜி முன்னேற்றம் – இவையெல்லாம் யாருக்காக? ஆறு நிறையப் பாய்ந்தாலும் உழைக்கிறவன் நக்கித்தானே குடிக்க வேண்டியிருக்கிறது? இந்த வாக்கியம்தான் ரூயி ஸிமோங் எடுத்துள்ள படத்தின் அடிநாதம். மேற்கு ஜெர்மனியின் **பேட்ரியட்** பாணிக்கும் இதற்கும் உத்திகளில் ஒற்றுமை இருக்கிறது. வாய்ப்பு நேர்ந்தால் எல்லாரும் பார்க்க வேண்டிய படம். கொஞ்சம் பொறாமையோடும் ஒவ்வொரு மனிதனிடத்திலுமுள்ள வறியவனே மறக்காமல் பொறுமையாகப் பார்க்க வேண்டிய படம்.

23.2.81

5

ஒரு ராஜா. மகா கொடுங்கோலன். அவன் நாட்டில் ஒரு வைரச் சுரங்கம். வைரமே அவனுக்குக் குறி. வரிச் சுமைகளைத் தாங்க முடியாத அளவுக்குப் போடுகிறான். நிலத்தில் உழைப்பாளர்கள் வரியைக் கொடுத்துவிட்டுப் பட்டினி கிடக்க வேண்டும். சுரங்கத்தின், கசையடிபட்டு வைரம் தோண்டும் ஆட்களுக்குக் கால் வயிறுச் சோறு. கொடுமை தாங்கவில்லை. ஆனால் எல்லோரும் இந்த ராஜாவின் மகிமைகளைப் பாட வேண்டும். பாட்டுக் கட்ட ஒரு ஆஸ்தானக் கவிஞர். யாராவது எதிர்த்துப் பேசினால் சவுக்கடி, சிறைக்குப் பதிலாக ஒரு விஞ்ஞானக் கூடத்தில் தள்ளிவிடுவார்கள். அங்குள்ள இயந்திரம், மருந்துகளின் சக்தியால் அவர்களுடைய மூளை, ராஜாவுக்குச் சாதகமாகத் திருத்தப்படும். அதிலிருந்து வெளியே வந்ததும் ராஜாவையே பாடுவார்கள். இந்த விஞ்ஞானக் கூடத்திற்கு ஒரு விஞ்ஞானி தலைமை.

பக்கத்து நாட்டு ராஜாவுக்கு இரண்டு மாப்பிள்ளைகள். அவர்கள் நன்றாகப் பாடுவார்கள். அந்தப் பாட்டைக் கேட்டால் யாவரும் அசைய முடியாது. ஆணி அடித்ததாற்போல நகராமல் நிற்பார்கள். மயங்கினாற்போல் நிற்பார்கள். அவர்களுடைய கால் செருப்புகள், மாயச் செருப்புகள், அதை அணிந்துகொண்டு ஒரு தடவை கையைத் தட்டினால் நினைத்த இடத்திற்கு அதே கணத்தில் கொண்டுபோய் நிறுத்திவிடும்.

வைர ராஜாவுக்கு விழா நடக்கிறது. அதைக் காணப் பக்கத்து நாட்டு ராஜாவின் அந்த மாப்பிள்ளைகள் இருவரும் வருகிறார்கள். வைர ராஜாவின் நாட்டுக்குள் வந்ததும் ஒரு வாத்தியாரைப் பார்க்கிறார்கள். வைர ராஜா பள்ளிக்கூடங்களை மூடிவிட்டார். எதிர்ப் பிரசாரம் செய்கிற வாத்தியாரைக் கைதுசெய்ய உத்தரவு. வாத்தியார் மலைகளில் ஒளிந்து வாழ்கிறார். பக்கத்து நாட்டு ராஜாவின் மாப்பிள்ளைகள் அப்போதுதான் அவரைப் பார்த்து, வைர ராஜாவின் கொடுங்கோலைப் பற்றித் தெரிந்துகொண்டு உதவி செய்ய இசைகிறார்கள். வைர ராஜா தனக்காக ஒரு பெரிய சிலை பண்ணி விழா கொண்டாடுகிறார். பக்கத்து நாட்டு மன்னர்கள் சிலை திறப்பு விழாவுக்குக் கூடியிருக்கிறார்கள். சிலையைத் திறந்த மறுகணம், ஒரு கல் வந்து சிலையின் மூக்கு மேல் பாய்ந்து உடைகிறது. கவண்டிக் கல் வீசினவன் வாத்தியாரின் மாணவன் – சின்ன வாண்டு. இது வாத்தியாரின் வேலைதான் என்று வாத்தியாரை எப்படியாவது பிடிக்க முஸ்தீபுகள் செய்கிறார் வைர ராஜா.

பக்கத்து நாட்டு மாப்பிள்ளைகள் விழா முடிந்ததும், மாயச் செருப்பின் உதவியால் கஜானாவில் நுழைகிறார்கள். அங்கு ஒரு புலி. அதைப் பாட்டுப் பாடி, செய்ய வேண்டியதைச் செய்து விட்டு வைரங்களை மூட்டை கட்டிக்கொண்டு, சிலையைக் காக்கும் சிப்பாய்களுக்கு வைரங்களைக் கொடுத்துத் தங்கள் பக்கம் இழுத்துக்கொள்கிறார்கள். பிறகு ராஜாக்களையும் மந்திரிகளையும் பயமுறுத்தி விஞ்ஞானக் கூடத்தில் மூளையை மாற்றும் அறையில் தள்ளி ஒரு புதிய ஸ்விட்சைப் போட்டு ராஜாவுக்கும் கொடுங்கோலுக்கும் எதிரான ஒரு புதிய பாட்டைப் பாடுகிறார்கள். ராஜா, மந்திரிகள் எல்லோருக்கும் அதைக் கேட்டு மூளை மாறி அந்தப் பாட்டைத் திருப்பிப் பாடுகிறார்கள். 'ராஜா ஒழிக. கொடுங்கோல் ஒழிக' என்று ராஜாவே பாடுகிறார். மந்திரிகளும் பாடுகிறார்கள். அப்படியே எல்லோரும் வெளியே வந்து. சிலையைச் சுற்றிக் கயிறு கட்டி இழுத்துக் கீழே தள்ளுகிறார்கள். ராஜாவும் மந்திரிகளும் சேர்ந்தே தள்ளுகிறார்கள்.

சத்யஜித் ரே எடுத்த இன்றைய படம். அபூர்வமான வண்ணப் படம். உத்பல் தத் நடித்த படம். குழந்தைகளுக்குச் சொல்லுகிற கதை. குழந்தை மனத்தை மறந்து வளர்ந்து, நீதி, தர்மம், அன்பு, அறிவுகளை அடியோடு மறந்து, அநீதிக்கும் கொடுங்கோலுக்கும் தாளம் போடும் வயசானவர்களின் கதை. இந்தக் கதையில் புத்தியோடு இருப்பவர்கள் குழந்தைகளும் வாத்தியாரும் ஒரு அளவுக்கு விஞ்ஞானியும்தான்.

இந்தக் கதையால் என்ன தெரிகிறது என்று வியாக்யானம் செய்யத் தேவை இல்லை, உங்களுக்கே புரியும். நேரம் போவது தெரியாமல் இந்தப் படத்தை எல்லோரும் பார்த்தார்கள். அத்தனை பேரையும் அந்த நேரம் குழந்தைகளாக ஆக்கிவிட்டார் சத்யஜித் ரே. அவரே திரைக்கதை, இசை. பாட்டு, தயாரிப்பு, டைரக்‌ஷன் எல்லாம்.

சத்யஜித் ரேயை போட்டோவில் பார்க்கும் போது பயமாக இருக்கிறது. உம்மென்று சீரியஸ் முகம் – எப்போதும். அவர் சிரிக்கிற போட்டோவை யாராவது பார்த்திருக்கிறார்களோ என்னவோ? ஆனால் இந்த மனிதனுக்கு எவ்வளவு கருணை. அநீதியைப் பார்த்து, அசிங்கத்தைப் பார்த்து எத்தனை வேதனை. தொழிலில்தான் என்ன கருக்கு. என்ன திறமை. ஒரு சின்ன அப்பழுக்குச் சொல்ல முடியாதபடி காரியத்தில் எவ்வளவு கவனம். சிறிய விவர நுட்பங்களில் ஜாக்கிரதை.

இந்தப் படத்தை தியேட்டர்களுக்கு வெளியிடுமுன் நேராக விழாவுக்கு அனுப்பியிருக்கிறாராம் சத்யஜித் ரே. போட்டிக்கு அனுப்பவில்லை.

உரிமைகளுக்காகவும் அநீதி – சுரண்டல்களை எதிர்த்தும், மனிதத்தன்மையைக் காப்பாற்றிக்கொள்ளவும் இப்போது இந்தியாவில் பல படங்கள் வந்துகொண்டிருக்கின்றன. சத்யஜித் ரே, ம்ருணாள் சென், ஜப்பார் பட்டேல், பாஸு சாட்டார்ஜி, சத்யு, பாஸு பட்டாசார்யா, சியாம் பெனகல், சையத் மிர்சா, அரவிந்தன், பிப்லப் சௌத்ரி, ருத்ரையா என்று மனதில் இளைஞர்களாகவே இருக்கிற சில பேர்களைச் சொல்லலாம். வெளிநாடுகளிலிருந்தும் இந்த விழாவுக்கு இத்தகைய படங்கள் வந்துள்ளன. கிழ, நடு வயது நடிகர்களும் தேய்ந்த இளம் முகங்களும் வந்துகொண்டிருக்கின்றன. அதிரூப அழகர்களாகவும், அழகிகளாகவும் இல்லாமல், சாதாரணத் தோற்றமுடைய நசிருத்தீன் ஷா, ஸ்மிதா பட்டேல், ரஜனிகாந்த் போன்றவர்கள் நடிகர்களாகத் தோன்றுகிறார்கள். அதாவது சாதாரண மக்கள், தங்களைப் போன்றவர்கள்தான் இவர்கள் என்று ஒன்றிக்கொள்ளும் நடிகர்கள். இதெல்லாம் பெரிய மாற்றம்.

ஆனால் இந்த டைரக்டர்களும், நடிகர்களும் உருவாக்கும் படங்களை எல்லோருக்கும் பார்க்க முடியகிறதா? கமர்ஷியல் சினிமா தியேட்டர்கள் இந்தப் படங்களைத் திரையிடுகின்றனவா? இல்லாவிட்டாலும் காலை, நடுப்பகல் என்று அகால வேளைகள் தான் கிடைக்கின்றன.

இந்த நாட்டின் பெரும்பாலோரின் உரிமைக்காகவும் அவர்களின் அவல நிலையை எடுத்துக்காட்டுவதற்காகவும்

எடுக்கப்பட்ட படங்கள் இவை. ஆனால் அவர்கள் பார்க்க முடிவதில்லை. தியேட்டர் இல்லை. இந்தப் படங்களை எட்டணா, ஒரு ரூபாய் மட்டும் டிக்கட் வைத்துக் காட்ட வேண்டும். காட்ட விடுவார்களா? சத்யஜித் ரே, ம்ருணாள் சென் படங்கள் கல்கத்தாவில் ஒரு தியேட்டரில் ஒரு ரூபாய் டிக்கட்டுக்குக் காட்டுகிறார்களாம். கூட்டம் நெரிகிறதாம். நியாயமாகப் பார்த்தால் கிராமங்களில் இவற்றை இலவசமாகக் காட்ட வேண்டும். அல்லது 25 பைசா, 50 பைசாவுக்கு மேல் கட்டணம் போகாமல் செய்து திரையிட வேண்டும். இல்லாவிட்டால் லட்சிய நோக்குடன் சமூக ஊழல்களை அம்பலப்படுத்தியும் தீர்ப்புகளையும் பரிகாரங்களையும் கோடிகாட்டியும் படம் எடுக்கும் இன்றைய இளைஞர்கள், வயசாக வயசாக ஆசா பங்கத்திற்குத்தான் ஆளாக நேரும்.

இந்த விழாவில் கண்ணீரும் சிரிப்பும் கலந்த படங்கள் இல்லாமல் இல்லை. வாழைப்பழத் தோலில் வழுக்கி விழுவதைப் பார்த்தால் பல பேருக்குச் சிரிப்பு வரும். சில பேருக்குப் பரிவு வரும். பரிதாபம் வரும்.

பிரபல ஹாஸ்ய நடிகர் பீட்டர் செல்லரும் ஷர்லி மெக்லீனும் நடித்த **பீயிங் த்ரீ** என்ற பிரிட்டிஷ் படம். கதை நடப்பது அமெரிக்காவில், சரன்ஸ் என்ற ஒரு குழந்தை. கண்டெடுத்த குழந்தைமாதிரி. பெற்றோர், பிறந்த இடம், பூர்வோத்தரம் ஏதும் தெரியாது. ஒரு கிழவர் அந்தக் குழந்தையை வளர்த்துவருகிறார். வயசானதும் அவருடைய தோட்டத்தைப் பராமரிக்கிறான். வெளியே போவதே கிடையாது. எழுதப் படிக்கத் தெரியாது. டெலிவிஷன் மூலம்தான் அவனுடைய வெளியுலக அறிமுகம் அத்தனையும். ரொம்ப சாது. கள்ளங்கபடம் தெரியாது. அப்படியே பெரியவனாகிவிடுகிறான். ஒருநாள் கிழவர் செத்துப்போகிறார். சான்சுக்கு அழக்கூடத் தெரியவில்லை. இத்தனை காலமாக வாழ்ந்த வீட்டை விட்டு வெளியேறுகிறான். சாலையில் நடக்கத் தெரியவில்லை. ஒரு கார் இடித்துக் காலில் ரத்தம் கட்டுகிறது. இடித்த கார் ராண்ட் என்ற ஒரு பெரிய பாங்கருடையது. காரில் இருந்த ஸ்ரீமதி ராண்ட் அவனை வீட்டுக்கு ஏற்றிப் போய் வைத்தியம் செய்கிறாள். வீடு பெரிய அரண்மனை. தோட்டம் துரவு என்று அபாரமான அரசியல் செல்வாக்கு ராண்டுக்கு. ஆனால் அவர் படுத்த படுக்கையாக இருக்கிறார். சான்சுக்குப் பேசத் தெரியாது. ஓரிரண்டு வார்த்தை பேசுவான். அரசியலிலும் பணம் சம்பாதிப்பதிலும் நிம்மதியை இழந்த கிழ ராண்டுக்கு, சான்சின் ஓரிரண்டு வார்த்தை கேட்டு அவன் மகா அறிவாளி, அதிகம் போசாதவன் என்றெல்லாம் மலைப்பு உருவாகிறது. அமெரிக்காவின் தலைவர் அவரை

ஏதோ யோசனை கலக்க வருகிறார். அவருக்கு சான்ஸை அறிமுகம் செய்துவைக்கிறார் ராண்ட். நிதி நிலையைப் பற்றி அவன் அபிப்ராயத்தைக் கேட்கிறார் ராண்ட். அவன் செடி வளர்வது, அதை அன்புடன் காப்பது, காக்கும் பருவம்– இப்படியே பேசுகிறான். உவமான உருவகங்களோடு பேசுவதாக இரண்டு பேரும் அர்த்தம் கொள்கிறார்கள். அவனை நிதி ஆலோசராக நியமித்துக்கொள்ள ப்ரசிடெண்ட் விரும்புகிறார். சான்ஸ் சொன்ன உவமை உருவகங்களையே அனைத்து அமெரிக்காவிற்குமான உரையில் கூறுகிறார். சான்ஸைப் பற்றியும் பேசுகிறார். வந்தது வினை. பத்திரிகைகள் ரேடியோ, டிவி, எல்லோரும் சான்ஸை சூழ்ந்துகொள்கிறார்கள். ரஷ்யத் தூதர் பார்ட்டிக்கு அழைக்கிறார். ஒரே நாளில் நாட்டில் நிதி நிபுணன் என்று சான்ஸ் உயர்கிறான். கிழ ராண்டின் மனைவியும் அவன்மீது மோகம்கொண்டு படுக்க அழைக்கிறாள். காமம் தாங்காமல் அரற்றுகிறாள். நிதி ஆலோசகராகப் போகுமுன் சான்ஸின் குடும்பம், படிப்பு, வரலாறு பற்றி விவரங்கள் சேர்க்க முயலுகிறார் ப்ரெசிடெண்ட். ஒன்றும் கிடைக்கவில்லை. ராண்ட் ஒருநாள் செத்துப்போகிறார். செத்துப்போகும்போதும் தன் மனைவியைப் பார்த்துக் கொள்ளுமாறு சான்ஸிடம் சொல்லிவிட்டு உயிரை விடுகிறார். நிரட்சரகுட்சியான, ஆனால் கள்ளம் கபடமற்ற சான்ஸ் இந்தச் சில நாட்களின் சுகவாழ்வின் வேகம், இரைச்சல் மூச்சுமுட்ட, இவற்றைத் தாள முடியாமல் சந்தடியின்றி வெளியேறிவிடுகிறான்.

துப்பறியும் சாம்பு, கவிஞனாவதற்கு முன்னர் ஆட்டிடைய னாக இருந்த காளிதாசன் – இந்த மாதிரிக் கதை. பீட்டர் செல்லர்ஸின் கடைசிப் படமோ என்னவோ? “ராபணா” என்றான் ஆட்டிடையன் அரசவையில். அதற்கு மற்ற கவிஞர்கள், விபீஷணனிலும், கும்பகர்ணனிலும் பகரம் இருக்கும்போது ராவணனும் ராபணனாகத்தான் இருக்க வேண்டும் என்று கவியின் உள்ளம் சொல்வதாக வியாக்யானம் செய்கிறார்கள். அந்த மாதிரிக் கதை. ஹால் ஆஷ்பியின் டைரக்ஷனும் ஜெர்ஸி கோஸிஸ்கியின் வசனங்களும் சிரிப்பையும் இரக்கத்தையும் ஒரே சமயம் தூண்டுகின்றன. எல்லோரும் பார்த்து ரசிக்க வேண்டிய படம்.

இதேபோலச் சிரிப்போடு, கோபத்தையும் நிராசையையும் எழுப்பும் படம் பாட்டில் நெக் என்ற இத்தாலியப் படம். லுய்கி கொமென்ஸினி டைரக்ட் செய்துள்ள படம். ரோம் நகருக்கு அருகே பெரும் சாலையில் நூற்றுக்கணக்கான கார்கள் நகர முடியாமல் நின்றுவிடுகின்றன. மாபெரும் ட்ராஃபிக் ஜாம். இதில் நூற்றுக்கணக்கான குடும்பங்கள் படும் அவதிகள். பணக்கார

வீட்டுத் தத்தாரி இளைஞர்கள் செய்யும் அட்டூழியங்கள். கல்யாணமாகாமல் கர்ப்பம் தரித்த தன் பெண்ணை அபார்ஷன் சிகிச்சைக்காகக் குடும்பத்தோடு கூட்டிச் செல்கிற ஒரு தகப்பன். கல்யாணமான வெள்ளி விழாக் கொண்டாடப் புறப்பட்ட ஒரு கணவன் – மனைவி, தங்களுக்கே இருந்த வெறுப்பைக் கக்குதல். பணக்கார வீட்டு மூன்று இளைஞர்கள் ஒரு பெண்ணைக் கற்பழிப்பது – மற்ற கண்யமானவர்கள், கையாலாகாத கபோதி களாகப் பார்த்துக்கொண்டிருப்பது. ஒரு சினிமா நடிகரை அருகிலுள்ள தன் வீட்டுக்கு அழைத்துப் போய் தன் 'இச்சை'யைப் பூர்த்தி செய்துகொள்ளும் ஒரு அயல் மனைவி – இப்படிப் பல காட்சிகள். ஆட்டு மந்தை போன்ற அந்தக் கார் கூட்டத்தில் இரவில் பல அட்டூழியங்கள் நடக்கின்றன. இதற்கு நடுவில் ஒரு செஞ்சிலுவைக் காரில் கால் நொண்டியாகக் கிடக்கும் ஒரு ஆள் இறக்கிறான். அவனுக்குக் கடைசிப் பிரார்த்தனை நடக்கிறது. பிரார்த்தனை செய்பவன் சொல்கிறான். "பரமபிதாவே – இந்த எளிய மாந்தர்கள்மீது கருணைகூருங்கள். பாபங்களிலிருந்து, தீய வழியிலிருந்து, டெக்னாலஜியிலிருந்து, மல்டி நேஷனல்களிலிருந்து, அரசியல்வாதிகளிட மிருந்து, குண்டர்களிடமிருந்து இந்த எளிய மனித வர்க்கத்தைக் காப்பாற்றுங்கள்."

இந்த நவீன உலகத்தின் மீது கண்மூடித்தனமாகக் கோபம் வருகிறது – படம் பார்க்கும்போது. நாம் எல்லோரும் மனிதர்களா மிருகங்களா என்று சந்தேகம் வருகிறது. அப்படிச் சொல்லி மிருகங்களை நாம் இழிவுபடுத்தவும் கூடாது!

02.03.81
(*சாவி –* வார *இதழ்*)

பயணம்

விஞ்ஞானக் கவி

ப்ராஹா நகரின் வனப்பைப் பார்த்துப் பார்த்து மாய்ந்து போயிருக்கிறார்கள் கவிஞர்களும் கலைஞர்களும். வெளிநாட்டுக்குப் போகிற இந்தியர்கள், அது எத்தனை அழகான நாடாக இருந்தாலும், ஊர் மண்ணுக்கு ஏங்கிக் கொண்டுதானிருப்பார்கள். இந்தியர்கள் என்ன, யாரும் எங்கும் போனாலும் ஊர் மண் இழுத்துக் கொண்டுதானிருக்கும். ப்ராஹா இதற்கு விலக்கு என்று நான் சொல்லவரவில்லை. ஆனால் ப்ராஹாவை விட்டுப் பிரிகிற ஏக்கம் சிறிது நேரம் யாரையும் ஆட்டிவைக்கத்தான் செய்யும். காரணம்? உலகத்திலேயே சிறந்த பில்சென் பீரா? தெருவுக்கு தெரு, வீட்டுக்கு வீடு, மூலைக்கு மூலை காலம் காலமாக ஊறிக் கிடக்கிற சங்கீதப் பித்தா? திருப்பத்திற்குத் திருப்பம் மாறிமாறி மயங்கவும் வியக்கவும் வைக்கிற நகரின் தோற்றமா? பொஹீமீயம் என்ற சுதந்திரக் கலை வாழ்விற்கே ஒரு சொல்லை அளித்த செக் மக்களின் பொதுவான வாழ்க்கை முறையா? நகரை எங்கும் தழுவித் தழுவி, ஊடியும் ஊடுருவியும் பெருநடையிட்டு நகரும் வில்த்தாவா நதியா? பஸ்ஸையும் ரயிலையும் எரிக்காமல், ரத்தம் சிந்தாமல், உயிர் போகக் கத்தாமல், சிரிப்பிலும் சகிப்பிலும் மௌனத்திலும் எதிர்ப்பை வீசுகிற மக்களின் நாகரீகமா?

எல்லாமாக இருக்கலாம். இத்தனையையும் சேர்த்து செக் நாட்டுக் கவிஞர்கள் சிலரின் நினைவும் ஒரு காரணம் என்று எனக்குப் பட்டது.

ப்ராஹாவை விட்டுப் புறப்படுவதற்கு முதல் நாள்தான் நான் கவிஞர் ஹோலுவைச் சந்திக்க நேர்ந்தது.

மிரோஸ்லாவ் ஹோலுப் செக் நாட்டின் உயர்ந்த கவி மட்டுமல்ல. உயர்ந்த விஞ்ஞானியும்கூட. உலக நுண்ணுயிர் விஞ்ஞானத்தில் சிறந்த இடம் பெற்ற ஆராய்ச்சியாளர். இரண்டு மணிநேரம் அவரோடு பேசிக்கொண்டிருந்தபோது, விஞ்ஞானத் திற்கும் உணர்வுமயமான கவிதைக்கும் கலியாணம் நடக்கும் பந்தலில் உட்கார்ந்திருந்த மனத் தோற்றம். சுயேச்சைக் கவிதை மரபில் புதிய புதிய சோதனைகளைச் செய்துவரும் ஹோலுப் ஒரு விஞ்ஞானியின் பிடிவாதத்தோடு உண்மையையும் வாழ்வின் சுய ரூபங்களையும் பார்த்துக்கொண்டேயிருப்பது தான் அவருடைய கவிதைக்கு ஒரு புதிய உருவத்தையும் தனித் தன்மையையும் ஊட்டுகிறது. "ஒரு கால்பந்துப் போட்டியைப் பார்ப்பதுபோல், சாதாரணமாக, இயற்கையாக மக்கள் கவிதையைப் படிக்க வேண்டும். கவிதை கடினம் அல்லது பெண்மை உடையது, அல்லது தனிப் புகழுக்குரியது என்று கருத அவசியமில்லை" என்பது அவருடைய எண்ணம்.

இந்த விஞ்ஞானி – கவியின் இரண்டு கவிதைகள் இவை.

1. கைகொடுத்தோம்

புல்லுக்குக் கை கொடுத்தோம் நெல்லாய் வளர்ந்தது.
தீக்குக் கை கொடுத்தோம்
ராக்கெட்டாய் வளர்ந்தது
தயங்கித் தயங்கி,
பயந்து, பயந்து,
மனிதர்க்கு – சில
மனிதர்க்குக் கை கொடுத்தோம் ...

2. பாடம்

மரம் வந்தது;
வணங்கி நின்று
"மரம் நான்" என்றது.
வானிலிருந்து
விழுந்த கண்ணீர்
"புள் நான்" என்றது
சிலந்தி வலையில்
காதலைப் போன்ற
ஏதோ ஒன்று

நெருங்கி வந்து
"மௌனம் நான்"
என மொழிந்தது.
கரும்பலகையின்
குறுக்கேயோ
குறுங்கோட்டணிந்த
தேசீய ஜனநாயகக்
குதிரை நடந்தது;
காதை நிமிர்த்தி
"ரித் திர என்ஜின்
நானேதான்.
தைரியம், முன்னேற்றம்
படை வீரன் சீற்றம் –
அனைத்தின் மீதும்
நமக்கெலாம் காதல்"
என மொழிந்தது.
மீண்டும் மீண்டும்.
வகுப்பறையின்
கதவின் கீழ்
மெல்லிய கோடாய்
சொட்டி ஊர்ந்தது
ரத்தக்கோடு.
ஏனெனில் இந்த
வகுப்பறைதான்
அறியாப் பேதை
உயிர்களின் படுகொலை
தொடங்கும் பீடம்.

கணையாழி, ஜூலை 1970

காலா பாணி

அந்தா . . . மான் என்று கத்தினானாம். அந்தமானுக்கு இப்படித்தான் பேர் வந்ததாம். மரக்கலத்திலிருந்து கத்தியவன் தமிழனாக இருந்திருக்கலாம். அது சோழ ராஜாவின் மரக் கலமாக இருந்திருக்கும். ஆனால் சோழர்கள் கொடுத்த பேர் நக்கவரம். அம்மணமாக நின்ற காட்டுமிராண்டிகளைப் பார்த்து அந்தப் பெயர். நிக்கோபாரிகள் இப்போது அப்படியில்லை.

அந்தமான் போர்ட்ப்ளேர் நகரில் ஆபர்டீன் கடைத் தெருவில் கோவிந்தராஜுலு ஒரு பெரிய மரவீட்டில் வசிக்கிறார். ரொம்ப வயதானவர். ஜப்பானியர்கள் அந்தமான் தீவுகளைப் பிடித்து ஆட்டிவைத்தபோதெல்லாம் அங்கே இருந்தவர் அவர். ஜப்பானியரோடு வந்து தங்கிவிட்டுப் போன சுபாஷ் சந்திர போஸைச் சந்தித்துப் பேசியவர். 1971இல் என்னைக் கூப்பிட்டுச் சாப்பாடு போட்டு அந்தமான் கதையெல்லாம் சொன்னார். ஜப்பானியர்கள் படுத்திய பாட்டையெல்லாம் கதை கதையாகச் சொன்னார். ஒரு சின்னக்கப்பல் நிறைய இந்தியர்களை ஏற்றி நடுக்கடலில் தள்ளி முழுக்கிவிடத் திட்டமிட்டிருந்தார்கள் ஜப்பானியர்கள் ஒரு தடவை. அதை மூடுமந்திரமாகச் செய்ய ஏற்பாடு. தந்திரமாகப் பேசியே அந்த ஜப்பானிய ஜீவகருணையைத் தடுத்தார் கோவிந்தராஜுலு. "இது அனுமான் தீவு சார். அனுமார் இமயமலைக்குப் போய் சஞ்சீவி பர்வதம் கொண்டு வந்தாரே, அப்போது அவரோடே ரேடியோ, ரேடார் எல்லாம்

கெட்டுவிட்டது. வழிதவறி விட்டது. அப்படியே சுமையைக் கீழே போட்டுவிட்டு மறுபடியும் போய், வேறு ஒரு பாகத்தை பெயர்த்துக்கொண்டு போனார். கீழே போட்டுவிட்டுப் போன பாகம்தான் இது. அனுமான் அந்தமானாகிவிட்டார்." என்று அவரும் பேருக்குக் கதை சொன்னார். மானும் சரியான காரணம் தான். அந்தமான் காடுகளில் மான்கள் ஏராளம். பல தீவுகளில், வீடுகளில் ஆடு கோழிகளோடு மானும் வளைய வளைய வந்து கொண்டிருக்கும். மான் இறைச்சி சுவையானதாம். அந்தமானில் சுலபமாகக் கிடைக்கும். முட்டை, கோழி போல அதுவும் மலிவு. வாரத்திற்கு இருமுறை கல்கத்தாவிலிருந்து வந்து திரும்பும் விமானத்தின் சிப்பந்திகள் அதை வாங்கிப்போகும் மும்முரத்தைப் பார்த்தாலே தெரியும்.

போன வருஷம் ஏப்ரலில் போனபோது கோவிந்த ராஜுலுவைப் பார்க்க நேரமில்லை. டிசம்பரில் போனபோது அவர் ஊரிலில்லை. ஆந்திராவில் அவர் சொந்த ஊருக்கு வந்திருந்தாராம். பார்த்திருந்தால் அவர் வாயைக் கிளறியிருக்கலாம்.

ஆனால் வேறு யார் யாரோ கதை சொல்லப் படுத்துக் கிடந்தார்கள். பஜாருக்குப் போகிற நாலைந்து சாலைகளிலும் சாலையின் குறுக்கே பெண்களும் ஆண்களுமாகப் படுத்துக் கிடந்தார்கள். டாக்ஸி, கார்கள் எல்லாம் திரும்பி வேறு வழிகளைத் தேட வேண்டியிருந்தது. நடுப்பகல். தோலை உரிக்கிற வெய்யில். தார் போட்ட சாலை. சுடச்சுட வேர்க்க வேர்க்க அப்படி சத்யாக்ரகம் செய்வதானால் தலைபோகிற காரியமாக இருக்க வேண்டும்.

படுத்திருந்தவர்கள் வங்காளிகள். வடக்கு அந்தமான் தீவுகளைச் சேர்ந்த திக்லிப்பூர் வட்டாரத்திலிருந்து இரண்டு நாள் கப்பலில் பிரயாணம் செய்து இந்த சத்யாக்ரகம் செய்யவே வந்திருக்கிறார்கள். யாரவாக்கள் காட்டிலிருந்து வந்து இந்த வங்காளிகளின் மூன்று எருமைகளைக் கொன்றுவிட்டார்களாம். மாமிசத்திற்காக வந்தார்களோ என்னவோ, பல பேர் சேர்ந்து விரட்டவே, அப்படியே எருமைகளைப் போட்டுவிட்டு ஓடி விட்டார்களாம்.

"ஒன்று, எங்களுக்குப் பாதுகாப்புத் தரட்டும், இல்லாவிட்டால் இந்த யாரவாக்களை ஒழித்துக்கட்டட்டும். எங்களையாவது விடட்டும். நாங்கள் ஒழித்துக்கட்டிவிடுகிறோம் அவர்களை. இரண்டும் செய்யாமலிருந்தால் எப்படி! எங்களை ஏன் குடியேற்றி னார்கள்? காட்டைத் திருத்து – பயிர் செய் என்று ஏன் சொல்ல வேண்டும்? அப்புறம் இந்தக் காட்டுமிராண்டிகளையும் தொடக் கூடாது என்று ஏன் சொல்ல வேண்டும்? மீசை வேண்டுமா?

கூழ வேண்டுமா? ஒரு முடிவாகச் சொல்லட்டுமே” என்று நாலைந்து வங்காளிகள் கூச்சலிட்டுக்கொண்டிருந்தார்கள்.

வடக்கு, தெற்கு, மத்திய அந்தமான் தீவுகளிலும் நிக்கோபாரிலும் வங்காளிகள், தமிழர்கள், மலையாளிகள், மாஜி ராணுவத்தினர் என்று நூற்றுக்கணக்கான பல குடும்பங்களுக்கு காட்டைத் திருத்தி வேளாண்மை செய்யுமாறு ஏக்கர் ஏக்கராக நிலம் தந்து குடியேற்றியிருக்கிறார்கள். வடக்கு அந்தமானிலிருந்து குடியேற்றப்பட்ட வங்காளிகள் அந்தக் காலத்துக் கிழக்கு பாகிஸ்தானிலிருந்து (இப்போது பங்களாதேஷ்) வந்த அகதிகள்.

அந்தமான் தீவுகளில் பலவிதக் காட்டு மக்கள், யாரவாக்கள், ஞங்கிகள், சிறிய அந்தமான்கள், சென்டினலிகள் என்று பலர். எல்லாம் நீக்ரிட்டோ இனம். தலையில் சுருட்டை சுருட்டையாகக் கம்பளி மயிர். கறுப்பு அல்லது கறுப்புச் செப்பு நிறம். ஒரு காலத்தில் இந்த நூற்றுக்கணக்கான காடுகளில் எதேச்சை யாகத் திரிந்துகொண்டு வாழ்ந்தவர்கள். பிரிட்டிஷார்கள் பிடித்துக்கொண்டு நாகரிகம் புகுந்ததும் உட்பகுதிகளுக்கு ஓடிவிட்டார்கள். முக்கியமாக யாரவாக்களும் சென்டினலிகளும் நாகரிகத்தின் வாடையையே விரும்பவில்லை. கண்ணாடி, உடை, ட்ரான்ஸிஸ்டர், அணிகள் என்று பல சாமான்களைக் கடற்கரையில் போட்டுவிட்டுக் கப்பல்கள் ஒதுங்கி நின்று என்ன செய்கிறார்கள் என்று காத்திருந்ததுண்டு. அவர்கள் அதைச் சீந்தக்கூட இல்லை. யாரவாக்களில் சிற்சில கூட்டங்களை சிநேகிதம் செய்துகொண்டு பழகியிருக்கிறார்கள். ஆனால் அவர்கள் யாரும் நாகரிகக் கும்பலோடு வந்து கலக்கத் தயாராக இல்லை. ஓரிரண்டு யாரவாக்களை போர்ட்ப்ளேர் (அந்தமான் நிக்கோபார் தீவுகளின் தலைநகரம்) நகரத்திற்கு அழைத்து வந்து உபசாரங்கள் செய்து மியூசியப் பொருள் போல் காட்டிவிட்டுத் திரும்பிக் காட்டிலேயே கொண்டுவிட்டிருக்கிறார்கள். இந்த யாரவாக்களில் சில குழுக்களோடாவது சிநேகம் செய்துகொள்ள முடிந்திருக்கிறது. ஆனால் சென்டினலிகளை நெருங்கவே முடியவில்லையாம். அவர்கள் பரம விரோதிகள். ஓங்கிகள் என்ற இனம் மட்டும் நட்புக்கு இடம் கொடுத்திருக்கிறது. ஒரு ஓங்கிப் பையனை போர்ட்ப்ளேர் பஸ் ஸ்டாண்டில் பார்த்தேன். அவனைப் பிடித்து அரசில் வேலை கொடுத்திருக்கிறார்கள். ஒரு ஓங்கிச்சியை வாத்தியார்ச்சியாகக்கூட நியமித்திருக்கிறார்களாம். ஓங்கிகளோடு பழகியிருந்த ஒரு தமிழ்ப் பெண்மணி ஒரு என்ஜினியர் மனைவி. தகரக் கதவும் பலகைகளுமாகவே கொண்ட ஒரு வீட்டில் ஒரு தீவில் பத்து வருடங்களுக்கு முன்னால் வசித்துவந்தாராம். பூரானும் பாம்புகளும் வீட்டில் வளைய வந்துகொண்டிருக்கும். பாம்பைப் பழுதையாகப் பார்க்கக்கூடிய அளவுக்கு பயம்

தெளிந்துவிட்டதாம். ஓங்கிகள் தலைமறைவோடு மட்டும் அம்மணமாக வருவார்களாம். ஒரே ஒரு ஸ்பூன் தேயிலையைப் போட்டு இரண்டு செம்பு நீரில் காய்ச்சிக் கொடுத்தால் போதுமாம். அவ்வளவையும் குடித்துவிட்டு தூங்குவானாம். தூக்கம் தெளிந்ததும் எழுந்து போய்விடுவானாம். மறுநாள் சாம்பிராணி, தேன் என்று காட்டுப் பொருட்களைத் தூக்க முடியாமல் தூக்கி வந்து கொடுத்துவிட்டு போவானாம். காசு கிடையாது. ஒரு இரண்டு செம்பு டீத்தண்ணிக்குக் கைம்மாறு.

ஒரு முறை சில ஓங்கிகளை போர்ட்ப்ளேருக்கு அழைத்து வந்து வேடிக்கை காட்டிவிட்டுத் திரும்பி காட்டிலேயே கொண்டு விட்டார்களாம். இந்த அம்மாள் "போர்ட்ப்ளேர் எப்படி?" என்று கேட்டதற்கு "ஐயைய, எங்களுக்கு பிடிக்கவே இல்லை, எங்கே பார்த்தாலும் ஒரே வெளிச்சம்!" என்றார்களாம். கொசுவோ, பூரானோ, மலேரியாவோ அவர்களுக்குக் காடுதான் வீடு. மண்பூச்சு, வேர், இலை மாதிரி கைவைத்தியம் இருக்கவே இருக்கிறது.

பழங்குடிகளைக் காப்பாற்றுகிற அக்கறை நாகரீக உலகமனைத்துக்கும் உண்டு. அவர்கள் இனம் அழியாமல் இருக்கவும் வேண்டும். நம்மையும் தொந்தரவு செய்யக் கூடாது. ஆஸ்திரேலியப் பழங்குடிகளைப் பன்றி வேட்டைபோல வேட்டையாடியே சுட்டுத்தள்ளி விட்டு, மூண்டழியக் கூடாது என்று ஒதுக்கிடம் வைத்துக் காத்தும் வருகிறார்கள். பழைய அமெரிக்கர்களான செவ்விந்தியர்களை அப்படியே வேட்டையாடி நெருக்கி, வெள்ளை ஐரோப்பியர்கள் புதிய அமெரிக்கர்களாகி விட்டார்கள். ஒதுக்கிடமும் ஒதுக்கிவிட்டார்கள். உலகம் முழுவதும் நடக்கிற சங்கதி இது. பழங்குடி மக்கள் அப்படிக் காட்டுமிராண்டிகள் இல்லை. தங்கள் இடத்தை ஆக்ரமித்துக் கொண்டவர்களிடம்தான் அவர்களுக்குக் கோபம். அம்பும் ஈட்டியும் வீசுகிறார்கள். அந்தமானிலும் நடந்தது இதுதான். எதேச்சையாக அவர்கள் திரிந்த இடங்களை யார் யாரோ பிடித்துக்கொண்டு வந்து தங்கிவிட்டார்கள். கற்காலத்தில் வாழ்பவர்களுக்கு வெள்ளைக்காரன், ஜப்பான்காரன், இந்தியன் – எல்லாரும் ஒன்று. அவனுக்கு வரலாறு, தேசியம் எல்லாம் கற்பித்தாக வேண்டும். மேலும் ஜப்பான் அந்தமானை ஆக்ரமித்திருந்தபோது, காடுகள் மீதெல்லாம் விமானங்களில் பறந்து குண்டு வீசியிருக்கிறார்கள். அவதிக்குள்ளான யாரவாக்களுக்கு வேற்று மனிதர்கள் எல்லாரும் வேம்பு. மிருகம், பட்சிகளை வேட்டையாடுவதில் கையாளும் தந்திரங்களை மனிதர்கள் மீதும் கையாள்வதுண்டு. ஏதோ வாழைமரம் பெரும்பெரும் இலைகளாக மரங்களோடு மரங்களாக நிற்கும். புதிதாகப் போகிறவர்களைக்

கண்டு திடீரென்று அந்த மரம் சற்று அசையும். அங்கிருந்து ஒரு அம்பு பாயும். உயிரைக் குடித்து உடலில் குத்திட்டு நிற்கும். இதனால்தான் காட்டுக்குள் போகிறவர்களுக்கு "புஷ் போலிஸ்" உதவக் கத்தி. பழங்குடி மக்களைத் தொந்தரவு செய்யக் கூடாது. அவர்களாலும் தொந்தரவுக்கு ஆளாகக் கூடாது.

பழையவர்களைக் காப்பாற்றுவதில் பல கேள்விக்குறிகள். சில மனித இனங்களில் முப்பது நாற்பது பேர்கூட மீதி இல்லை. இவர்களை எப்படிக் காப்பாற்றுவது? கற்காலத்திலேயே அவர்களை வைத்திருக்க வேண்டுமா? நாகரீகப்படுத்த வேண்டுமா? கலக்க விரும்பாதவர்களை அப்படியே விட்டுவைக்க வேண்டுமா? அல்லது வலுக்கட்டாயமாக அவர்களைப் புதிய காலத்தில் பெயர்த்து வைக்க வேண்டுமா? இதே போல இருநூறு பேர்களே, இரண்டாயிரம் பேர்களே பேசும் எழுத்தில்லாத சிறுமொழிகள் ஆயிரக்கணக்கில் உள்ளன. நோபல் பரிசு அவற்றைக் காக்க வேண்டுமா?

இந்தக் கேள்விகளை நாம் கேட்கையில், காடுகளில் அம்மணமாகத் திரியும் கற்காலத்தவர்கள் மேலே ஜெட் விமானப் பெரும் பறவைகள் பறப்பதைப் பார்க்கிறார்கள். சிறுமொழி பேசுவோரிடம் எப்படியோ வந்த ஒரு ட்ரான்சிஸ்டர் என்னென்னமோ பாடிப் பேசிக்கொண்டிருக்கிறது.

பிரிட்டிஷ்காரர்கள் தாங்கள் ஆண்ட நாடுகளை அரையும் குறையுமாக ஆண்டார்கள். தங்கள் தேவைக்குப் போதுமான அளவுக்குத்தான் ஆண்டார்கள். அந்தமானில் அதுகூடச் செய்ய வில்லை, முதலில் அது "திறந்த வெளி" சிறையாகவே இருந்தது. இந்தியக் குற்றவாளிகளை அங்கு கொண்டுபோய் கால் விலங்கு பூட்டியோ பூட்டாமலோ காடு திருத்தவும் மரம் வெட்டவும் பயிர் செய்யவும் கட்டிடம் கட்டவும் கார்வார் செய்தார்கள். விலங்கு தேவை இல்லை. ஓடாமல் காக்க பாரா உண்டு. ஓடினால் போக்கிடம் கிடையாது. காட்டுக்குள் ஓட வேண்டும். காடு இன்றேல் கடல். திரும்பிப் பார்க்கும் இடம் எல்லாம் கடல்.

சிப்பாய்க் கலகம் என்ற முதல் சுதந்திரப் போருக்குப் பிறகு சுதந்திரக் கிளர்ச்சி வீரர்களை அந்தமான் சிறைவாசத்திற்கு அனுப்பினார்கள். நூற்றுக்கணக்கான வங்காளம், பிஹார், இன்னும் பல மாகாணங்களிலிருந்து சுதந்திரப் போராட்ட வீரர்கள் அங்கு சிறைவாசிகளாகப் போனார்கள். இந்தக் கிளர்ச்சிக்குப் பிறகுதான் "செல்லுலர் ஜெயில்" என்ற சிறைக்கோட்டையைக் கட்டினார்கள்.

கணையாழி, பிப்ரவரி 1979

நம் மொதேரா

மொதேராவுக்கு நாங்கள் போய்ச் சேர்ந்த பொழுது மாலை ஐந்து ஐந்தரை மணி இருக்கும். காரை நிறுத்தி இறங்கியபொழுது எதிரே கோயில், சுற்றிலும் மைல் கணக்கிற்கு நான்கு பக்கமும் பரந்த வெளி, பெரிய மரங்கள் இல்லாத சமவெளி. ஒரு நிசப்தம். ஒரு பூசை இல்லாத கோவில்; கோவிலுக்குத் தங்கப் பழுப்பான உடம்பு. அதன் மீது மாலை நேர வெயில் பட்டு, கோயிலின் அந்த மென்மைப் பழுப்பு தகதகவென்று கழுவித் துடைத்தாற்போல, தெளிந்து, புன்னகை செய்வது போலிருந்தது. அடுக்கடுக்காக, நுணுக்கு நுணுக்காகச் செதுக்கு வேலைகளைப் பார்க்கும்பொழுது யாரோ வாயை அகட்டி, லேசாகத் திறந்து புன்னகை செய்வது மாதிரிதான் எனக்குத் தோன்றிற்று. ஒன்றா, இரண்டா! ஆயிரக்கணக்கான புன்னகைகள். கோயிலுக்கு முன்னே உள்ள வெளியில் நின்ற சிறுசிறு வேப்ப மரங்களுக்கிடையில் அங்கும் இங்குமாக ஏழெட்டு மயில்கள். காற்று சற்று பலமாக வீசிக்கொண்டிருந்தது. அதில் பம்மி வளைந்தன மயில்களின் தோகைகள். அதனால் நேராக நடக்க முடியாமல் மயிலினம் அத்தனையும் நண்டு நடையாக, பக்கவாட்டு நடை போட வேண்டியிருந்தது.

இந்தப் பரந்த வெளி, கோயில், அதற்கு முன் குளம், நிசப்தம், மாலை வெயில், கிசுகிசு வென்று காதில் பம்மும் காற்றோசை – அத்தனையும் பார்த்துக் கொண்டே சிறிது நேரம் நின்றோம். சூரியனுக்கான கோவில். பூசை இல்லாத கோவிலுக்குப் பூசை செய்வதுபோல் சூரிய கிரணங்கள் கோவில்

மீது அப்பி விழுந்திருந்தன. வருகிற மனிதர்களும் வேடிக்கை பார்க்கத்தான் வருகிறார்கள். பூசையை ஏற்றுக்கொள்ள வேண்டிய சூரிய விக்கிரகம் இப்போது அங்கு இல்லை.

சூரியனுக்கு எத்தனையோ கோயில்கள் நம் நாட்டில் இருக்கின்றன. பலவற்றில் பூசை நடக்கவில்லை. வெறும் காட்சிப் பொருளாகத்தான் அவை நிற்கின்றன.

மொதேரா சூரியன் கோயிலும் ஒரு காட்சிப் பொருள் தான். மொதேரா கிராமம் குஜராத்தில் அகமதாபாதிலிருந்து வடக்கே சுமார் அறுபத்தைந்து மைலுக்கு அப்பால் இருக்கிறது. அந்தக் கிராமத்தில் சுமார் 940 ஆண்டுகளுக்கு முன்பு ஸோலங்கி மரபைச் சேர்ந்த பீமதேவன், சூரிய பகவானுக்கு இந்தக் கோவிலைக் கட்டினான். இதை 1025–1026ஆம் ஆண்டுகளில் கட்டியதாகச் சொல்லுகிறார்கள். கஜினி மகமூத் இந்தியாவில் புகுந்து எத்தனையோ கோயில்களை இடித்து, செல்வங்களை வாரிச் சுருட்டிப் போனான். குஜராத்தில் இருந்த சோமநாதபூர் கோவிலும் அந்தக் கொள்ளைக்கு இரையாயிற்று. ஆனால் அவன் போன கையோடு, குஜராத் மன்னர்கள் இரட்டிப்பு ஆர்வத்துடன் புதிய புதிய கோயில்களை எழுப்பினார்கள். அப்படிச் சூட்டோடு சூடாக எழுந்த கோவில்தான் மொதேரா சூரியன் கோயிலும்.

மணியின்றி, மலரின்றி, பண்ணின்றி, பாவின்றி நிசப்தமாக நிற்கிறது அது, கர்ப்பக்கிரகத்தில் விக்ரகத்தைக் காணவில்லை. ரகசிய கர்பக்கிரகம் ஒன்று கோவில் மட்டத்திற்கு ஒரு ஆள் ஆழத்திற்கு – காணப்படுகிறது. அங்கும் விக்ரகம் இல்லை, ஆனால் கோவிலுக்கு வெளியேயும் உள்ளேயும் திரும்பின இடம் எல்லாம், கண் விழுந்த இடம் எல்லாம் விக்ரகங்கள். வெளிச்சுவர் எங்கும் பற்பல சூரிய உருவங்கள் நிமிர்ந்த அழகும் அருளுமாக நிற்கின்றன. சூரியனைத் தவிர, இன்னும் பல தேவிகளின் சிலைகள். கோவிலின் வெளியேயும் உள்ளேயும் உச்சிமுதல் அடிவரை மலர்கள், மனிதர்கள், விலங்குகள், பறவைகள், தேவர்கள் என்று அங்குலம்கூட விடாமல் செதுக்கி, இழைத்துத் தள்ளியிருக்கிறார்கள். எனவே கல்லால் செய்த பெரிய நகைபோல் காட்சி அளிக்கிறது கோயில்.

கோயிலுக்கு முன்பு ஒரு மணிக்குளம். சச்சதுரமாக உள்ள ஞாபகம். ஏகப்பட்ட படிக்கட்டுகள். படிக்கட்டிலேயே பிறை பிறையாகப் பல சிறு கோயில்கள், குளத்தை விட்டுக் கோயிலில் நுழைந்ததும் முன்னால் ஒரு சபாமண்டபம். பிறகு பிராகாரம். பிறகு கர்ப்பக்கிரகம். அதற்குள்ளேயே ரகசியமான இன்னொரு

பள்ளக் கர்ப்பக்கிரகம். உள்மண்டபத்தின் கூரை இடிந்து திறந்து கிடக்கிறது.

துளி இடம் விடாமல் திணிந்து பொருந்தியிருக்கிற ஆயிரக் கணக்கான சிற்பங்களையும் அணிகளையும் பார்க்கும்போது அடி மலைக் கோயில்கள், மைசூர் பகுதியில் உள்ள ஹளயபீடு, சோமநாதபுரா இவற்றின் நினைவு வருகிறது. தமிழ்நாட்டு நாய்க்க மண்டபங்களிலும் இப்படி அலங்கார வேலைகள் உண்டு. ஆனால் அவை கட்டிடத்தின் உருவ முழுமையைக் கெடுத்து, உணர்ச்சியற்ற வெறும் அலங்கார ரசாபாசங்களாக நிற்கின்றன. ஆனால் கன்னடத்து ஹொய்சளர் கோயில்களிலும் மேற்கிந்தியக் கோயில்களிலும் காணும் நுணுக்க வேலைகள், கட்டிடத்தின் உருவ ஒருமையோடு இழைந்து அதிலிருந்து இயற்கையாகப் பூத்ததுபோல் வளர்ந்து, அதன் அழகை இன்னும் நுண்ணியதாக்கிக் கூட்டுகின்றன. விஜயநகர, பல்லவ, சோழ பாணிகளையெல்லாம் அவியலாக்கி விரசப்படுத்திற்று தமிழகத்து நாய்க்கர்களின் கட்டிடக் கலை. சாளுக்கிய, ராஷ்ட்ரகூடப் பாணிகளைப் புரிந்துகொண்டு, அவற்றை வளர்ந்து, புதிய நுணுக்க அதிசயங்களைப் படைத்தது குஜராத் – அடிமலைகளில் காணும் மேற்கத்தியப் பாணி.

மொதேரா கோயிலில் முதலில் நம்முடைய கண்ணைக் கவர்வது நுழைவுகளிலும் நிலைகளிலும் தொங்கும் வளைவுத் தோரணங்கள், பிறகு தேவர், மனிதர்களின் சிற்பங்கள்.

மனிதச் சித்திரங்களில் பல அன்றாட வாழ்க்கைக் காட்சிகளைக் காட்டுபவை. பிறகு தெய்வச் சிலைகள்; மலர், இலைகள் கொண்ட அலங்கார நுணுக்க வரிசைகள்; குதிரைகள், போர்புரியும் யானைகள் – இவற்றின் வரிசைகள். இருள் மண்டிய இண்டு இடுக்குகளில்கூட நுண்ணிய சிற்பங்கள் பொதிந்து கிடக்கின்றன. ஒரு விசேஷம் என்னவென்றால், அத்தனை சிற்பங்களும் – சிறியவை, பெரியவை, மூலை முடுக்கில் இருப்பவை – ஒவ்வொன்றும் உணர்ச்சியின் உயிர்த் துடிப்புடனும், மாசற்ற விகித அளவுணர்வுடனும், செதுக்கப்பட்டிருப்பதுதான். அவற்றைப் பார்க்கும்போதுதான் தமிழ்நாட்டு நாயக்கச் சிற்பங்களின் வெற்று ஆடம்பரம் நினைவுக்கு வந்தது எனக்கு. தூண் அணி வேலைகள், குதிரைகள் இவற்றை மிகவும் மெனக்கிட்டுச் செய்திருக்கிற நாய்க்கச் சிற்பிகள், மனிதர்களை உணர்ச்சியற்ற தடிக் கம்புகளாகப் பொறித்திருப்பதுதான் விந்தை. அதனால், அவர்கள் நிறுவிய விலங்கு வகைகள்கூடப் பொருத்தமாக இருக்குமா என்று சந்தேகம் வந்துவிடுகிறது.

கொனாரக், கஜுராஹோவைப் போல, மொதேரா தூண் களிலும் ஆண் – பெண் காதல் ஜோடிகளும், பலவகைப் புணர்ச்சி வகைகளும் செதுக்கப்பட்டுள்ளன. இவையும் துடிப்பு, தன்மறதி, நாணம், அர்ப்பணம், கேளிக்கை – இந்த நிலைகளின் முழுமையுடன் உருவாகியிருக்கின்றன.

காகிதம், மென்மையான மரம் – இவற்றையே கத்தரித்தும் தேய்த்துவிட்டும் உருவாக்கியதுபோல ஒரு கருக்கும் நெளிவும் பிசிறில்லாத கச்சிதமும் ஒவ்வொரு அங்குலத்திலும் விரவிக் கிடக்கிறது. இத்தனைக்கும் மணற்கல் வளைந்து கொடுக்கக் கூடியதுதான். வளைந்து கொடுக்கும் பொருள் மட்டும் எப்படிப் போதும்? கவனமும் சிரத்தையும் பூர்ணகலைத் தன்மையும் ஒருமித்தால்தானே இந்த முழு அழகும் சாத்தியமாகும்? இந்த சிரத்தையின் பயனாகத்தான் உலோக நகைகளில் செய்வது போல, இண்டு இடுக்குகளில்கூட ஆழ்ந்து செல்லும் நுணுக்கம் சாத்தியமாயிருக்கிறது.

இதெல்லாம் ராஜஸ்தானத்துக்குக் கிழக்கேயுள்ள பிரதேசம். ராஜஸ்தானத்து மணற்புயலின் கடை வீச்சுக்கு இலக்காகும் பகுதி. எனவே பெரும் காற்று ஒன்று வீசினால் காற்றில் பறந்து வரும் மணல் கோயிலின் வெளிச்சிற்பங்களை ராவத்தான் செய்யும் கோயிலைச் சுற்றி உயர்ந்த மதிற் சுவர்கள் இருந்தால் திருடர்கள், அந்நியர்களோடு, காற்றின் சூறையையும் ஓரளவுக்காவது தடுக்க முடியும். மொதேரா கோயிலில் மதில் சுவர் இல்லை. இல்லாவிடில் வேறு ஏதாவது பூச்சாவது பூசி அரிப்பைத் தடுக்க வேண்டும். தடுக்கிறார்களோ, என்னமோ தெரியாது. ஆனால் பாதுகாப்புக்கு உட்பட்டது என்று வெளியேயிருந்த தொல் பொருள் இலாகாவின் எச்சரிக்கைப் பலகையும் இலாகாவின் நிரந்தரக் காவல்காரன் இருப்பும் சான்று கூறுகின்றன.

குஜராத்துக்குத் தனிப் பெருமைகள் பல உண்டு. மகாத்மா காந்தி அவதரித்த இடம். மேநாடுகளுடன் ஆயிரக்கணக்கான ஆண்டுகளாக வர்த்தகத் தொடர்பும், அதனால் பொருட் செல்வமும் துணிச்சலும் புதுமைகளை வரவேற்கும் திறந்த மனமும் நிறைந்த இடம். உலகத்தின் சிறந்த சிற்பிகளான லா கர்பூஸியர், லூயி கான் போன்ற கட்டிடக் கலை மேதைகளின் படைப்புக்களைக் கொண்ட பிரதேசம். சமணம் இன்னும் தழைத்து ஓங்கிக்கொண்டிருக்கிற இடம். ஆசியாவிலேயே சிங்கங்கள் இன்னும் வாழ்கிற இடம். குஜராத்துக்குப் போகிறவர்கள் சோமநாத்பூர், துவாரகை, கிர் காடு, அகமதாபாத்துக்கு அருகில் உள்ள காந்திஜியின் சபர்மதி ஆசிரமம், கர்பூஸியர் கட்டிய இரண்டு கட்டிடங்கள், லூயி கானின் நிர்வாகக்

கழகக் கட்டிடங்கள், கலிகோமில்லில் உள்ள அதிசயமான நெசவு வேலைப்பாட்டுக் கண்காட்சி, அழகு நிறைந்த ஆயர் பெண்மணிகள் இவற்றையெல்லாம் கண்டு வருகிறார்கள். இவ்வளவையும், பார்த்துவிட்டு மொதாரா சூரியன் கோயிலைப் பார்க்காமல் வந்தால் அந்த அனுபவம் முழுமை பெறாத அனுபவமாகத்தான் இருக்கும்.

தினமணி கதிர், *தீபாவளி மலர்* 1968

கீழ விடயல்

'என் ஊர்! என்று ஒரு கிராமத்தைச் சொல்லிக் கொள்கிறவனுக்கு புதிதாகச் சொல்ல என்ன இருக்கப்போகிறது? இரண்டு மூன்று அல்லது நான்கு தெருக்கள், ஒரு சிவன் கோயில், ஒரு பிள்ளையார் கோயில் அல்லது பெருமாள் கோயில், ஒரு குளம், அரசமரம், ஆற்றங்கரை, தஞ்சை, திருச்சி போன்ற மாவட்டங்களாக இருந்தால் எங்கும் பச்சை வயல்கள் – சாலையில் ஒரு பெட்டிக் கடை, ஒரு பிடாரி கோவில், வாய்க்கால் மதகு, ஒரு சத்திரம் – இதுதான் தமிழ்நாட்டுக் கிராமம்.

ஒரு நெல்லு மிஷின், ஒரு 'கோவாப்பரேட்டிவ் சொஸைட்டி', மின் விளக்கு, ஓர் உச்சஸ்தாயி ரேடியோக் கம்பம், பக்கத்து பஞ்சாயத்து டவுனில் நடக்கும் திரைப்படத்தின் விளம்பரச் சுவரொட்டி – இவை இந்தக் காலத்துச் சேர்க்கைகள். இவற்றை விட்டுத் தனித் தனியாகப் பெரிதாகச் சொல்ல என்ன இருக்கிறது என்று சில சமயம் தோன்றுகிறது.

சில சமயம் எது நம்முடைய ஊர் என்றே சந்தேகம் வந்துவிடுகிறது. பிறந்த ஊரா? படித்த ஊரா?

சோற்றையும் மாய மானையும் தேடிக்கொண்டு சென்னை, பம்பாய், டில்லி என்று நாடோடியாகி விட்ட மக்கள் திரளில் ஒரு சொட்டுத் துளிதான் நான்.

எங்களுக்குப் பூர்வீகம் தஞ்சை மாவட்டம் பழந்தேவங்குடி என்றாலும், 'எந்தையும் தாயும்

மகிழ்ந்து குலாவி' இருந்த ஒரு காரணத்திற்காக எங்கள் ஊர் என்று ஒன்றைச் சொல்லுகிறேன், என் தந்தையும் தாயும் அங்கு விரும்பி வாழ்ந்தார்கள். மண்ணில் பயிரிடப் பங்கு வாங்கினார்கள். அந்த மண்ணிலேயே இருவரும் மடிந்து ஒன்றினார்கள். நாற்பது ஆண்டுகளாகப் பல வித மணங்களுடன் இந்த அழகான கிராமம் என் நினைவில் கமழ்கிறது.

கீழவிடயல் என்றால் நீங்கள் கேள்விப்பட்டிருக்க மாட்டீர்கள். தஞ்சை மாவட்டத்தில் கும்பகோணத்திற்குத் தெற்கே, மகாகனம் ஸ்ரீனிவாச சாஸ்திரியார் பிறந்த வலங்கைமானுக்குக் கிழக்கே மூன்றரைக்கல் தொலைவில், குடவாசலுக்குச் செல்லும் சாலை ஓரமாக உள்ள ஊர், கீழ்விடயல். ஆனால் இங்கு அரசியல் பிரமுகர்களோ, தியாகிகளோ, இசைக் கலைஞர்களோ, புகழோடு தோன்றும் பெருந்தகைகளோ, ஐ.சி.எஸ்.ஸுகளோ ஐ.ஏ.எஸ். ஸுகளோ தோன்றியதில்லை. இங்குள்ளவர்கள் சாதாரண மக்கள். நல்ல மக்கள்.

'புகழோடு தோன்றாவிட்டால், தோன்றாமல் மண்ணுக் குள்ளேயே இரு' என்று நான் சொல்லத் தயாராயில்லை. ஒருவனுக்குப் புகழ் வேண்டுமானால் ஒரு லட்சம் பேர் புகழில் லாமல் இருந்தால்தான் முடியும். ஆனால், இங்கு ராமையா என்று ஒரு பெரியவர் இருந்தார். அந்தக் காலத்தில் பொம்மலாட்டக் கலையில் புகழ்பெற்ற புதுக்குடி சாமாவின் குழுவில் இவர் பாடினவராம். அவர் பல தடவை பாடி நான் கேட்டிருக்கிறேன். அவருக்குச் செவியாறல் பயிற்சிதான். இருந்தாலும் அவர் பாடுகிற ராகங்களில் நிரம்பிக் கிடந்த வடிவழகையும், லட்சண ஞானத்தையும் புகழைச் சுமந்து பவனி வருகிற சங்கீத வித்துவான் களில் ஒரு சிலரிடம்தான் நான் கண்டிருக்கிறேன். இந்த மனிதர் காலமாகிவிட்டார். ஆனால் இவருக்காக, இன்னும் ஏழு தலைமுறைகளுக்கு இந்த ஊர் புகழில்லாத மக்களைப் படைத்தால்கூட பொய்யா மொழியார் மன்னித்துவிடுவார். மற்றபடி என்னை ஒன்றும் கேட்காதீர்கள். நான் வள்ளுவருக்கு எதிர்க் கட்சி. எனக்குப் புகழ் இல்லாதவர்களைக் கண்டால்தான் பிடிக்கும்.

கீழவிடயல் எனக்குப் பிடித்திருப்பதற்கு முதல் காரணம், அதன் அமைப்பு. குடமுருட்டி ஆற்றங்கரை, காவிரிக்கு ஒப்பாக இதன் வளத்தைச் சொல்வதுண்டு. பஸ்ஸிலிருந்து சாலை இறங்கியதும் ஒரே சோலை. மூங்கில் தோப்பு – தூங்கு மூஞ்சி, மா, பலா, வாழைத் தோட்டங்கள். ஊருக்குள்ளே போக ஒரு வாய்க்கால் மதகு. பிறகு ஒரு சத்திரம். அடுத்து ஒரு பிள்ளையார் கோயில். உடனே வலப்பக்கம் திரும்பினால் அக்ரகாரம்,

இடப்பக்கம் திரும்பினால் வேளாளர் தெரு. ஊருக்கு மேற்கே ஒரு குளம், இரண்டு வேளாளர் தெரு. மேற்கு குளத்தோடு நடந்து தெற்கே போனால் பெரிய களம். அங்கு ஒரே ஆல நிழல். அதற்குக் கிழக்கே வயலுக்கு நடுவே ஹரிஜனத் தெரு. சாலைக்கும் ஊருக்கும் வர இவர்கள் வரப்புகள்மீது நடந்துதான் வர வேண்டியிருந்தது. எத்தனையோ நூற்றாண்டுகளாகப் பீடைபிடித்த இந்த சிரமம் ஒழிந்துவிட்டது. இப்பொழுது ஹரிஜனங்களுக்கு பஸ் போகும் சாலை ஓரமாகவே நிலம் கொடுத்துவிட்டார்கள். வீடுகள் எழுந்துவிட்டன. என் தலைமுறையில் இந்த மாறுதல் நடந்ததற்காக நான் பெருமைப்பட வேண்டும்.

அக்கிரகாரத்து முனையிலும் கொல்லையிலும் நின்று 'எசமானை'ப் பார்ப்பதற்காக தொண்டை கிழிய ஹரிஜனங்கள் கூப்பாடு போட்டதெல்லாம் போய் இப்பொழுது எங்கும் தாராளமாக நடமாடும் நிலமை வந்துவிட்டது. ஆனால், இதெல்லாம் இந்த கிராமத்திற்கான தனி குற்றமோ, சிறப்போ அல்ல. இந்து கிராமங்கள் அனைத்தும் பழகி வந்த குணதோஷங்கள். காலத்தோடு இந்த ஊரும் மாறிவிட்டது.

கட்டுக்கோப்பான கிராமம். நூறு, இருநூறு வீடுகள் இருந்த கிராமங்களில் மக்கள் பிழைப்பதற்காக வெளியேறி, முக்கால்வாசி மனைகள் பாழ்த்துக் கிடப்பதை நான் பார்த்திருக்கிறேன். இந்த ஊரில் அந்தச் சலனம் ஏற்படவில்லை. சிற்சில மனைகளைத் தவிர மற்றவை அனைத்தும் குடியும் குடித்தனமுமாக இருந்து வருகின்றன. இதை நினைத்தோ, ஊரின் பொதுவான அமைப்பை நினைத்தோ காமகோடி பீடம் பெரியவர்கள் பல ஆண்டுகளுக்கு முன் இந்த ஊரில் தங்கி வியாச பூஜைப் பருவத்தைக் கழித்தார்கள். கிராமத்தின் புனித நினைவுகளில் அது ஒன்று. ஆனால், எந்தப் பெரியவர்களும் நல்ல வழியைக் காட்டத்தான் முடியும். ஒவ்வொருவனும் தன்னைத் தானேதான் உயர்த்திக்கொள்ள வேண்டும்; முடியும்.

கோயிலோ, சத்திரமோ, பொதுக்கிணறோ – இவை ஒவ்வொன்றும் ஒற்றுமையின் சின்னம். நம்பிக்கை, பக்தி– இவற்றைவிட ஒரு நெருக்கடியில் ஊர் மக்கள் ஒன்று கூடிச் செயலாற்ற இவை பயிற்சிக் கூடங்கள். முக்கியமான பயிற்சிக் கூடமான எங்கள் ஊர் சிவன் கோவில் இடிந்து கிடக்கிறது. ஊர்ப் பொதுவில் பணமில்லையோ என்னவோ, செப்பனிட முடியாமல் திண்டாடுகிறார்கள். சர்க்காரின் இந்து மத பரிபாலன சபை இதைக் கவனிக்கலாம். என் சொத்து எனக்கே என்று எந்தக் கோயில் கடவுளும் சொல்லவில்லை. ஆஸ்பத்திரிகள் நோயாளிகளின் பணத்தைக் கொண்டு அதேபோல்தான்

இவையும். (என் கதைகளைப் படிக்கிறவர்கள் சாதாரண மக்கள். லட்சப் பிரபுக்களும் கோடீஸ்வரர்களும் வாசித்திருந்தால், நமக்குக் கொஞ்சம் வேண்டியவன் என்ற பாசத்துடன் 'இந்தா ஒரு ஐயாயிரம் அல்லது பத்தாயிரம்' என்று எங்கள் கிராமத்துக் கோயிலுக்காகத் தள்ளி விட்டிருப்பார்கள். நடக்காத கனவுகளைப் பற்றிப் பேசுவானேன்? . . .)

இது பாடல் பெற்ற ஸ்தலமில்லை. ஆனால், நான் பல கதைகளில் இந்த ஊரின் அழகைப் பெயரைச் சொல்லாமல் பாடியிருக்கிறேன்.

நான் படிக்கிற பருவத்தில் இந்த ஊருக்குப் போக வலங்கைமானிலிருந்தோ குடவாசலிலிருந்தோ நடந்து போக வேண்டும். அல்லது இருசைக்கட்டை மாட்டு வண்டியிலோ தெனாலிராமன் குதிரை கட்டிய ஜட்காவிலோ போக வேண்டும். நடந்து போகிறவர்கள் எப்பொழுதுமே ஜயித்துவிடுவார்கள். இப்பொழுது சில ஆண்டுகளாகத் தார் சாலை, பஸ் எல்லாம் வந்துவிட்டன.

காந்தியப் பொருளாதாரத்தில் நான் நிபுணன் இல்லை. ஆனால் பெரிய நகரங்கள், கிராமங்களின் ரத்தத்தை உறிஞ்சி வாழ்கின்றதைப் பார்க்கும்போது வயிற்றெரிச்சலாகத்தான் இருக்கிறது. கிராமத்து மக்கள் எவ்வளவு ஒற்றுமை உழைப்போடு செயல்பட்டாலும் நகரத்தின் ராட்சதப் போட்டிக்கு ஈடு கொடுக்க முடியாது. பள்ளிக்கூடம், பல்கலைக்கழகம் என்று எல்லா நிர்வாகத்திலும் பங்கு கேட்கும் இளைஞர்கள் ஏன் இந்த மாதிரி அடிப்படையான விஷயங்களைப் பற்றிச் சிந்தனை செய்யவில்லை என்று வியப்பாக இருக்கிறது.

எங்கள் ஊரில் பால்கூடச் சரியாகக் கிடைக்கவில்லை. நகரங்களின் வயிறுகளுக்கு நூற்றுக்கணக்கான மைல்களிலிருந்து பால் செல்லுகிறது. எங்கள் ஊரில் பாதிக் காய்கறி கும்பகோணத்து ஆட்கள் கொண்டு விற்கிறார்கள். இவை தேவையில்லாத சங்கடங்கள்.

தமிழகத்தில் சிறிய நிலக்காரர்களே அதிகம். உணவுப் பெருக்கத் திட்டங்களில் வெளிநாடுகளின் தயவிலோ, உள்நாட்டுத் தயவிலோ வழங்கப்படும் உதவிகள், பாங்க் கடன் வசதிகள் முதலியன எங்கள் ஊர் போன்ற சிறிய ஊர்களுக்குப் போதிய அளவுக்குக் கிட்டவில்லை.

இந்த வசதி எங்கள் ஊர் போன்ற 'பெரிய மனிதர்கள்' இல்லாத ஊர்களுக்கு எப்பொழுது கிட்டப்போகிறதோ என்று

நான் எங்கோ உட்கார்ந்து ஏங்குகிறேன். **கூடிச் செயலாற்றுகிற பண்பு இளைய தலைமுறைக்கு இன்னும் அதிகமாக இருந்தால்,** இந்த இரவுக் கனவுகள் நனவாகும்.

நான்கு மாதங்களுக்கு முன்பு எங்கள் ஊருக்குப் போயிருந்த போது, வாசல் திண்ணையில் ஒருநாள் காலையில் உட்கார்ந்திருந்தேன். மார்கழி மாதம், பள்ளி விடுமுறை, ஓர் எட்டு வயதுச் சிறுவன் புத்தாடைகளை அணிந்து, வாசலோடு போனான். விசாரித்தேன். "எங்க பெரிய சார் சபரிமலை. போகிறார். போய்ப் பார்க்கப் போகிறேன்" என்று சொல்லிப் போனான், பெரிய சாரிடம் உள்ள பக்தி மட்டுமின்றி. சபரிமலை எங்கோ அமெரிக்கா போன்ற தொலைவில் இருப்பதுபோல் அந்தச் சிறு உள்ளம் பிரமிக்கும் பிரமை கண்களில் தெரிந்தது.

பெரிய இடங்கள், செல்வாக்குகள் போன்ற மதிப்பீடுகளைக் கடந்து புதிய வாழ்க்கைப் பாதையில் எங்கள் ஊரைக் கைப்பிடித்து ஏற்றும் உதவி நனவாகுமா என்ற பிரமை எனக்கும் ஆசையோடு தட்டுகிறது. ஊர் இளைஞர்களாவது ஏதாவது முனைந்து செய்வார்கள் என்ற நம்பிக்கையும் ஒரு மூலையில் மின்னுகிறது.

ஆனந்த விகடன், 29.6.1969

சமூகம்

சாப்பாடு

இலக்கியத்தில் வாழ்க்கையின் அடிப்படைத் தத்துவங்களைப் பற்றிய ஆராய்ச்சியை ஆரம்பிப்பது இப்போது ரொம்பவும் அவசியமாகிவிட்டது. நாடகம் எழுதுகிறார்கள், நடிக்கிறார்கள், நடனமாடுகிறார்கள், நடனத்தைப் பற்றி விமர்சிக்கிறார்கள். சின்னக் கதை, சிறுகதை, நாவல் எல்லாம் எழுதுகிறார்கள். ஆனால் அடிப்படை விஷயங்களை யாரும் கவனிப்பதாகத் தெரியவில்லை. இலக்கியம், மோக்ஷம், சங்கீதம் என்று மேல் கட்டிடங்களைக் கட்டிக்கொண்டே போனால் அடிப்படைத் தத்துவங்களை யார் கவனிப்பது? நியூயார்க் வானளாவி மாதிரி கட்ட எத்தனை பெரிய அஸ்திவாரம் தேவையாக இருக்கிறது! அஸ்திவாரம் இல்லாவிட்டால் வானளாவி மண்திலாவியாகிவிட எவ்வளவு நாழியாகும்? யோசித்துப் பாருங்கள்.

வாழ்க்கையின் அடிப்படைத் தத்துவம் என்ன?

இந்தப் பிரச்னை தற்செயலாகத்தான் என் மனத்தில் எழுந்தது என்று சொல்ல வேண்டும். உலகத்தில் புரட்சிகரமான எண்ணங்களும் யோசனைகளும் தற்செயலாகத்தான் ஏற்பட்டிருக்கின்றன. மான்ஹாட்டன் இலக்கிய டாக்டர்கள் சர்வதேச நாவல்களைப் பற்றிய ஓர் ஆராய்ச்சிச் சொற்பொழிவு ஆற்ற வேண்டும் என்று கேட்டுக் கொண்டதன் பேரில் பல நாவல்களை வாசிக்க நேர்ந்தது. ருஷிய, ஜர்மன் புரட்சி நாவல்கள் சிலவற்றைப் புரட்டும்போது எனக்கு ஏற்பட்ட

எழுச்சிக்கும் மகிழ்ச்சிக்கும் கங்கு கரையே இல்லை. மகா பொல்லாதவர்கள் ஐயா அவர்கள்! அடிமடியில் கை போட்டுவிட்டார்கள். ருஷியப் புரட்சி நாவல் ஒன்றில் கதாநாயகன் மிர்டகாவ் மொத்தம் எழுபத்து ஆறு தடவை சாமோவர் குடித்தான் என்றும் ஹோட்டல்களில் புகுந்தும் தன் வீட்டிற்குள்ளும் பந்து மித்ரர் வீடுகளிலும் பகல் இரவுச் சாப்பாடுகள் சாப்பிட்டான் என்றும் கண்டிருக்கிறது. இதே காரியங்களைக் கதாநாயகி சிமூஷன்கா நாற்பது தடவைக்குக் குறையாமல் செய்கிறாள். இவர்களுடைய சாப்பாட்டைப் போலவே மற்ற பாத்திரங்களுடைய சாப்பாடுகளுக்கும் அவரவர் யுக்தம்போல இடங்கொடுத்திருக்கிறார் ஆசிரியர். ஜர்மன் புரட்சி நாவல் ஒன்றில் கதாநாயகன் தொண்ணூறு தடவைக்கு மேல் சாப்பிடுகிறான். சும்மாவாவது சாப்பிடுகிறான் என்று மட்டும் சொல்லிவிடாமல் என்னென்ன சாப்பிடுகிறான் என்றும் விவரிக்கப்படுகிறது. ரம், பிராந்தி, முட்டகோஸ், கோழி முட்டை, ஆய்ஸ்டர், முள்ளங்கி, உருளைக்கிழங்கு, ஜாம் என்ற பஞ்சாமிருதம், ரொட்டி, வெண்ணெய், காபி, டீ, ஆடு, மாடு, வான்கோழி, தண்ணீர் – எத்தனை வகைகள்! நம்மில் பலர் சாக பக்ஷிணிகள்தான். ஆனால் இவ்வளவு சாப்பிடுகிறார்கள் என்று படிக்கும்போது நம் வயிறே சிறிது நிறையவில்லையா? ஓரளவு திருப்தி நமக்கு ஏற்படவில்லையா? உலகம் நன்றாக இருப்பதில் நமக்குள்ள சந்தோஷம் வெளிப்படவில்லையா? இத்தனையும் கேட்கும்போது காது நிரம்பவில்லையா? ஆசிரியன் புரட்சிக்காரன். வாழ்க்கையின் அடிப்படைத் தத்துவம் சாப்பாடுதான் என்பதை எவ்வளவு அழகாகப் புரிந்துகொண்டிருக்கிறான்! தனி ஒருவனுக்கு உணவில்லாதற்காக ஜகத்தினையே அழித்திடும் இந்த விச்வாமித்ரப் புரட்சிக்காரர்களைப் போல் உலகத்தில் வேறு யாரும் இந்தத் தத்துவத்தைப் புரிந்துகொள்ளவில்லை. ஆசிரியன் கண்ணாடியை இந்தத் தத்துவத்திற்கு நேரே பிடித்து, பசியை ஒழிக்க வேண்டும், பட்டினியைப் பட்டினி போட வேண்டும், உதடு வசையில் சாப்பிட வேண்டும் என்ற லக்ஷயங்களைக் கலை உணர்ச்சியுடன் ஸ்தாபித்திருக்கிறான்.

இந்தப் புரட்சிக்காரக் கதாசிரியர்கள் மட்டுமின்றி பொதுவாக மேநாட்டு நாவல்காரர்கள் எல்லோருமே ஓரளவுக்கு இந்த அடிப்படைத் தத்துவத்தை உணர்ந்துதான் இருக்கிறார்கள். இதற்கான சில புள்ளிவிவரங்களைப் பரிசீலனை செய்வது நமக்கு மிகவும் உபயோகமாயிருக்கும். 1945இல் வெளியான ஜர்மன் நாவல் சிறு கதைகளில் 776 இடங்களிலும் ரஷ்ய இலக்கிய வெளியீடுகளில் 968 இடங்களிலும், பிரஞ்சு நூல்களில் 702 இடங்களிலும் கதாபாத்திரங்கள் சாப்பிடுகிறார்கள். 1946இல்

ஜர்மனி 804, ரஷ்யா 998, பிரான்ஸ் 842. 1947இல் ஜர்மனி 878, ரஷியா 1107, பிரான்சு 933.

இந்தப் புள்ளிவிவரங்களிலிருந்து அடிப்படைத் தத்துவத்தைச் சித்தரிப்பதில் மேலை ஆசிரியர்களுக்கு உள்ள ஆர்வம் ஆண்டு தோறும் கவனிக்கத்தக்க முறையில் முன்னேறுவது தெரியவரும். இந்த முக்கிய நாடுகளைத் தவிர, பிந்வாத்து ஹங்கேரி, போலந்து, டென்மார்க் முதலிய சிறு நாட்டிலக்கியங்களிலும் இந்தப் பிரச்னை மேலும் மேலும் அதிக இடம்பெற்றுவருகிறதென்று (இடமின்மையால்) சுருங்கக் கூற வேண்டியிருக்கிறது.

சரி. இந்திய இலக்கியாசிரியர்களின் கையில் இந்தப் பிரச்னை எந்நிலையில் இருக்கிறது? வில்கின்சன் யேர் சொல்வது போல் “இந்தியர்கள் தரித்திரம் பிடித்தவர்கள், சாமியும் பூதமும் தவிர வேறு ஒன்றும் அவர்களுக்குத் தெரியாது. மோக்ஷம், பல்லவி, அஜந்தா, கதக்களி இவைபோன்ற உதவாக்கரைகள் அவர்களுக்குத் தலைகீழ்ப் பாடம்.” எவ்வளவு சரியான மதிப்புரை! மேல்நாட்டு ஆசிரியர்களுடன் ஒப்பிட்டுப் பார்க்கையில் இந்திய இலக்கிய கர்த்தர்கள், அடிப்படைத் தத்துவத்தை ஆயிரத்தில் ஒரு பங்குக்குக் குறைவாகவே சித்தரித்திருக்கிறார்கள். நாட்டு மேதை விழலுக்குப் பாய்வதற்கு இதைவிட வேறு என்ன அத்தாட்சி வேண்டும்?

எனக்கு ஒரு சம்பவம் ஞாபகம் வருகிறது. இத்தாலியச் சக்ரவர்த்தி இம்மானுவல் வோரங்கோலிற்கு இந்தியச் சாப்பாடு என்றால் உயிர். அதற்காக நம் தேசத்திலிருந்து ஒரு கைதேர்ந்த சமையற்காரனைத் தருவித்திருந்தான். வாழைக்காய் வறுவல் நறுக்குவதில் அந்தப் பரிசாரகனுக்கு ஈடு ஜோடே கிடையாது. வடிவம், மென்மை, நிறம், அழகு இவற்றில் ஒன்றைப் பார்த்தாற் போல் ஒன்று இருக்கும் அந்த வறுவல்கள். ஒரு மனிதன் மாதிரியே தத்ரூபமாக இன்னொரு மனிதனைப் படைக்கக் கடவுளுக்கே சக்தி இல்லாதபோது இந்த வறுவல்களைக் கண்டு எல்லையற்ற வியப்புற்றான் இம்மானுவல் வோரங்கோ. அப்பா, நீ பெரிய கலைஞன். இவ்வளவு அழகான கைத்திறன் வர்ஸாயி மாளிகை, சான்பீடர் கோயில்களைக் கட்டிய சிற்பிகளிடம்கூடக் கிடையாது. மெத்த சந்தோஷம். உனக்கு வேண்டியதைக் கேள். தருகிறேன்” என்று சொன்னான். சமையற்காரனுக்குப் பெருமை தாங்கவில்லை. என்ன கேட்பது என்று யோசித்தான். பேரரசரின் கையில் நவரத்னங்கள் இழைத்த ஒரு பொடி டப்பியைப் பார்த்து சக்ரவர்த்தி பொடி போடுகிறவர் என்று தெரிந்துகொண்டான். “அரசே, தங்கள் பாராட்டுக்கு நன்றி. நான் எதைக் கேட்பது? ம். ஒரு சிம்டா பொடி கொடுங்கள்”

என்று இடது கை உள்ளங்கையை நீட்டிப் பல்லை இளித்தான். அரசனுக்கு அசாத்தியக் கோபம் வந்துவிட்டது.

"தரித்திரப் பயலே, கேட்டதுதான் கேட்டாயே, லக்ஷத்திற்கு மேல் பொறும் இந்த டப்பியைக் கேட்கக் கூடாதா? சம்டாப் பொடி கேட்கிறாயே அற்பனே? நீ இங்கே இருந்தாலேயே அரண்மனை விடியாது. ஓடிப்போ" என்று அந்தச் சிம்டாப் பொடியைக்கூடக் கொடுக்காமல் அவனை விரட்டிவிட்டான்.

இந்திய ஆசிரியர்களின் இலக்கியச் சேவை இப்படித்தான் இருக்கிறது. அட, நிறையத்தான் சாப்பிடவில்லையென்றால் சாப்பாட்டைப் பற்றி எழுதவாவது கூடாதா? லக்ஷ்யவாதம் லக்ஷ்யவாதம் என்று இல்லாததையும் நடக்காததையும் எழுதுகிறவர்கள் இதை ஏன் எழுதவில்லை. சாப்பாடு அவர்களுக்கு லக்ஷ்யம்தானே? நடக்காத விஷயம்தானே? நம் சாப்பாட்டில் ஒன்றும் குறைச்சல் இல்லை. காப்பி, டீ, தோசை, ஊத்தப்பம், பச்சடி, கோசுமல்லி, டாங்கர், கறி, கூட்டு, ஓலம், வாங்கி, கிச்சடி, சாம்பார், கொட்டுக் குழம்பு, மோர்க்குழம்பு, ரசம், மோர்ரசம், உப்புட்டு, புட்டு, பாயசம், அக்காரவடிசல், ஊறுகாய்கள் – இன்னும் எவ்வளவோ இருக்கின்றன. இவற்றிற்கெல்லாம் நியாயம் கிடைக்கவே போவதில்லையா? அகில இந்திய எழுத்தாளர் சங்கம் இதைக் கவனித்து ஒரு விசாரணைக் கமிஷன் நியமிக்க இன்னும் காலம் வரவில்லையா?

○○○

இதே விசாரமாக எனக்குத் தூக்கம் பிடிப்பதுகூட இல்லை. நாற்காலியில் சாய்ந்துகொண்டு கவலையில் திளைப்பதே வேலையாகப் போய்விட்டது. கீழே நாலு நாளைக்கு முன் குடி வந்திருந்தவருடைய ராஜ குறட்டை உள்ளே போகையில் பெட்டி இழுப்பது போலவும் வெளியே போகையில் சீட்டியடிப்பது போலவும் பற்பல வின்யாசங்களுடன் என் செவிக்கு உணவளித்திராவிடில், கவலை என் உயிரைத் தின்றிருக்கும். இரவு இரண்டரை மணிக்கு ஒரு வகையாகக் கண்ணயர்வேன்.

ஐந்தாறு நாள் கழித்து நடுநிசியில் யாரோ இரைச்சல் போடுவதுபோல் கனவு கண்டு விழித்தேன். கனவில்லை. நனவு தான். இரைச்சல் நிற்கவில்லை. மணி இரண்டரை. "மூளை கீளை இருக்கா உனக்கு? ஞானசூன்யமே, கொஞ்சமாவாவது மூடிவைத்தால் என்ன? ரசம் குழம்புதான் இல்லையென்றாலும் மோருக்கும் சோற்றுக்கும் கூடவா இந்தப் பாடு? நீ என்ன பொம்மனாட்டியா பிசாசா?" என்று புதுக்குடி ஆசாமி சத்தம் போட்டுக்கொண்டிருந்தார். சரி, அடிப்படைத் தத்துவத்தைப்

பற்றிய தகராறு என்று ஊகித்துக்கொண்டேன். ஆசாமி சினிமாவுக்குப் போய்விட்டுப் பசியுடன் வந்திருக்கிறார். ஒன்றும் இல்லை யென்று காணவே கோபம் வந்துவிட்டது. அவர் மனைவி அடுப்புமூட்டி உடனே சமையல் செய்து போட்டாள்.

மறுநாள் இரவு *2–55* வண்டிக்கு நான் அயலூருக்குப் போவதற்காக அலார ஓசை கேட்டு 2 ½ மணிக்கே எழுந்தேன். பெட்டியை எடுத்து ரயிலுக்குக் கிளம்பியபோது புதுக்குடிக்காரர் சாப்பிட்டுக்கொண்டிருந்தார். இரவு எட்டு மணிக்கு நான் உலாவப்போய்த் திரும்பியபோது அவர் சாப்பிடுவதைப் பார்த்த ஞாபகம் நன்றாக இருந்த்து எனக்கு. ஒரு பக்கம் வியப்பு! ஒரு பக்கம், மனுஷன் ஸ்வாரஸ்யமான பிரகிருதி என்ற ஓர் எண்ணம்!

ஒரு மாதத்திற்குள் ஆசாமி மிகவும் பரிசயமாகிவிட்டார் எனக்கு. நாளுக்கு நாள் நட்பு நெருங்கிற்று. அவர் ஒரு பத்திரிகை முதலாளி – ஆசிரியர். சண்டஹாசன் என்று பெயர். பழந்தமிழ் இலக்கியம் தலைகீழ்ப்பாடம். பதினாறு பக்கப் பத்திரிகையில் பதினைந்து பக்கம் விளம்பரம் போட்டு, ஒரு பக்கத்தில் கவிதை, சிறுகதை, அரசியல், விகடத் துணுக்கு, சினிமா விமர்சனம் எல்லாம் செய்துவருகிறார். இந்த ஆனைக்குப்பத்தான் வேலையைவிட அவருக்கு அடிப்படைத் தத்துவத்திலிருந்த ஈடுபாடுதான் என்னை வெகுவாகக் கவர்ந்தது. உலகத்தில் இல்லாத புதுமை அவரிடம் உண்டு. பிரதி இரவும் சரியாக 2 ½ மணிக்கு எழுந்திருந்து அவர் சாப்பிடும் வழக்கம். இதுவும் ரசம், கறி முதலியவற்றுடன். முழுநேரச் சாப்பாடு. அவர் பத்திரிகையில் கவிதை தவறினாலும் அவருக்கு அர்த்தஜாமச் சாப்பாடு தவறக் கூடாது. தப்பித்தவறி அவர் தூங்கிவிட்டால்கூட, மனைவி இலையைப் போட்டுத் தண்ணீர் எடுத்து வைத்து அவரை எழுப்புவாள். இல்லாவிட்டால் காலையில் அவருடைய தினசரி ஆகாரப் பட்டியல் இதுதான். காலையில் பழையது, பன்னிரண்டு மணிக்குச் சாப்பாடு, ஐந்து மணிக்கு மோர்சாதம், எட்டுமணிக்குச் சாப்பாடு, ராத்திரி இரண்டரை மணிக்கு ஒரு சாப்பாடு. நடுவில் நாலு டிபன், நாலு காபி. அடிப்படைத் தத்துவத்தில் இத்தகைய ஒரு தீவிரவாதி இருந்தது எனக்குச் சாதகமாய்த்தானிருந்தது. இரண்டாவது ஆட்டம் சினிமா பார்த்துத் திரும்பும்போது பசித்தால் கவலையுற வேண்டியதே இல்லை. சண்டஹாசனுடைய உபசாரம் மகத்தானது. ஊறுமாங்காயும் மோர்சாதமும் அமுத சஞ்சீவிகளாகக் காத்துக் கிடக்கும்.

சண்டஹாசன் மிகவும் நெருங்கிய நண்பராய்விட்டதும் கொஞ்சம் கொஞ்சமாக என்னுடைய கொள்கைகளை அவரிடம் அவிழ்த்துவிடத் தொடங்கினேன். இலக்கியத்தில் அடிப்படைத்

தத்துவத்தின் அவசியத்தைப் பற்றி, அவர் சொன்னார்: "சிந்தனை, உணர்ச்சி எல்லாவற்றினும் அடிப்படையான தத்துவம் சாப்பாடு தான் என்பதற்கு உள்ளங்கை நெல்லிக்கனியாக நமக்கு அத்தாட்சி இருக்கிறதே. வயிறு எங்கே இருக்கிறது? அடியில் தானே. அதற்குமேல்தானே புத்திக்கு இடமான மூளையும், உணர்ச்சிக்கு இடமான இதயமும் இருக்கின்றன? ஆகவே வயிறு தானே அடிப்படைத் தத்துவம்?" என்று என்னைப் பிரமிக்க அடித்தார் சண்டஹாசன். "ஓய், நீர் கவலைப்படாதேயும். தமிழ்க் களஞ்சியத்திற்குப் பிறகு முக்கியத்துவம் வாய்ந்த பிரச்னை இதுதான். இந்த வருஷம் எழுத்தாளர் மகாநாட்டில் இதைக் கட்டாயம் நிறைவேற்றுகிறேன்" என்று எனக்கு உறுதி கூறினார். கூறிவிட்டு, "நண்பரே, இலக்கியத்தில் அடிப்படைத் தத்துவத்தின் அவசியத்தைப் பற்றி உமக்கு இருக்கும் அக்கறை பாராட்டத்தக்கது. சில பெரியார்கள் வாழ்க்கை தர்மமாகவே இதைக் கைக்கொண்டு வந்தார்கள், கைக்கொண்டுவருகிறார்கள். அவர்களைப் பற்றி நீர் கட்டாயம் தெரிந்துகொள்ள வேண்டும்" என்று சில பெரியார்களின் வரலாறுகளைச் சொல்ல ஆரம்பித்தார்.

நாடோடி மாமுனிவர்.

தமிழ்நாட்டில் ஒரு முனிவர் கூட்டம் உண்டு. இவர்கள் நாடோடிகள். வீடுவாசல் இல்லாதவர்கள். பாரிஸ் வண்ணார்களின் ஐம்பம்கூடச் சாயாமல் பழுப்பேறிய ஓர் இடுப்பு வேஷ்டியும் மேல்துணியும்தான் இவர்களுடைய உடைமைகள். தவிர கையில் ஒரு பை உண்டு. அதில் நாலு சாக்கட்டிகள், நூறு சோழிகள், ராவணன் முழிகள், கிளிஞ்சல் முதலியன இருக்கும். நம் நாட்டில் பழங்காலத்தில் செட்டிமார்களும் மகாராஜாக்களும் ஊருக்கு ஊர் சத்திரம் கட்டி சாப்பாடு போட்டுவந்தார்கள். அங்கெல்லாம் நாடோடி முனிவர்கள் பிரசன்னமாயிருப்பர். ஒரு நபருக்கு மூன்று நாளுக்கு மேல் ஒரு சத்திரத்தில் சாப்பிட அனுமதி கிடையாதாகையால் முனிவர்கள் நாடோடிகளாயினர்.

பக்கத்தில் உள்ள குட்டையில் குளியல். சத்திரத்துத் திண்ணையில் வேஷ்டி உலர்வு. பின்பு சாப்பாடு. பிறகு சற்று நேரம் தூக்கம். தூங்கி எழுந்தவுடன் பையை அவிழ்த்துக் கவிழ்த்து சாக்கட்டியால் பதினைந்தாம் புலியோ, பதினாறு கட்டமோ வரைந்து தாயம், நாலு, வெட்டாக்கட்டம் முதலிய பரிபாஷைகளுடன் ஆடிக்கொண்டே இருப்பது. இரவு சத்திரத்துக் கார்வார், "இலை போட்டாய்விட்டது" என்று சத்தம் போடுகிறவரையில் பராக்குப் பாராமல் அசட்டை இல்லாமல் மாமுனிவர்கள் ஆடிக்கொண்டே இருப்பார்கள், பார்வதியும் பரமேச்வரனும் அல்லது பாண்டவரும் கௌரவரும்

சொக்கட்டான் ஆடியதைப் போல. சாப்பாடு ஆனதும் வெற்றிலை சீவல். தட்சிணைக் காசுக்குப் புகையிலை கஞ்சா அல்லது சினிமா அல்லது கார்தர்வ விவாகம். இப்படியே அவர்களுடைய உத்தம வாழ்க்கை செல்லுகிறது. சோம்பேறிகள், வயிறு தாழிகள், மனித மிருகங்கள் என்று உலகம் அவர்களை ஏசுகிறது. ஆனால் நம் அடிப்படை நோக்கிலிருந்து பார்த்தால் அதே ஏசல்கள் பாராட்டுகளாகிவிடுகின்றன. முகம்மத் நபியும் ஏசுநாதருமே கல்லடி வாங்கினார்கள்!

பொம்மலாட்டம் சுப்பையா

கருப்பூர் என்ற ஊரில் சுப்பையா, சுப்பையா என்று ஒருவர் தொண்ணூற்று ஒன்பது வயதுவரை வாழ்ந்துவந்தார். ஒரு பொம்மலாட்ட கோஷ்டியில் பாடிவந்தார் அவர். நாலு கட்டைக்கு மூன்று ஸ்தாயி பேசும் சாரீரம். ஆதலால் அரைமணிக்கு ஒரு முறை ஒரு சேர் விளக்கெண்ணெய் சாப்பிடுவார். தொண்டைக்கு எதவு கொடுக்க. இந்தக் காரணத்தால் விளக்கெண்ணெய் சுப்பையா என்றும் அவரை அழைப்பது வழக்கம். சந்திரமதி பொம்மையை ஆட்டும்போது, ஆயிரக்கணக்கான ஜனங்களை கதறக் கதற அடிப்பார் அவர். அறுபது வயதானதும் பொம்மலாட்ட கோஷ்டி கலைந்துவிட்டது. சுப்பையாவுக்கு என்ன செய்வதென்று புரியவில்லை. ஒருநாள் பக்கத்து வீட்டுப் பையன் “ஒரு நாளைக்கேல் என்றால் ஏலாய்” என்ற பாட்டை வாசித்துக்கொண்டிருந்ததைக் கேட்டு அதன் அர்த்தத்தையும் தெரிந்துகொண்டார். திடீரென்று அவருக்கு ஒரு எண்ணம் தோன்றிற்று. இந்த வாக்கியத்தை நாம் ஏன் பொய்யாக்கக் கூடாது என்று. உடனே அப்படியே செய்வது. அதாவது, மூன்று வேளைச் சாப்பாட்டை ஒரே வேளையில் சாப்பிட்டு மற்ற வேளைகளில் காற்றைப் புசிப்பது என்று கங்கணம் கட்டிக்கொண்டு கிளம்பினார். ஒரு கல்யாணம், ஒரு கல்லெடுப்பு, ஒரு துவாதசிக் கட்டளை, ஒரு உற்சவம் விடாமல் அலைந்து திரிந்து சாப்பிட்டுக்கொண்டிருந்தார். மூன்று மைலில் உள்ள இடங்கைமான் சத்திரத்தில் துவாதசிக் கட்டளை இவர் இல்லாமல் கடந்த நாற்பது வருஷமாக நடந்ததே இல்லை. தான் மட்டும் இன்றித் தன் பிள்ளை பேரர்களையும் – பாட்டைப் பொய்ப்பிக்கத் தயார் செய்து ஆண்டுதோறும் விளையும் எழுபது கலம் நெல்லையும் காசாக்கிவந்தார் சுப்பையா; நாற்பது வருஷம் ஆயிற்று. தொண்ணுற்றெட்டாவது வயதில்கூட புளியோதரை முதலிய ராஜ உணவுகளை லக்ஷ்யமில்லாமல் உட்கொண்டுவந்தார் அவர். நூறாவது வயது பிறக்க இரண்டு நாள் இருக்கையில் இடங்கைமான் சத்திரத்திற்குத் துவாதசிச் சாப்பாட்டிற்குப்

போனார் சுப்பையா. சாப்பிட்டுவிட்டு, வெற்றிலைப் பாக்கும் தட்சிணையும் வாங்கிக்கொள்வதற்காகத் திண்ணைக்கு வந்து "அப்பாடா, காமேச்வரன் கை சாம்பார் சாம்பார்தான். அடடா, என்ன வாசனை, என்ன காய்ச்சல்?" என்று சொல்லிக்கொண்டே சாய்மானத்தில் சாய்ந்தார். சாய்ந்தவர்தான். உடனே அவருடைய ஆத்மா வைகுண்ட ப்ராப்தி அடைந்துவிட்டது. சாகும்போதுகூட சங்கரா சங்கரா என்று பிதற்றாமல், அடிப்படைத் தத்துவத்தின் முக்கிய அங்கமான சாம்பாரைத் தியானித்தவாறே நற்கதி எய்தினார் இவ்வுத்தம புருஷர்.

தேனீ – வைகாசி 1948

முடக்கம் நீங்க

நான்கு சுவர்கள், காலிலும் கையிலும் இடிக்கப் பலகைகள், 'டெஸ்கு' மேசைகள், பாதி வெளிச்சம், பாதி இருளில் சுவரின் மூப்பு இன்னும் கிழமாக ஆகிவிடுகிறது. இந்தப் பள்ளி வகுப்பறை சிறையாகத் தோன்றுவதில் ஆச்சரிய மில்லை. பழகிவிட்ட ஆசிரியருக்கும் நமக்கும் தோன்றாவிட்டாலும் படிக்க வருகிற குழந்தைக்கு நிச்சயமாகத் தோன்றும். நாளடைவில் நமக்கு ஏற்பட்ட பழக்கம் அந்தக் குழந்தைக்கும் வரப் போகிறது - அதாவது கல்வி கற்பது முக்கால் இருளும் கால் வெளிச்சமும் சூழ்கிற வேலைதான் என்று படிந்து பொறுத்துக்கொள்கிற பழக்கம். இப்படிப் பொறுத்துக்கொள்ள முடியாதவர்கள் சிலர் இருந்தார்கள் - இருக்கிறார்கள். திறந்த வெளியில், மரத்தடியில், நிழலில், காற்றோட்டத்தில் குழந்தைகள் கற்றால் என்ன என்று கவியரசர் தாகூரும் இன்னும் பலரும் கேட்டுக்கொண்டார்கள். கல்வி என்ற பெயரில் நிகழும் குழந்தை முடக்கத்தை நீக்க முடியுமா என்று வேதனைப்பட்டார்கள். சாந்தி நிகேதனம்போல முயற்சிகள் செய்தார்கள். இப்போதும் சிலர் செய்துவருகிறார்கள். இதன் பயன், எத்தனையோ ஆண்டுகளுக்குப் பிறகு பள்ளிக் கட்டிட அமைப்பு, வகுப்பறை அமைப்பு - இவைகூட மாறி வந்துகொண்டிருக்கின்றன. ஆனால் இது கடலில் கரைக்கிற பெருங்காயம். உலகில் பிறக்கிற எல்லாக் குழந்தைகளுக்கும், இந்தியாவில் பிறக்கிற ஒவ்வொரு குழந்தைக்கும் இந்த விடுதலையும் காற்றும் கிட்டி விடப்போவதில்லை. சூழ்நிலை அப்படி

இருக்கிறது. நகரங்களில் இட நெருக்கடி. பெரிய இடங்களில் இடத் தவிப்பு. ஒன்றரை விநாடிக்கு ஒரு குழந்தை நம் நாட்டில் பிறக்கிறதாக ஜனத்தொகைக் கணக்கர்கள் சொல்லுகிறார்கள். சேதாரம் போக, ஆண்டுக்கு ஒரு கோடி முப்பது லட்சம் வீதம் மனித உயிர்கள் கூடுகின்றன. ஆஸ்திரேலியாவின் மொத்த ஜனத்தொகையளவுக்கு, நம் நாட்டில் வருடாந்தரக் குழந்தைப் பெருக்கம். இடத்தவிப்பு போகப்போக அதிகமாகத்தானிருக்கும். பதினெட்டு ஆண்டு, இருபது ஆண்டு என்று குழந்தைகளைப் படிக்கவைத்து 'குழந்தைப் பிராயத்தை' அத்தனை கால அளவுக்கு நீட்டிக்க நம் நாட்டுக்கு இயலுமா, அவசியமா என்றெல்லாம் கல்விச் சிந்தனையாளர்கள் யோசித்துவருகிற காலம் இது. தொடக்க, உயர் தொடக்கப் பள்ளி சம்பந்தப்பட்ட வரையில், இடத் தவிப்புக்குச் சமாதானம்தான் காணலாம். வகுப்பறையைச் சற்று விசாலப்படுத்தி, காலைத் தடுக்கும் தட்டுமுட்டுகளை நீக்கி, ஏழெட்டு பூ அல்லது செடித்தொட்டிகளை வைத்து 'உளதாக் கூட்டி'த் தோட்டத்தைப் படைக்கலாம். இதையும் பல்லாயிரக்கணக்கான நம் பள்ளிகளில் உடனே செய்ய முடியாது. பெரிய நகரங்களில் இன்னும் ஐம்பது ஆண்டுகளுக்குக்கூடச் செய்ய முடியாது.

செய்யக்கூடியது ஒன்றுதான், இட நெருக்கடியையோ தவிப்பையோ முழுவதும் நீக்க முடியாவிட்டாலும் கற்கிற வேலையையாவது சற்று உல்லாசப்படுத்தலாம். கல்வி கற்பது தொடக்கப் பள்ளியில்கூட, இப்போது வேலையாகத்தான் இருக்கிறது. இன்றைய நிலையில் அது கலை, விளையாட்டு என்று சொன்னால் அது நம் கண்ணைத் துடைத்துக்கொள்ளவே தவிர, முழுவதும் உண்மையல்ல. வாழ்க்கை ஒரு போராட்டம் என்பதைக் குழந்தைகள் புரிந்துகொள்ள வேண்டியது அவசியம்தான். தொடக்கப் பள்ளியில் நுழைந்ததுமே நம் குழந்தைகள் இதைப் புரிந்துகொண்டுவிடுகின்றனர். கலையம்சம் ஒன்றிரண்டைப் புகுத்தி இந்த வேலையை, இந்தப் போராட்டத்தைக் களைப்பூட்டாத, களையான செயலாகச் செய்துவிடலாம். ஈட்டி, துப்பாக்கி ஏந்துகிற ராணுவத்திற்குக்கூட இசை இருக்கிறது.

கட்டாய இலவசக் கல்வி, சட்டத்தில் இருக்கிறது; ஆனால் கிராமப் பள்ளியில் முதல் வகுப்பில் சேருகிற குழந்தை பாதியில் நின்றுவிடுகிறது. காரணம், பெற்றவன் ஏழை. இன்னும் நாலு காசு வந்தால்தான் பிழைப்பு நடக்கும். இந்தக் குழந்தைதான் அந்தக் காசைக் கொண்டுவரட்டுமே என்று குழந்தையைக் கடைப் பையனாகவோ, புல் பிடுங்கவோ அனுப்பிவிடுகிறான். இதைத் தடுக்க, இலவசக் கல்வி மட்டும் போதாதென்று, மதிய இலவச உணவுத் திட்டமும் வந்தது. ஆனாலும் படிப்பு பாதியில்

நிற்கிற வித்தை நிற்கவில்லை. ஒரு காரணம், தொடக்கப் பள்ளி அழுது வடிகிறதுதான் என்பது பல கல்வி அறிஞர்களின் கருத்து. தொடக்கப் பள்ளி முடக்கப்பள்ளியாக இருக்கும் வரையில் குழந்தைகளைக் கவர முடியாது என்று அவர்கள் நினைக்கிறார்கள். கற்பிக்கும் முயற்சி, கலையாக இல்லாமல் மூளையை அயரச் செய்து, களைப்பூட்டும் வேலையாக இருப்பதால்தான் குழந்தைகள் வெளியே நின்றுவிடுகின்றன என்று மத்திய கல்வி அமைச்சர் திரு. ராவ் ஒரு முறை சொன்னார். இன்றைய நிலையில் இது ஒரு முக்கியமான காரணம்.

மனித ஜீவன்கள் என்ற முறையில், குழந்தைகளுக்கும் வாழ்க்கை துயரம், அலுப்பு, போட்டி, இனிமை, பாடு, உவகை, தோல்வி, வெற்றியெல்லாம் கலந்ததுதான் என்று உணரும் ஆற்றல் இருக்கிறது. அதற்காகத் தொடக்கப் பள்ளிக்கூடத்தையே இதற்கு ஒரு முழுநேரப் பயிற்சிக்கூடமாக ஆக்க வேண்டிய தேவை இல்லை. பெரும்பாலான வீடுகளே அதைச் செய்துவிடுகின்றன.

தொடக்கப் பள்ளியிலாவது கல்வியைக் கலையாக, உல்லாசமாகச் செய்ய வேண்டும் என்பது புதிய கருத்தல்ல. கல்வியாளர்கள் வெகுகாலமாக ஒப்புக்கொண்ட பழைய கருத்து அது. கல்வியைக் கதையும் பாட்டும் ஆட்டமும் வேடிக்கையுமாகப் பலர் செய்யவும் செய்கிறார்கள்; அல்லது அதற்கான முயற்சியாவது செய்கிறார்கள். ஆனால் ஆசைக்கு ஏற்ற வசதிகள் இல்லை. பல்லாயிரக்கணக்கில் தோன்றிய புதிய பள்ளிகளுக்கு, இந்த முறைகளை நடைமுறையில் கையாளக்கூடிய அளவுக்குப் போதிய ஆசிரியர்கள் இல்லை. குழந்தைகளோடு ஒன்றி, கற்பனை நிறைந்த கற்பிக்கும் உத்திகளைக் கையாள, நல்ல படைப்பாற்றல் வேண்டும். இத்தகைய தகுதிகள் நிறைந்துள்ள ஆசிரியர்களின் எண்ணிக்கை குறைவாகத்தான் இருக்கும். கதை சொன்ன பாட்டிகள்கூட, பாட்டுப் பாடின பாட்டிகள்கூட இப்போது இல்லை. அந்தப் பாட்டிகளின் ஆற்றலைப் பழகி, புதிய கல்வியை அதன் மூலம் ஊட்ட, திறன் படைத்த ஆசிரியர்கள் வேண்டும். அதாவது புதிய இளம் பாட்டிகளும் இளம் தாத்தாக்களும் வேண்டும். பல்கிவரும் பள்ளிகளை நினைக்கும்பொழுது ஊருக்கு ஊர் இத்தனை திறமையுள்ளவர்கள் கிடைப்பார்கள் என்று நிச்சயமாகச் சொல்வதற்கில்லை. ஆனால் இந்தக் குறையை ஓரளவுக்காவது தீர்க்க உதவுகிறது ஒலிபரப்புச் சாதனம். ஒரு ரேடியோ நிலையத்தின் மூலம் மூலைமுடுக்கில் உள்ள சின்ன ஊர்ப் பள்ளிகளுக்கெல்லாம் கற்பனையும் படைப்பாற்றலும் படைத்த ஆசிரியர்களின் குரல்களை அனுப்ப முடியும். குழந்தைகள் தொடக்கப் பள்ளியில் கழிக்கிற நாலைந்து மணிநேரத்தில் ஒரு அரைமணியாவது குழந்தைகளுக்குக் கதையும் பாட்டும் சொல்லி

ஆடவும், பாடவும் வைத்து, முடக்கத்தை நீக்க முடியும். ஆனால் நம்நாட்டில் இது இன்னும் கைகூடியபாடில்லை. தொடக்கப் பள்ளிகள் சுமார் ஏழு லட்சம் நம் நாட்டில் இருப்பதாகச் சொல்கிறார்கள். ஆனால் மூவாயிரம் பள்ளிகளிலாவது வானொலிக் கருவி இருக்கின்றதா என்று நிச்சயமாகச் சொல்வதற்கில்லை. வானொலிக் கருவி அத்யாவசியமாகத் தேவைப்படுவதோ ஆரம்பப் பள்ளிகளுக்குத்தான். வண்டி, காடி போக முடியாத சிற்றூர்களுக்கும் மின்சாரம் கிடைக்காத உட்புறத்து ஊர்களுக்கும் வானொலி நிகழ்ச்சிகள் செல்ல முடியும். மின்சாரம் இல்லாத ஊர்களில்கூட விவசாயிகளுக்கும் மற்றவர்களுக்கும் டிரான்ஸிஸ்டர் ரேடியோக் கருவி பொழுது போக்கிற்கும் பயனுள்ள செய்திகளைத் தந்து இன்று உதவிவருகிறது. டிரான்ஸிஸ்டர் கருவி அதிக விலைப் பண்டமும் இல்லை. ஐந்நூறு ஆயிரம் என்று பணம் தேவையில்லை. நூறு இருநூறு ரூபாய்க்கு நல்ல கருவிகள் கிடைக்கின்றன.

கதையும் பாட்டும் வேடிக்கையும் இனிமை முறைகளும் ஒருபுறமிருக்க, தொடக்கப் பள்ளிக்கு வேறு சில தொடர்களும் தேவைப்படுகின்றன. சமூகக் கோட்பாடு பற்றிய புதிய சிந்தனை களாலும் விஞ்ஞானப் பொருளாதார முன்னேற்றங்களாலும் சமூக அமைப்பு மாறிவருகிறது. பழங்கால எண்ணங்களும் மனப் போக்குகளும் கழிந்து, புதிய சிந்தனைகள் கைகூட, நாட்டின் முன்னேற்றமடையும் பகுதிகளோடு கிராமங்கள் தொடர்பு கொண்டுதானாக வேண்டும். செய்தித்தாளும் பஸ்ஸூம் ரயிலும் திரைப்படங்களும் இந்தத் தொடர்பைப் பல மாநிலங்களில் உருவாக்கியுள்ளன. இன்னும் பல மாநிலங்களில் இந்த வசதிகள் கிட்டவில்லை. முழுவதும் கிட்டுவதற்குக் காலம் செல்லும். ஆனால் செய்தி அளவிலாவது இந்தத் தொடர்பை அமைக்க ஒலிபரப்பு ஒன்றுதான் உதவிசெய்ய முடியும். இதைக்கூடத் தொடக்கப்பள்ளி நிலையிலேயே செயலாற்றுவது அவசியம். சிறு வயதில்தான் புதிய எண்ணங்களைப் பதிவுசெய்ய முடியும். ஏற்ற பருவமும் அதுதான். பல குழந்தைகள் தொடக்கப் பள்ளியோடு படிப்பை நிறுத்திவிடுகிறார்கள். அதற்குள்ளாவது செம்மையான முன்னேற்ற மனப்பாங்குகளைப் பதிவித்துவிட்டால் நல்லது. இதற்கு ரேடியோ ஒன்றுதான் இன்றைய அளவில் சாத்தியமான, மலிவான கருவி என்று தோன்றுகிறது. கல்வித் திரைப்படம் காட்டும் கருவி விலை அதிகம். அதுவும் நாள்தோறும் ஒவ்வொரு பள்ளிக்கும் கிடைக்காது. டெலிவிஷன் செட்டும் விலை கூடுதலாகத்தான் இருக்கும். 1974இல் விண்கோள் மூலம் இந்தியக் கிராமங்களுக்கும் கிராமப் பள்ளிகளுக்கும் வரவிருக்கும் டெலிவிஷன் நிகழ்ச்சிகள் கூட, சில மாநிலங்களில் சில ஆயிரம் பள்ளிகளுக்குத்தான்

கிடைக்கப்போகின்றன. இதற்கும் பிரத்தியேகப் பிடிப்பு விசை பொருந்திய விசேஷ டெலிவிஷன் கருவிகள் தேவை. ஆக, இன்னும் பல ஆண்டுகளுக்கு நம்முடைய லட்சக்கணக்கான கிராமத் தொடக்கப் பள்ளிகளுக்கு நடைமுறையில் சாத்தியமாக ஒரே மின்னணுக் கல்விக் கருவி ரேடியோ பெட்டிதான். மாநில அரசுகளும் ஊராட்சி ஒன்றியங்களும் ஆசிரியர்களும் பெற்றோர்களும் இதற்கான முயற்சிகளை மேற்கொள்வது நல்லது. விரும்பினால் ஊர் மக்களே தங்கள் ஊர்த் தொடக்கப் பள்ளிக்கு இதை வாங்கித் தந்துவிட முடியும். விருப்பம் தேவை.

தொடக்கப் பள்ளிகளில் வானொலிக் கருவிகள் போதிய அளவுக்கு இல்லாததால் வானொலி நிலையங்களும் தொடக்கப் பள்ளிகளுக்கான கல்வி நிகழ்ச்சிகளைத் தயாரிக்கத் தயங்கு கின்றன. கேட்கிறவர்கள் இல்லாதபொழுது நிகழ்ச்சிகளைத் தயாரித்து யாருக்கு என்ன லாபம்? 1930க்கு முன்பே சென்னை நகராண்மைக் கழகம் தொடக்கப் பள்ளிகளுக்கான கல்வி நிகழ்ச்சிகளை மாலை வேளைகளில் ஒலிபரப்பிவந்தது. பின்பு 1949முதல் சுமார் ஒன்பது ஆண்டுக் காலம் மதராஸ் – திருச்சி – விஜயவாடா நிலையங்கள் மூலம் தினந்தோறும் நடந்த தொடக்கப்பள்ளி நிகழ்ச்சிகள், பள்ளிகளில் போதிய வானொலிக் கருவிகள் இல்லாததால் நிறுத்தப்பட்டன. 1970 முதல் சென்னை, திருச்சியில் மீண்டும் தொடங்கியுள்ளன. தற்சமயம் தமிழ்நாடு (சென்னை – திருச்சி), மகாராஷ்டிரம் (புனே – பம்பாய்), பஞ்சாப் (ஜலந்தர்), மத்தியப் பிரதேசம் (இந்தூர் – போபால்), குஜராத் (அகமதாபாத் – பரோடா, ராஜ்கோட், புஜ்), ராஜஸ்தானம் (ஜெய்ப்பூர்) ஆகிய சில மாநிலங்களில்தான் தொடக்கப் பள்ளி வகுப்புகளுக்கு நிகழ்ச்சிகள் ஒலிபரப்பாகி வருகின்றன. இவற்றில்கூடத் தேவையான முழு அளவுக்கு இல்லை. காரணம் வானொலிக் கருவிகள் போதிய தொடக்கப் பள்ளிகளில் இல்லாததுதான். அகில இந்திய வானொலி நிறுவனத்தில் 27 நிலையங்களிலிருந்து பதின்மூன்று மொழிகளில் இப்பொழுது ஒளிபரப்பாகிவரும் பள்ளிக் கல்வி நிகழ்ச்சிகள் பெரும்பாலும் உயர் தொடக்க அல்லது செகண்டரி வகுப்புகளுக்குத்தான் தயாரிக்கப்படுகின்றன. தொடக்கப் பள்ளிகளுக்கும் இந்தச் சாதனம் நாடு முழுவதிலும் பரவி நிலை பெற வேண்டும். முக்கியமாக நாட்டின் ஒருமைப்பாடு, சுகாதாரம், சத்துணவு, குடிமைப் பொறுப்புணர்வு – இவைபற்றிய பழக்கங்களும், செம்மையான சிந்தனைகளும் நிலைபெறத் தொடக்கப் பள்ளிதான் ஏற்ற பருவம். மற்ற கல்விச் சாதனங்கள் பற்றாக்குறையாக இருக்கும். கிராமத் தொடக்கப் பள்ளிகள் வானொலி நிகழ்ச்சிகள் மூலம் இந்தப் பழக்கங்களே ஓரளவுக்காவது நிலைபெறச் செய்ய இயலும்.

நம்முடைய கிராமங்களில் தொண்டாற்றும் லட்சோபலட்சம் தொடக்கப் பள்ளி ஆசிரியர்களுக்கும் இது பெரும் உதவியாக இருக்கும். அந்த ஆசிரியர்களுக்கு இந்த நிகழ்ச்சிகள் புதிய புதிய கற்பிக்கும் உத்திகளையும் அறிமுகப்படுத்தும்.

தீவிரக் கல்வித் திட்டங்களைச் சில இடங்களில் மத்திய அரசு இப்பொழுது சோதனை அளவில் தொடங்கியிருக்கிறது. சுற்றுப்புறச் சமூகத் தேவைக்கும் பொருளாதார முன்னேற்றத்திற்கும் ஏற்ப, கல்வித் திட்டத்தையும் முறைகளையும் திறன்படுத்தும் முயற்சி இது. இதற்கு ரேடியோ நிகழ்ச்சிகளும் உதவிசெய்ய இருக்கின்றன.

ஜப்பான் போன்ற நாடுகளில் ரேடியோவும் டெலிவிஷனும் கல்விக்கு மிக அதிக அளவில் பயன்படுவது தொடக்கப் பள்ளி நிலையில்தான். நம் நாட்டில் இது இன்னும் சாத்தியமாகவில்லை. அடுத்த திட்டத்திலேனும் ரேடியோ கருவியையாவது எல்லாத் தொடக்கப் பள்ளிகளுக்கும் அளிக்கும் பொறுப்பை மாநில அரசுகள் ஏற்க வேண்டும். படிப்படியாக இதைச் செய்வது எளிது. ஆசிரியர்களும் பெற்றோர் – ஆசிரியர் சங்கங்களும் இதைப்பற்றி எண்ணமிடலாம். அவர்களை ஊக்குவிக்க, கிராமங்களோடு அன்றாடத் தொடர்புகொண்டுள்ள கல்வித்துறை வட்ட, மாவட்ட ஆணையாளர்களும் கிராமச் சேவையில் ஈடுபட்டுள்ள தொண்டர்களும் பெரும் அளவுக்கு உதவ முடியும்.

திட்டம் மாத இதழ் 1971 பிப்ரவரி 21

தன் அனுபவம்

ஒரு பிள்ளையாண்டான் பேசுகிறான்

எனக்கு வயது இருபத்தைந்து. லிட்டரேச்சர் எம்.ஏ படித்திருக்கிறேன். என் தகப்பனார்கூட அந்தக் காலத்து லிட்டரேச்சர் எம்.ஏ.தான். அவர் இந்தச் சென்னையில் ஒரு ஆங்கில தினசரியில் உதவி ஆசிரியர். அதனால்தான் இதோ இந்த அறை முழுவதும் இந்தக் காலத்துத் தமிழ் இலக்கியப் புத்தகங்கள் ஏராளமாக அடுக்கியும் இறைந்தும் கிடக்கின்றன. சிறுகதைகள், நாவல்கள், கவிதைகள், நாடகங்கள், ஓரங்க நாடகங்கள், வாழ்க்கைச் சரிதங்கள், அவை போன்ற "பற்றி நூல்கள்". இப்படி எத்தனையோ பார்க்கலாம். ஆனால் அப்பா ஒன்றைக்கூடக் கையால் தொட்டதில்லை. இதையெல்லாம் அவர் வாங்கினதும் இல்லை. அவர் வேலை பார்க்கிற ஆங்கில தினசரிக்கு மதிப்புரைக்காக அனுப்பப்பட்டவை எனலாம். மதிப்புரைக்கு எந்தப் புத்தகம் அனுப்பினாலும் இரண்டு பிரதி அனுப்பவேண்டுமாம் – நூறு ரூபாய் புத்தகங்ளாயிருந்தாலும் சரி; நாற்பது பைசா புத்தகமாயிருந்தாலும் சரி. அவற்றில் ஒவ்வொன்றிலும் ஒரு பிரதியை அப்பா வீட்டுக்குக் கொண்டு வந்துவிடுவார். ஆனால் உயிரோடிருந்த வரையில் அவர் ஒன்றையும் படித்ததில்லை. அம்மா தான் ஒழிந்தபோது படிப்பாள். சில நாட்களில் நானும் அப்பாவும் சமையல் வேலையைக் கவனிக்க வேண்டிவரும். அப்போது செம்பும் டம்ளரும் தலைமாட்டை அணிசெய்யப் பழந்துணி மூட்டையில் தலைவைத்து மல்லாந்து படுத்தவாறு

அம்மா ஒரு முப்பது புத்தகங்களையாவது மூச்சு விடாமல் படித்து விடுவாள். மூன்று நாளில் முப்பது புத்தகங்களை முடிக்கிற மகிஷாசுரமர்த்தினி வேலை அம்மாவுக்குத்தான் முடியும்.

நானும் ஒழிந்தபோது அவ்வப்போது வாசிப்பேன். பல புத்தகங்கள் குப்பையும் கூளமுமாக இருக்கும். சில புத்தகங்கள் ரொம்ப ரொம்ப நன்றாக இருக்கும். ஆனால் அந்த அப்பாவிகள் மதிப்புரைக்காக என்று அனுப்பியிருக்கிறார்களே – ஒரு மதிப்புரைகூட வந்ததில்லை எங்கள் அப்பாவின் பத்திரிக்கையில். அப்படி ஒரேயடியாகச் சொல்லிவிடவும் கூடாது. எப்போதாவது ஒரு மதிப்புரை வருவதுண்டு. ஆனால் நல்ல குப்பைப் புத்தக மாகப் பொறுக்கி எடுத்து ஒரு மதிப்புரை வந்திருக்கும். எப்போதாவது ஒரு தடவை ஒரு நல்ல புத்தகத்துக்கு வரும். ஆனால் இரண்டும் அப்பாவுக்குத் தெரியாது. பல்கலைக்கழகப் பரீட்சை விடைத்தாள்களைத் திருத்துவது பற்றிச் சில சமயம் வேடிக்கையாகச் சொல்வதுண்டு. திருத்துகிற ஆசிரியர் தன் பெண்ணையோ அல்லது சீடப்பிள்ளையையோ கூப்பிட்டு ஏதாவது பத்துத் தாள்களை உருவச் சொல்லி முதல் தர மார்க்கும், பிறகு இன்னும் ஒரு இருபதை உருவச் சொல்லி இரண்டாம் தர மார்க்கும் போடச் சொல்லுவாராம். இது பொய்யாகத்தான் இருக்கும். ஆனால் அப்பாவின் தினசரியில் மதிப்புரைக்குப் புத்தகங்களை எடுக்க இந்த முறையைத்தான் கையாள்கிறார்கள் என்று நிச்சயமாகச் சொல்வேன்.

அப்பாவிடம் நான் பல தடவை இதைப்பற்றி வாதாடி யிருக்கிறேன். அவருக்கு இதில் எல்லாம் சுவை, ஊக்கம் ஒன்றும் இல்லை என்று தெரிந்தது. அவர் சம்பளம், சம்பள போர்டு இந்த மாதிரியான விஷயங்களைத்தான் பேசிக்கொண்டிருப்பார். நம்முடைய பல தமிழறிஞர்களுக்கு எப்படிச் சங்ககாலம், இடைக்காலம், தவிரப் பின்பு 1850 அல்லது 1900ஆம் ஆண்டுக்குப் பிறகு வந்த படைப்பிலக்கியங்களைப் பற்றி ஒன்றுமே தெரியாதோ, அதேபோல என் அப்பாவுக்கும் ஷேக்ஸ்பியர், மில்டன், டென்னிஸன், ப்ரௌனிங், டிக்கென்ஸ், ஹார்டி, மெரிடித் – இவர்களைத் தாண்டி ஒன்றும் தெரியாது. தற்பொழுதைய தமிழ் இலக்கியம், எழுத்துப் பற்றிக் கேட்பானேன்!

நான் பம்பாய்க்கு இந்தக் கோடை விடுமுறைக்குப் போயிருந்தேன். என் அப்பாவின் பத்திரிகையாள நண்பர் ஒருவர் வீட்டில் தங்கியிருந்தேன். அவரும் உதவி ஆசிரியர்தான். அவருக்கு உலகத்தில் இப்பொழுது வந்துள்ள புத்தகங்கள், கலை மரபுகள், கலைஞர்கள் எல்லாம் சுமாராகத் தெரியும். நாலு நாட்களிலும் அவரோடு சேர்ந்து ஒரு நடனம், தமிழ் நாடகம்,

ஒரு இலக்கியக் கூட்டம், ஒரு கர்நாடக சங்கீதக் கச்சேரி – நாலுக்கும் போய்விட்டு வந்தேன். வீட்டுக்கு வந்ததும் என்னைப் படுக்கச் சொல்லிவிட்டு அவர் எழுத உட்கார்ந்துவிட்டார். இரவு ஒரு மணிவரை எழுதினார். ஒரு மணி சுமாருக்கு ஒரு ஆள் வந்தான். அவனிடம் எழுதினதைக் கொடுத்தனுப்பினார்.

"என்ன சார்?" என்றேன்.

"அட, நீ இன்னும் தூங்கவில்லையா?" என்று ஆச்சரியமாகக் கேட்டார்.

"தூக்கம் வரவில்லை. நீங்களும் தூங்கவில்லையே."

"ஆமாம்பா. ஒரு மதிப்புரை எழுத வேண்டியிருந்தது. நாம் ராத்திரி ஒரு நாடகம் பார்த்துவிட்டு வந்தோமே – அதைப் பற்றித்தான்."

எனக்கு ஆச்சரியமாக இருந்தது. நாடகம் பதினொரு மணிக்குத்தான் முடிந்தது. அதற்கப்புறம் வீடு வந்து சாப்பிட்டு விட்டு, ஒரு மதிப்புரை எழுதிவிட்டார் இவர். மறுநாள் விடியற் காலையில் நாலு மணிக்கே தினசரி வந்துவிட்டது. ஏறக்குறைய முக்கால் பத்தி நீளத்திற்கு, அழகிய ஆங்கிலத்தில் தேர்ந்த மதிப்புரை ஒன்று வெளிவந்திருந்தது. அப்பாவின் நண்பர் எழுதியதுதான். அது மட்டுமில்லை. இன்னும் பம்பாய் நகரத்தில் நடந்த பல கலை நிகழ்ச்சிகள் மராத்திய இலக்கியக் கூட்டங்கள் – இவை பற்றிக்கூட அந்தப் பத்திரிகையில் பரிசீலனைகள் வந்திருந்தன. அதே பத்திரிகையில் ஒரு மராத்தியச் சிறுகதையின் ஆங்கில மொழிபெயர்ப்பு ஒன்றும் வந்திருந்தது.

நான் சொன்னேன், "சார், மதறாஸில் ஆங்கில தினசரிப் பத்திரிகைகள் படே படே பத்திரிகைகள் என்று முழங்கிக் கொண்டிருக்கின்றன. ஆனால் ஒன்றுகூட இந்த மாதிரி தினப்படி மதிப்புரைகள், தமிழ், கன்னடம் மாதிரி 'நேடிவ்' மொழிக் கதைகளின் மொழிபெயர்ப்பு – இந்த வம்புக்கெல்லாம் போவ தில்லை."

அவர் சொன்னார், "உங்கள் மதராஸைப் பற்றி என்ன சொல்ல? உங்கள் ஆங்கில மோகம் எல்லாம், ஆங்கில பாஷையின் அழகிலும் சக்தியிலும் உள்ள நம்பிக்கையினால் ஏற்பட்ட மோகமல்ல. தமிழ், தமிழிலக்கியம் இதையெல்லாம் பற்றி ஒன்றுமே தெரியாத, ஒன்றும் அறிய அக்கறை கொள்ளாத ஒரு ஞானசூன்யத்தினால்தான். தமிழ், மலையாளம், கன்னட, தெலுங்குக் கதைகளின் ஆங்கில மொழிபெயர்ப்புகள் எல்லாம் பம்பாய், டில்லி, கல்கத்தா ஆங்கிலப் பத்திரிகையில்தான்

வந்திருக்கின்றன. எனவே நவீன தமிழிலக்கியத்தை இந்தியா முழுவதற்கும் அறியச் செய்கிறவர்கள் இங்கே உள்ள நாங்கள் தான். உங்களுக்கு இதில் எல்லாம் ஆசை கிடையாது. அப்படி யாராவது மொழிபெயர்த்தால் ஸாடே தீன் ரூபாய்கூடக் கொடுக்க மாட்டீர்கள். எவன் எழுத வருவான்? உங்களுக்குக் குதிரைப் பந்தயம், ஹாக்கி, கிரிக்கெட், உலக அதிசயங்களைப் பற்றி என்ஸைக்ளோப்பீடியாவிலிருந்து எடுத்த சகிண்ட் ஹான்ட் செய்திகள் – இதைத் தவிர ஒன்றும் தெரியாது. மெட்ராஸில் தமிழிலும், தெலுங்கிலும் இலக்கியமா இல்லை? மெட்ராஸில் கலை நிகழ்ச்சிகளுக்கா பஞ்சம்? எப்போதோ ஒரு தடவை, என்னமோ பெரிய தயவு காண்பிப்பது போல விமர்சனம் எழுதுகிறீர்கள். நானும் யோசித்து யோசித்துப் பார்த்தாய் விட்டது. இது பெரிய மனிதத்தனமா, ஞானசூன்யமா, சோம்பலா, கருமித்தனமா ஒன்றுமே தெரிய மாட்டேன் என்கிறது.” என்று அப்பாவின் நண்பர் சூடுபிடித்துக் குரலை ஏற்றிக்கொண்டே போனார்.

நான் ஒன்றும் பேசவில்லை. அவர் மேலும் சொன்னார், “நல்ல இலக்கியம், நல்ல கலைகளில் ருசி உள்ளவர்கள், ஆங்கில தினசரி வாசகர்களிடையே உண்டு என்றெல்லாம் உங்களுக்கு ஞானம் ஏற்படவில்லை.”

“புதுத்தமிழ் இலக்கியத்திற்கு நீங்கள் செய்த சேவை பூஜ்யம் என்றுதான் சொல்லவந்தேன். பாரதியார் போன்ற பெத்த பேர்களைப் பற்றி ஏதோ எழுதித் தொலைக்க வேண்டியிருக்கிறது. அவர்கள் புகழடைந்து தொலைத்துவிட்டார்களே – அதனால், அவருக்கு விழா கொண்டாடுகிறார்கள். அதனால் அவரைப் பற்றி ஏதோ காதில் விழுகிறது. போட்டுவிடுகிறீர்கள். புதுத்தமிழ் இலக்கியம் அகில இந்தியாவுக்காவது தெரிய ஆங்கில தினசரிகள் தான் ஏதாவது செய்ய முடியும், மொழிபெயர்ப்பு, மதிப்புரை என்று. அதெல்லாம் நீங்கள் செய்யவில்லை. கொஞ்சம் செய்தது வட இந்தியஆங்கிலப் பத்திரிகைகள்தான். எனவே கலை, இலக்கிய விஷயங்களில் உங்கள் ஆங்கில தினசரிகள் உயிரில்லாத சவங்களைப் போலத் தோற்றமளிக்கின்றன. உங்கள் பத்திரிகை முதலாளிகளும் கலை, இலக்கிய மதிப்புரைகளுக்கும் மொழிபெயர்ப்புகளுக்கும் கருமித்தனமில்லாமல் பணம் கொடுக்க முன்வர வேண்டும். இல்லாவிட்டால் ஒரு அடிகூட முன்னே எடுத்துவைக்க வழி இல்லை. வடநாட்டில் உள்ளவர்கள் தெற்கே கலையும் இல்லை, புதுமையும் இல்லை என்று நினைத்துக் கொண்டேயிருப்பார்கள். இந்த ஆபத்தை ஓரளவுக்குத் தடுத்துக் கொண்டிருப்பது வட இந்திய ஆங்கில தினசரிகளின் சேவை தான். டில்லியிலுள்ள *THOUGHT, STATESMAN* இன்னும் பம்பாய்

Illustrated Weekly, போன்ற ஆங்கிலப் பத்திரிகைகள் செய்கிற சேவையில் பத்தில் ஒரு பங்குகூட சென்னை ஆங்கிலப் பத்திரிகைகள் தமிழுக்கும் தென்னாட்டுக் கலைகளுக்கும் செய்யவில்லை என்பது நாணப்பட வேண்டிய விஷயம். தமிழர்களில் இரண்டு வகை உண்டு. தமிழில் எல்லாம் இருக்கிறது, அதற்குச் சமமான மொழியோ இலக்கியமோ தமிழர்களுக்குச் சமமான மனிதர்களோ இந்த மண்மீதே கிடையாது என்று நினைக்கிற பெரியார்கள் ஒருவகை. தமிழில் ஒன்றுமே இல்லை, எல்லாம் ஆங்கிலம்தான், அதனால் புதுத்தமிழ் அல்லது மற்ற இந்திய மொழி இலக்கியங்களைப் பற்றியோ கலைகளைப் பற்றியோ அறிந்துகொள்வது அவசியமில்லை என்று நினைக்கிற பரிதாபப்பட வேண்டிய கூட்டம் இன்னொரு வகை. இந்த இரண்டுமில்லாத கண் திறந்த உற்சாகிகள், ஆங்கிலம், தமிழ் கலைகள் எல்லாவற்றிலும் கணிசமான தேர்ச்சியும் பற்றும் ஆர்வமும் கொண்ட ஆங்கிலப் பத்திரிகைக்காரர்கள் இப்போது இன்றியமையாத தேவை" என்று நிறுத்தினார் அப்பாவின் நண்பர்.

எனக்குக் கோபம் வந்தது, வெட்கமாகவும் இருந்தது.

இலக்கிய வட்டம், இதழ்: 8, 28.02.64

பாடிக்கொண்டிருந்தோம்

[கல்லூரி வாழ்க்கையின் கடைசி நாள்]

நாள் ஆக ஆக நல்லதுதான் நினைவிலிருக்கிறது. பட்ட கஷ்டங்கள்கூட நினைப்பில் இனிக்கின்றன – பாகற்காய்த் துவட்டல்கள்.

நாற்பத்தொரு வருடங்களுக்கு முன்னால்.

கல்லூரியில் கடைசி நாள். கடைசிப் பரீட்சை முடிந்துவிட்டது. நிஜமாகக் கடேசி பரீட்சைதான். நாளை பரீட்சைக்குப் படிக்கிற கவலையில்லை. வீட்டுக்கு அவசர அவசரமாக ஓட வேண்டாம்.

கும்பகோணம் காலேஜ் – அது 'போய்ட்டு வா' என்று சொல்வது போலிருந்தது – படிக்கட்டில் இறங்கிக் காவேரி மணலில் கால் வைத்தபோது, ஏப்ரல் மாசம் – முதல் வாரமோ இரண்டாம் வாரமோ – பொட்டு நீர் இல்லாமல் சுக்கு வற்றலாக வறண்ட காவேரி. உய் உய் என்று உள்ளங்காலில் மணல் கரைய நடந்து, ஆற்று நடுவே உட்கார்ந்தோம். யார்? கிருஷ்ணமாச்சாரி, பிச்சை, சொக்கலிங்கம், நான் இன்னும் யார் யார் – நினைவு மங்கியிருக்கிறது. ஆற்று மணல் சுட்டதா இல்லையா – நினைவில்லை. நிலவா, இருளா – நினைவில்லை.

என்ன செய்யலாம்?

கட்டறுத்துவிட்ட வெறி, மூன்று மணி நேரம் மனதை ஒருமித்து உட்கார்ந்து பரீட்சை எழுதின களைப்பு இல்லை. மாறாக, வெறி. சுத்தலாமா?

ஓடலாமா? ஆடலாமா? பாடலாம் என்று யாரோ சொன்னான். பிச்சைதான் சொல்லியிருப்பான். கிருஷ்ணமாச்சாரியும் சொல்லியிருப்பான். பாடினேன். பாதி நினைவு. தியாகராசர், பாபநாசம் சிவன் இப்படி மூன்று நாலு பாட்டுகள். சினிமாப் பாட்டுகூட இரண்டு பாடின ஞாபகம். அப்போது சினிமாப் பாட்டும் கர்நாடக சுத்தமான கச்சேரிப் பாட்டாகத்தான் இருக்கும். "சேவாசதனில்" எம்.எஸ். சுப்புலட்சுமி பாடின அத்தனையும் நெட்டுரு.

கும்பல் கும்பலாக மாணவர்கள் ஆங்காங்கு மணல்மீது உட்கார்ந்திருந்தார்கள். ஓரிரண்டு கும்பல் சீட்டாடிவிட்டுக் கையெழுத்து மறைந்ததும் எழுந்து நடக்கிற தோற்றம்.

இந்தக் கும்பலில் எல்லாரும் பாடினோம். குரல் இருக்கிறதோ இல்லையோ? பிறகு, என். ராமசாமியைப் பற்றிப் பேசினோம்.

இந்த மணல்தான் – பக்கத்தில் ஒரு மடு. எங்கள் நினைவு இன்னும் பழைய நாட்களுக்கு ஓடிற்று. 1936ஆம் ஆண்டுக்கு. அன்று அக்டோபர் மாசம் 16ஆம் தேதி என்று ஞாபகம். இந்த ஞாபகம் ஒரு கோமாளி. 16ஆம் தேதி அதில் குத்திக்கொண்டிருக்கிறது! ஜவஹர்லால் நேரு தமிழ்நாட்டில் சுற்றுப்பயணம் செய்துகொண்டிருந்தார். இளைஞர்களின் ஆதர்சம் அவர். அந்தக் காலத்தில் அன்று கும்பகோணத்தில் பெசண்ட் ரோட்டில் காலையில் பேசினார். கூட்டமான கூட்டம். இடையில் கச்சம், ஜிப்பா, அதற்குமேல் வெஸ்ட் கட், தலையில் குல்லாய். வெள்ளை நிறம். இத்தனைக்கும் கிரீடம் வைத்தாற்போல மேனியழகன், பேச்சழகன். தைரியத்தின் வடிவம். அஞ்சாநெஞ்சின் வடிவம். தியாகத்தின் வடிவம். பகட்டிலும் நிறைவிலும் புரளும் வாய்ப்புகளை துறந்து, சிறைக்கூடத்தை நினைத்தபோதெல்லாம் அணைத்துக்கொண்ட சித்த இளக்கம். இளைஞர்கள் ஒவ்வொருவரும் அவர் தன் வீட்டைச் சேர்ந்தவர் போல, சொந்தம் கொண்டாடிய பாசம். நாங்கள் எல்லோரும் – காலேஜில் முக்காலே மூணுவீசம் பேர் அந்தக் கூட்டத்திற்குப் போனோம்.

அந்த நாட்களில் கல்லூரிக்கு வர முடியவில்லை என்றால், அனுமதி வேண்டும். அச்சிட்ட ஒரு கடுதாசியில் லீவு கோரியாக வேண்டும். அனுமதியில்லாத லீவுக்கு எட்டணா அபராதம். இன்றைக்கு எண்பது ரூபாய் போல அந்தக் காலத்து பட்டணா. எட்டணாவுக்கு மூன்று பட்டணம் படி முதல் தர சிறுமணி அரிசி வாங்கலாம். நல்ல ஹோட்டலில் இரண்டு விருந்துச் சாப்பாடு சாப்பிடலாம். ஒரு சட்டை தைத்துக்கொள்ளலாம்.

கூட்டத்திற்குப் போய்வந்தோம். மறுநாள் அத்தனை பேரும் எட்டணா அபராதம் கட்டினோம். எனக்கு வீட்டில் கேட்கப் பயம். மூன்றாவது வீட்டு உறவினர் ஒருவரிடம் கடன் வாங்கிக் கட்டினேன். அப்போது பிரின்ஸிபால் ஏ. சக்ரவர்த்தி நாயனார் என்பவர். இந்திய கல்வி சர்வீஸைச் சேர்ந்தவர். அந்த நாளில் அது அனைத்திந்திய சர்வீஸ் – ஐ.ஸி.எஸ்.போல. சக்ரவர்த்தி நாயனார் குள்ளம். சூட், வெஸ்ட் கட், தினமும் பாலிஷ் போட்ட பூட்ஸ் என்று முழுமுழு அயல்நாட்டு உடையில்தான் வருவார். பேசினால் குரல் வகுப்பில் மூன்றாம் வரிசைக்கு மேல் கேட்காது. ரொம்ப கனிவாகப் பேசுபவர். ஆனால், இந்த காங்கிரஸ், தேசியம் என்றால் பிடிக்காதோ, அல்லது படிக்கிற இளைஞர்கள் அதையெல்லாம் நினைத்துச் சுற்றுவது பிடிக்காதோ – ரொம்பக் கண்டிப்பாக இருப்பார். அபராதத்தைக் கட்டினோம். கட்டிவிட்டு, அதை ரத்து செய்ய மாணவர்கள் ஸ்ட்ரைக் செய்த ஞாபகம். கல்லூரிக்குப் போகாத அந்த ஒரு நாள் இயக்கத்தை என். ராமசாமி தான் முன்னின்று நடத்தினான். எஸ்.ஆர். சாரங்கபாணியும் ஒரு தலைவர். பயந்து கொண்டு உள்ளே போகிற மாணவர்களை மறியல் செய்து கொண்டிருந்தார் சந்திரமௌலி என்றவர். இவர் கல்லூரி மாணவர் இல்லை. ஹிந்திப் பிரசாரத்தில் ஈடுபட்டிருந்தவர். ஸ்ட்ரைக்குக்கு உதவி செய்ய வந்திருந்தவர். அபராதம் கட்டிப் பல நாட்கள் கழித்து நடந்தது இந்த ஸ்ட்ரைக். மடுத்தேக்கமும் அரித்து ஓடலுமாகக் காவேரி முக்காலும் வறண்ட காலம். மணலில் படிக்கட்டுக்கருகில் நின்று, உள்ளே போகிற மாணவர்களை மறியல் செய்தார் சந்திரமௌலி. திடீரென்று அவரை ஒரு பியூன் வந்து மேலே இழுத்துப் போனான். சக்ரவர்த்தி நாயனார் அந்த சந்திரமௌலியை ஒரு அறையில் வைத்துவிட்டார். வெகு நேரம் கழித்து வெளியே விட்ட ஞாபகம். சந்திரமௌலியை இழுத்துப் போனவுடன் ராமசாமிதான் முன் நின்று நடத்தினான். ராமசாமி கதர் கட்டியிருப்பான். மாநிறம். கட்டுக் குடுமி. அந்தக் காலத்தில் கால்வாசிப் பிள்ளைகளுக்குக் குடுமிதான். பார்ப்பாரப் பிள்ளைகள் மட்டும் இல்லை. அல்லாத பிள்ளைகளுக்கும் குடுமி பிடிக்கும். ராமசாமி பார்வைக்கு சாது. மென்மையான தோற்றம். ஆனால், அன்று எங்களைத் தலைமை தாங்கி நடத்தியதைப் பார்த்தபோதுதான் அவனுடைய உரம் தெரிந்தது.

பல மாதங்கள் கழித்து அந்த ராமசாமி இறந்துபோனான். சொந்தக் குடும்ப நஷ்டம்போல மருகிப்போனோம். அவனைப் பற்றி அந்தக் கடைசி நாளன்று பேசினோம். சக்ரவர்த்தி நாயனாரைப் பற்றிப் பேசினோம். நல்ல மனிதர். தத்துவ நிபுணர். ஆனால், நேருவைப் பார்க்க, கேட்கப் போனதைப் பெரிய

குற்றமாக ஆக்கி அவர் வீராவேசம் கொண்டது ஒரு அற்ப வெறியாகப்பட்டது. ஸ்ட்ரைக் செய்த மாணவர்களையும் அவர் விடவில்லை. வீட்டுக்கு வரச்சொல்லி ஒவ்வொருவரையும் மன்னிப்புக் கூற வைத்தார். பிறகுதான் பரீட்சை எழுதவிட்டார். சுதந்திரப் போராட்டம் ஆவேசமாகக் கொதித்த சூழ்நிலையில், அவர் மாணவர்களை இப்படிச் சிறுமைப்படுத்தியது இன்றுகூட எங்களுக்கு ஆறவில்லை. மூன்றே வருஷம் கழிந்த அந்தக் கடைசி நாளன்று அந்த வடு துன்புறுத்திற்று. பாவம், அதற்காக அவர் பின்னர் பட்ட பாடு கொஞ்சம் இல்லை. சந்திரமௌலியைப் பலாத்காரமாக அடைத்து வைத்ததற்காக அவர் மீது தாவா போட்டு, அந்த வழக்கு வெகு மாதங்கள் நடந்தது. கோர்ட்டில் கண்ட கேள்விகள் கேட்டுத் திணற அடித்தார்கள் அவரை. இதேபோல் முன்பு ஒரு ஸ்ட்ரைக் நடந்ததாம். பிரின்சிபாலாக இருந்த மெவ்ரில் ஸ்டாத்தம் (ஆஸ்டிரேலியா) இதேபோல தலைக்கு எட்டணா தண்டம் விதித்து, தானே அத்தனையையும் கட்டிவிட்டாராம்!

நேரம் போயிற்று. எங்களுக்குப் போக மனமில்லை. மணலில் சித்திரம் போட்டுப் போட்டு என்னென்னவோ பேசினோம். நாளையிலிருந்து சுப்பாச்சாரி ஹோட்டலுக்கு வர முடியாது. சுப்பாச்சாரி மாத்வர். கோர்ட் சப்கலெக்டர் ஆபீஸ்களுக்குப் பக்கத்தில் ஒரு சின்ன ஹோட்டல் நடத்திக்கொண்டிருந்தார். வறுத்த காபிக்கொட்டை மணக்கிற காபியும், கோதுமை அல்வாவும் மொரமொர ஊத்தப்பமும்தான். 41 வருஷம் கழித்தும் நான் இன்னும் அந்த சுப்பாச்சாரி கைப்பண்டங்களுக்கு ஈடாக ஏதும் சாப்பிடவில்லை. இத்தனைக்கும் நான் வாரத்திற்கு ஒரு முறைதான் அங்கு போகிற வழக்கம். வழக்கம் என்ன? அந்த இரண்டரையணா செலவழிக்கத் திராணி இல்லாத குடும்பம். கம்பி வளையம் போட்ட ஈயம் பூசின பித்தளைப் பாத்திரத்தில் மோரும் சாதமும் எலுமிச்சங்காய் ஊறுகாயும். இதுதான் தினப்படி பகல் உணவு. இந்த அலுப்பைக் கழிக்க, ஒரு வாரம் அல்லது இரு வாரங்களுக்கு ஒருமுறை சுப்பாச்சாரி. இதுவும் நாளையிலிருந்து இல்லை.

சுப்பாச்சாரி கடைக்குப் பக்கத்தில் ஒரு வெற்றிலைப் பாக்குக் கடை. ஒரு தம்பிடிக்கு நெய்யில் வறுத்த சீவலும், துளிர் வெற்றிலையும் ஒரு தடவை போட்டுக்கொள்ளக் கொடுப்பான். அதுவும் இல்லை நாளைதொட்டு.

விஜயராகவன் என்று அப்போது ஒரு இளம் வாத்தியார் (லெக்சரர்) வந்திருந்தார். பரீட்சைக்குப் படிப்பது சித்திரவதை யாக இல்லாமல் இருக்க ஒரு உபாயம் சொல்லியிருந்தார்.

குருபக்தியோடு அதைச் செய்துகொண்டே இரவு இரண்டு மணி வரையில் மூன்று பேர் சேர்ந்து படித்தோம்,. கிருஷ்ணமாச்சாரி வீட்டில். மாலைதோறும் கடைத் தெருக்குப் போய் டி.எஸ்.ஆர். கடையில் நாலணா சந்தனம் – நாலு பேருக்கும் பொது. கணபதி கம்பெனியிலிருந்து எட்டு வெற்றிலை வரும். இரவு முழுவதற்கும். கிருஷ்ணமாச்சாரியின் தாயார் ஒரு ப்ளாஸ்க்கில் டீ போட்டு வைத்திருப்பார். நினைவில் சிரமங்கள் நிற்பதில்லை. எங்கள் நினைவு ஒரே புனுகும் பன்னீருமாகக் கமழ்கிறது. அந்த விஜயராகவனை அப்புறம் பார்க்கவேயில்லை! எங்கே இருக்கிறாரோ? இன்று இரவிலிருந்து இந்த மணமும் இல்லை.

1939 செப்டம்பர் மாதம். அந்தக் கடைசி நாளுக்கு எட்டு மாதம் முன்பு – இரண்டாம் உலகப் போர் தொடங்கிவிட்டது. அந்த வருஷம் ஏப்ரலில் படிப்பு முடித்தவர்கள் பூனாவுக்கும் தேவலாலிக்கும் ராணுவக் கணக்கு இலாக்காவுக்குக் குமாஸ்தாவாகப் போய்விட்டார்கள். நாங்கள் என்ன செய்யப்போகிறோம்?

என்ன புரட்சி? 1930இலிருந்து ‘38வரை நெல் விலை அதல பாதாளத்தில் விழுந்த காலம். படித்தவர்களைத் தற்கொலைக்குத் தூண்டும் வேலையில்லாத் திண்டாட்டம். வருஷா வருஷம் தேறி வருகிற சில நூறு பி.ஏ.க்கள்கூட வானம் பார்த்த சீமையாக வெந்துகொண்டிருந்த காலம். திடீர் என்று யுத்த மேகம் திரண்டு பூமி மீது காசாகப் பொழிந்தது. ஒரு கை, ஒரு கால், ஒரு கண் இருந்தாலே போதும். வேலை கிடைத்துவிடும். எம்.ஏ. முதல் வகுப்பில் தேறி இருபது ரூபாய் சம்பளத்திற்கு வருடக்கணக்கில் காயமாகாத வாத்யார் வேலை செய்துகொண்டிருந்தவர்கள், நாற்பத்தைந்து ரூபாய் சம்பளத்திற்காக வேலையை விட்டுப் பூனாவுக்கும் பெங்களூருக்கும் ஓடினார்கள்! நாங்கள் என்ன செய்யப்போகிறோம்?

வீட்டுக்கு எழுந்து போகும்போது இந்தக் கவலை. கடைசி நாளாச்சே. எதாவது ஹோட்டலில் சம்பிரமமாகச் சாப்பிட ஆசை. காசில்லை. ஒன்பது மணிவாக்கில் பிரிந்தோம். வீடு போய்ச் சேர அரைமணியாகும். காலேஜ் ஊருக்கு வடக்கே. மகாமகக் குளம், ஊருக்குத் தெற்குப் பகுதி. நடந்து, அத்தை கையால் சாப்பிட்டு, அத்தையிடம் மூன்றணா வாங்கிக்கொண்டு ஒரு சினிமா பார்க்க ஓடினேன். சாப்பிடும்போது அத்தை விலையேற்றம் பற்றிப் பேசிக்கொண்டிருந்தார்கள். துணிகூட விலை ஏறப்போகிறதாம். கதர் கட்ட ஆசை. முடியாது. போலிக் கதர் ஐம்பத்து நான்கு அங்குலம். கஜம் நாலணா. ஒன்றரை கஜம் வாங்கி, மூன்றணா தையல் கூலி கொடுத்தால் ஒரு சட்டை. அதாவது ஒன்பது அணாவுக்கு ஒரு சட்டை. கீழே நகரிவேட்டி

நாலு முழம் எட்டணா. வருஷா வருஷம் இப்படி மூன்று செட் சட்டை வேட்டிகள். ஒரு செட் சலவையிலும், ஒன்று பெட்டியிலும், ஒன்று உடம்பிலும் இருக்கும். விலை ஏறுவதற்கு முன்னால் மூன்று செட்டுக்காவது துணி வாங்கிவிட வேண்டும் என்று சப்புக் கொட்டிக்கொண்டே போன ஞாபகம். என்ன சினிமா? ஞாபகமில்லை.

திரும்பி வந்து படுத்தபோதும் தூக்கம் இல்லை. நாளையி லிருந்து காலேஜ் இல்லை. லைப்ரரியில் படிக்கிற விண்சர், ஸ்ட்ராண்ட் மாகசின், ஹார்ப்பர்ஸ் மாகசின், இல்லஸ்ட்ரேட்டட், லண்டன் நியூஸ், டிட்பிட்ஸ் – ஏதும் நாளையிலிருந்து கிடையாது.

தூக்கம் வரவில்லை. மேலே படிக்கலாமா? வேலைக்குப் போகலாமா? வா வா என்று வேலைகள் அழைக்கின்றன. மேலும் இரண்டு வருஷம் படிக்க முடியுமா? மூன்று செட். போலிக் கதர் உடுப்பு – மொத்தம் மூன்று ரூபாய் மூன்றணா. எம்.ஏ. படிக்க வேற ஊர் போக வேண்டும். பெற்றவர்கள் கையை எவ்வளவு தூரம் கடிக்கும்? சித்தம் குழம்பிற்று.

திண்ணையில் படுத்தவாறு மகாமகக் குளத்தைப் பார்த்துக் கொண்டிருந்தேன். எதிர்க் கரை விளக்கு ஒளிகள் தண்ணீருக்குள் நீண்டு நெளிந்துகொண்டேயிருந்தன. ஒரு சின்ன விளக்கு நீருக்குள் நீண்ட ஒளிக்கம்பமாகச் சுழலாக ஆடும் இந்த நிழலை மூன்று வருஷமாகப் பார்த்துக்கொண்டிருக்கிறேன். ஒரு நிலையில் நில்லாத ஒளி ஆட்டம். இதைப் பார்த்துப் பார்த்துத்தான் நம் சித்தமும் அப்படியே தற்பேத்தியாகிவிட்டதா? பார்த்துக்கொண்டே படுத்திருக்கிறேன்.

கண் எப்போது மூடி அயர்ந்தது என்று தெரியவில்லை.

அந்தக் கடைசி நாளை இன்று நினைத்துப் பார்க்க சொல்லி யிருக்கிறீர்கள். அந்த முதல் காலேஜின் நாலு வருஷங்களையும் நினைத்துப் பார்க்கத்தான் தோன்றுகிறது. அப்போது–

கணித மேதை ராமானுஜம் முதலியவர்களின் படங்களைப் பார்க்காத நாள் கிடையாது.

மாணவிகள் கிடையாது. காதல் கீதல் என்று ஏதாவது இருந்தால் கல்லூரிக்கும் அதற்கும் சம்பந்தம் இராது.

பஸ்ஸை எரிக்க, டவுன் பஸ்கள் கிடையாது.

வகுப்புவாதம் கிடையாது.

காலேஜில் இருநூறு மாணவர்கள் சேர்வதற்கே திண்டாட்டம். எப்போது மூடுவார்களோ என்று கவலை.

மிஷின் கல்லூரிகளைப் போல் "நோட்ஸ்" கொடுத்து, பாலாடை வைத்துப் பாடங்களை ஊட்ட மாட்டார்கள். அரசினர் கல்லூரி வாத்தியார்கள். எப்போது மாற்றலாகிப் போவார்கள் என்று சொல்ல முடியாது. மாணவர்கள் தங்கள் முயற்சியையே நம்பவைத்த ஒரு தினுசான பொற்காலம்.

சிகரெட் பிடிக்கிற மாணவர்களே கிடையாது என்று சொல்லிவிடலாம். யாராவது ஓரிருவர் குடித்திருக்கலாம். அந்த சிகரெட்டின் மணம் தனி ரகம். எப்போதும் குடிக்க மாட்டார்களா. நுகர மாட்டோமா என்று வேண்டுகிற மணம். இப்போது ஏன் அந்த மாதிரி சிகரெட்டுகளைக் காண முடிய வில்லை. மூக்குப் பொடி சிலரைக் காதலித்திருந்தது.

அப்போது ரேடியோ கிடையாது. திருச்சி நிலையமே 1938–1939இல் தான் வந்த ஞாபகம். சத்தம் இல்லை. கலியாணங்களிலும் கோவில்களிலும் ஒலிபெருக்கி கிடையாது. போகாதீர் போகாதீர் என் கணவா என்ற பாட்டுகளைக் கலியாணங்களில் கேட்கிற பரவச ரசனைகள் இல்லை.

தமிழில் வாரப் பத்திரிகை ஆனந்த விகடனும், சுதேச மித்திரனும்தான். பிரசண்ட விகடனும் வந்துகொண்டிருக்கும். நானும் இருக்கிறேன் என்று. சினிமா – நான் அதிகமாகப் பார்த்ததில்லை. போனால் வீட்டில் உதை விழும். இப்போது போலவே, அந்த நாளிலும் வருஷத்திற்கு ஒரு சினிமா பார்த்தால் லாட்டரி விழுந்த அதிர்ஷ்டம். போதும்.

இந்தக் கிழப் பேச்சு, பழம்பேச்செல்லாம் எதற்கு என்று யாரோ இளைஞன் கத்துகிறார் – ஸாரி, இளைய பாரதமே!

***திசைகள்* 08.04.1981**

பின்னிணைப்பு – 1

'அம்மா வந்தாள்'
தி.ஜா. பதில்கள்

அம்மா வந்தாளைப் பற்றி நான் ரகசியங்கள் ஏதும் சொல்ல இல்லை. நூல்தான் முக்கியம். எப்படி, ஏன் எழுதப்பட்டது என்பது யாருக்குமே முக்கிய மில்லை என்பது என் துணிபு. கலைப் படைப்பு என்ற ஒரு நோக்கோடு அதைப் பார்ப்பது நல்லது. பலர் அதைத் தூற்றிவிட்டார்கள். நான் 'பிரஷ்டன்' என்றும் சொல்லிவிட்டார்கள். நம்முடைய நாட்டில் கலை பிரஷ்டர்களிடமிருந்து தான் பிறந்து வருகிறது என்று கூற விரும்புகிறேன்.

'அம்மா வந்தாள்' நான் கண்ட, கேட்ட சில மனிதர்கள், வாழ்க்கைகள், பாத்திரங்கள் இவற்றி லிருந்து வடிக்கப்பட்ட ஒரு முயற்சி. மனத்துக்குள் ஏற்படும் விசித்திரமான அனுபவங்கள், பலவற்றைப் பார்த்து ஊறி வெகு காலமாக அனுபவித்த சில உணர்வுகள் கடைசியில் எப்படியோ உருவம் பெறுகின்றன. நாம் உருவம் கொடுப்பதாக எனக்குத் தோன்றவில்லை. அம்மா வந்தாளின் ஒவ்வொரு கதாபாத்திரத்திலும் நான் பார்த்த ஏழெட்டுப் பாத்திரங்களின் சேஷ்டைகள் ஒருமித்து இருக்கின்றன. அந்த அம்மாள் நான் கண்ட ஐந்தாறு பெண்களின் கலவை. அகண்ட காவேரி, வேத பாட சாலை, சென்னையின் பெரிய மனிதர்கள், சம்ஸ்க்ருதமும் வேதாந்தமும் படிப்பது, தஞ்சை மாவட்டத்துப் பெரிய மிராசுதார்களின் லௌகீக

அடாவடிகள் இப்படி எத்தனையோ சேர்ந்து எப்படியோ ஒரு உருவமாக வந்தன.

மையக் கருத்தைப் பற்றி நான் என்ன சொல்ல வேண்டும்? இது நடக்குமா, நடக்காதா என்று விமரிசகர்கள் கூறுவார்கள். அவர்களைப் பற்றி நான் எப்போதுமே கவலைப்படுவதில்லை. இரண்டு மூன்று அளவுகோல்களை வைத்துக்கொண்டு படைப்பாளியின் விசித்திரமான அனுபவங்களை அளக்க முற்படுகிற பேதை விமரிசகன். அவனுக்குப் பலம் பழங்காலம். கலை, அமைதி பற்றி ரசிகனுக்குத்தான் தெரியும். கலை உலகம் ஒரு மாய லோகம். அதையும் வாழ்க்கையின் புற உண்மைகளையும் ஒன்றெனக் குழப்பிக்கொள்ளக் கூடாது.

கல்கி 1968

இலக்கியச் சந்திப்பு

வாழ்க்கை என்பதே ஒரு கலைதான். நாம் அதைப் புரிந்துகொள்வதில்தான் அதனுடைய ரஸனையை, ருசியை நாம் அனுபவிக்கிறோம். அணில் பிள்ளையொன்று மற்றொன்றைத் துரத்திக் கொண்டே ஓடுகிறது. காகம் ஒன்று எங்கள் வீட்டு மதிற்சுவரின் மேல் உட்கார்ந்துகொண்டு கரைகிறது. தெருவில் உடம்பெல்லாம் புழுதி படியச் சிறுவர்கள் ஆனந்தமாகக் கிட்டிப்புள் விளையாடுகின்றனர். பெரியவர்கள் இருவர் காரசாரமாக எதையோ விவாதித்த வண்ணம் தெரு வழியே செல்கின்றனர். இதையெல்லாம் நான் பார்க்கிறேன்; கேட்கிறேன். இந்த உலக வாழ்வில் பங்குபெறும் வாய்ப்பு எனக்குக் கிடைத்தமைக்கு மகிழ்கிறேன்.

என்னைப் பொறுத்தவரையில் ஒவ்வொருவரும் முதலில் தெரிந்துகொள்ள வேண்டியது "மனிதனாக" இருப்பதே! ஆம்! முதலில் அதைச் சரியாகப் புரிந்து கொள்வோமே! தனிமனிதன் ஒவ்வொருவனும். தன் அக, புற உணர்வுகளின் மூலம் தான் கண்டறிந்த உலகை, வாழ்க்கையை மற்றவர்களுடன் பகிர்ந்து கொள்ளவே விழைகிறான். மனத்தில் கலையம்சம் உடையவன் அதற்கு வடிவம் கொடுத்து மீண்டும் உலகிற்கே சமர்ப்பிக்கிறான். அதில் அவனுக்குக் கிடைக்கும் வெற்றியும் தோல்வியும் அவனுடைய தனித்திறமையைப் பொறுத்ததே.

வாழ்க்கையைப் பற்றி, கலைப் படைப்புகளைப் பற்றி தெளிவாக, திட்டவட்டமாகக் கூறுபவர் பிரபல சிறுகதை நாவலாசிரியர் தி. ஜானகிராமன் அவர்களாவார்.

அமைதி தவழும் அவர் முகத்தில் புன்னகை அடிக்கடி தோன்றும். குரலிலே ஒரு கனிவு. தன்னுடைய கருத்துக்களை அழுத்தமாக வலியுறுத்த விரும்பும்போதுகூட அக்குரல் பலமாக ஒலிப்பதில்லை. மாறாக அதிலே தெளிவும் உறுதியும் தொனிக்கின்றன.

சில நூறு கதைகளையும், பல நாவல்களையும் எழுதியுள்ள இவர் தஞ்சை மாவட்டத்தைச் சேர்ந்தவர். தமிழில் காவிரி மண்ணின் வாடை வீசும் கதாபாத்திரங்களைப் படைப்பதில் தனக்கென ஒரு தனிவழி வகுத்துக்கொண்டுவிட்ட இவர் ஒரு சிறந்த உரையாடும் நண்பர்.

மொழிபெயர்ப்புத் துறையிலும் சிறந்த சேவை செய்துவரும் திரு. ஜானகிராமனுக்குக் கைவந்தவை நகைச்சுவையும் சங்கீத ரசனையும். இவர் தற்போது கோமஸ் எழுதிய "பூமி பிறந்தது" என்ற விஞ்ஞான நூலைத் தமிழாக்கிவருகிறார்.

கல்வித் துறையில் சில காலம் பணியாற்றிய இவர் தற்போது அகில இந்திய ரேடியோவின் சென்னைக் கிளையில் கல்வித் துறை நிகழ்ச்சிகளின் பொறுப்பாளராகப் பணிபுரிந்துவருகிறார். இவர் இது சம்பந்தமாக தாய்லாந்து, ஜப்பான் முதலிய நாடுகளுக்குச் சென்று தங்கி மற்ற உலக நாடுகள் இத்துறையில் ஆற்றும் பணியை அறிந்து வந்துள்ளார்.

இதுவரையில் மூன்று நாடகங்களும் ஏழு மொழிபெயர்ப்பு நூல்களும் வெளியிட்டுள்ள இவர் எழுத்தாளர்களுக்கு வேண்டிய அடிப்படைக் குணங்களாகக் குறிப்பிடுபவை எல்லோரிடமும் கலந்து பழகத் தெரிய வேண்டுமென்பதே. தன்னை, வாழும் உலகினின்று பிரித்துக்கொண்டு வாழ முற்படும் ஒருவனால் இவ்வுலகை இன்பமான இந்த (எக்ஸிஸ்டென்ஸ்) இருக்கையை எப்படிப் புரிந்துகொள்ள முடியும் என்று கேட்கிறார். இலக்கியத்தைப் பற்றிய அன்னாரின் கருத்துக்களை இனி நாம் பார்ப்போம்.

இலக்கியப் பணியில் பற்று ஏற்படக் காரணமானவர்கள் யார்? ஏற்படத் தொடங்கிய காலம் இவை பற்றிக் கூறலாமல்லவா?

என்னைப் பொறுத்தவரையில் எழுத்தாளன் என்பவன் பிள்ளைப் பிராயத்திலிருந்தே பரிணாம வளர்ச்சி அடைகிறான் என்பேன். அது ஒரு உத்வேகம். உற்சாகமும் ஆதரவும் கிடைத்த வுடன் செழித்து வளர்கிறது.

என் இளம் வயதில் இலக்கியத்தில் ஆர்வமும் பற்றும் ஏற்படக் காரணமாயிருந்தவர் என் தந்தை. அவர் சிறந்த சமஸ்கிருதப் புலவர். எனக்குப் பத்து வயதாயிருக்கும்போதே

வால்மீகி ராமாயணத்தில் ஒரு மயக்கத்தை உண்டாக்கினார். சுலோகங்களின் பொருளை வெகு அழகாக மனத்தில் பதியும்படி எடுத்துச் சொல்லுவார். அவர் ஒரு சிறந்த ரஸிகர். வால்மீகியின் கவித்வ மேதையைப் பாமரரும் ரஸிக்கக்கூடிய அளவில் எளிதாகச் சொல்லுவார்.

நான் படிக்கும் நாளிலேயே காளிதாஸன், பவபூதி ஆகியோருடைய நூல்களையும் என் தந்தை எனக்குக் கற்பித்தார். சமஸ்கிருத இலக்கியத்தை நான் ரசித்து மகிழ அவருடைய செல்வாக்கே காரணமாயிருந்தது என்பேன்.

கல்லூரியில் படிக்கும்போது எங்கள் ஆங்கிலப் பேராசிரியர் பி.ஏ.சீதாராம அய்யர் என்பவர் ஐரோப்பிய மொழி இலக்கியங்களை அறிமுகம் செய்துவைத்தார். பேராசிரியர் உலக இலக்கியங்களை ஊன்றிப் படித்தவர். டால்ஸ்டாய், துர்க்கனேவ், செகாவ், டாஸ்டாவ்ஸ்கி, ஹார்டி, டிக்கன்ஸ், பால்ஸாக் ஆகியோருடைய படைப்புக்களை அவர் மூலமே அறிந்து படித்தேன். என்னை வெகுவாகக் கவர்ந்தவர்கள் செகாவும், டிக்கன்ஸுமே. மாப்பஸானுடைய கதைகள் எனக்குப் புரட்சிகரமானவையாகத் தோன்றின.

கல்லூரி மலர்களில் நான் அவ்வப்பொழுது எழுதுவதுண்டு. நாடகங்களிலும் பங்கு பெறுவது வழக்கம். என்னுடைய பதினாறாவது வயதிலேயே நான் எழுத ஆரம்பித்துவிட்டேன்.

இலக்கியப் பணி என்று எதைச் சொல்லுவது? என் ஆத்ம எதிரொலிப்பாக, நான் வாழும் வாழ்க்கையின் ரஸனையை எனக்கு எளிதாகக் கைவரும் எழுத்தின் மூலம் வெளிக்காட்டுகிறேன். இதில் சேவை என்பதோ, பணி என்பதோ இடமே பெறவில்லை. என்னுடைய இன்பங்களை, நான் துய்க்கும் சோக உணர்வுகளை மற்றவர்களுடன் பகிர்ந்துகொள்ளவே நான் விரும்புகிறேன். சுற்றிலும் உலகம் சிறியதும் பெரியதுமாகச் சாதாரண அசைவுகளில்கூட வியப்புகள் நிறைந்து இயங்குகிறது. அதைப் பார்த்துக்கொண்டிருப்பதே ஆனந்தம்தான். அதைத்தான் நான் பகிர்ந்துகொள்கிறேன் – எழுத்து மூலம்.

சிறந்த சிறுகதைகளைப் படைப்பதில் தங்களுக்கு ஏற்பட்ட அனுபவங்கள்?

கதைகள் பிறக்க மாறுபட்ட பல சூழ்நிலைகள் பகைப் புலனாக அமைகின்றன. ஒவ்வொரு கதையும் ஒரு மனநிலையில் உருவானதே. ஆகவே இரண்டு கதைகளை ஒப்பிட்டு சிறந்தது, சாதாரணமானது என்று கூறுவதே சரியல்ல என்பது என் கருத்து. மனநிலையில், நாம் வாழும் சுற்றுப்புறச் சூழ்நிலையில் பாதிப்புள்ளதான அதில், சிறந்த, அல்லாத என்ற ஒப்பு நோக்குதலுக்கு இடமிருப்பதாகத் தோன்றவில்லை.

ஒரு சமயம் மூன்றாம் வகுப்புப் பெட்டியொன்றில் பிரயாணம் செய்துகொண்டிருந்தேன். வறுமை நிரம்பிய ஒரு சிறுமி தன் வாழ்வுக்காக வசதியுள்ள ஒரு குடும்பத்தவரோடு சென்றுகொண்டிருந்தாள். பேச்சேதும் இல்லாமல், சலனமற்ற ஒரு நிலையில் அச்சிறுமி உட்கார்ந்திருந்தாள். அந்தக் குழந்தையை இன்னும் என்னால் மறக்க முடியவில்லை. அப்போது உலகம் சிறை போலிருந்தது எனக்கு. அந்த நடுக்கம், ஒரு அச்ச நிலை, என்னுடைய உள்ளத்தை ஆட்டிவைத்தது. இதை வைத்துத்தான் "சிலிர்ப்பு" என்ற சிறுகதையை எழுதினேன். இதைப் போலத்தான் என்னுடைய வாழ்க்கையில் நான் கண்ட, கேட்ட அனுபவித்த பல ரஸானுபவங்களை அடிப்படையாக வைத்துத்தான் பல கதைகளையும் எழுதியுள்ளேன்.

எழுத்தாளர்கள் ஒரு அளவுக்கு இலக்கிய அடிப்படை ஞானம் பெற்றிருக்க வேண்டும் என்பது பற்றித் தங்கள் கருத்து என்ன?

எழுதுவதற்கு அடிப்படையானது ஒரு உத்வேகம்தான். எழுதுபவன் படைக்கும் ஆற்றல் பெற்றவனாக இருக்க வேண்டியதுதான் அடிப்படைத் தேவை. மரபுவழிப்படி இலக்கியங்களைப் படித்துவிட்டுத்தான் எழுத முற்பட வேண்டும் என்பது கட்டாயம் இல்லை. பல நூல்களைப் படிப்பது நல்லது. அப்படிப் படிப்பதனால் நூலைப் படைத்த ஆசிரியனுக்கு ஏற்பட்ட ரஸானுபவத்தில் திளைத்து இன்புறும் வாய்ப்புக் கிடைக்கும். இன்டென்ஸ் ஃபீலிங் என்னும்படியான சிரத்தை தேவை.

குறையற்ற, ஆழமான, உணர்ச்சித் திளைப்பில்தான் படைப்பிலக்கியத்தின் கரு உதிக்கிறது என்பேன்.

தமிழ்நாட்டு நாடக மேடை பற்றித் தங்கள் கருத்து என்ன?

தமிழ்நாட்டைப் பொறுத்தவரையில் நாடகம் கலை உணர்வோடு வளரவில்லை என்பது என் கருத்து. நம்முடைய நாடகங்களில் அழகியல் உணர்வின் சாயல் எவ்வளவு தூரம் பிரதிபலிக்கப்படுகிறது என்பது யோசிப்பதற்குரிய விஷயம். நம்முடைய நாடகங்கள் மரபுக்கும் சமுதாயக் கட்டுப்பாடுகளுக்கும் உள்ளடங்கியே இருக்கின்றன என்பதே என் கருத்து. ரசிக மகாஜனங்களின் நிலையும் உயர வேண்டும்.

நம்முடைய ரசிகப் பெருமக்களும் சமுதாயக் கட்டுப்பாடு களுக்குத் தங்களை உட்படுத்திக்கொண்டே நாடகம் போன்ற கலைகளையும் அணுகுவதால் அவர்களுடைய சுதந்திரமும் ஒரு எல்லைக்குள் உட்பட்டதாகவே இருக்கிறது. எந்த ஒரு கலையும் சுதந்திரமான முறையில் வளர வேண்டுமானால்

அக்கலையை ஆதரிக்கும் மக்களும் தங்கள் மனத்தளவில் சுதந்திரம் உடையவர்களாக இருக்க வேண்டியது அவசியமாகிறது.

நாடக இயக்கம் நம் நாட்டில் வளரவில்லை. பொழுது போக்கிற்காக நாடகக் கலையில் ஈடுபடுபவர்களால் அக்கலையின் முன்னேற்றத்திற்கு ஆக்கப்பூர்வமாக எதுவும் செய்ய முடியும் என்று நான் நினைக்கவில்லை. சினிமாவின் தீவிர செல்வாக்கினால் நாடகம் தமிழ்நாட்டில் தேக்கமுற்றது. டெலிவிஷன் வசதியும் ஏற்பட்டுவிட்டால் நாடகத்தின் நிலை மிகவும் பின்தங்கியதாகத்தான் இருக்கும்.

இந்நிலை ஏற்படாமல் இருக்க வேண்டுமானால் நாடகத்திற்கு என்று ஒரு தனி மேடை அமைக்கப்பட வேண்டும். அங்கே நாடகங்கள்தான் நடக்க வேண்டும். சாதாரணப் பொது மனிதனும் பார்க்கக்கூடிய அளவில் குறைந்த கட்டணமே வசூலிக்கப்பட வேண்டும். நாடக மேடை இருக்கிறது என்று தெரிந்தால், ஆயிரம் முயற்சிகளுக்கிடையே ஒரு அழகு முளைக்கலாம்.

நம்முடைய நாடகக் கலையானது வாழ வேண்டுமானால் பம்மல் சம்பந்த முதலியார் போன்ற பெரியோர்கள் பெற்றிருந்த மன வைராக்கியத்துடன் செயலில் ஈடுபடக் கலைஞர்கள் முன்வர வேண்டும்.

புதுக்கவிதை, அலசல் பார்வை இவைகள் பற்றி தங்கள் கருத்து என்ன?

புதுக்கவிதையில் ஆழ்ந்த உணர்வு பிரதிபலிக்கப்படுமானால் அதை வரவேற்பதில் தவறென்ன? கவிதையில் இலக்கண மரபுக்கு மட்டுமே முக்கியத்துவம் கொடுக்கப்பட வேண்டும் என்று நான் சொல்லவில்லை. புதுக்கவிதைகள் பல அற்புதமாக இருப்பதை நான் படித்து ரசித்து இருக்கிறேன்.

அலசல் பார்வை – விமர்சனத்தில் இது ஒரு பிரிவு என்கிறீர்கள். என்னைப் பொறுத்தவரையில் படைப்பாளி எத்தகைய ஒரு விமர்சனத்திற்கும் அல்லது கருத்து மாறுபாடுகளுக்கும் தன்னை பாதிப்புள்ளவனாக ஆக்கிக்கொள்ளக் கூடாது என்பேன். படைப்பாளிக்குத் தொழில் படைப்பதுதான். இலக்கிய விமர்சனத்தால் வாசகனுக்குப் பயன் ஏற்படும் என்றால் ஏற்படட்டும். ஆனால் படைப்பாளி தன் தீவிர அனுபவத்தை சிரத்தையுடன் வெளியிடுகிறான். சிரத்தையும் முனைப்பும் பிரக்ஞையும் படைப்பாளிக்குத் தேவையான அடிப்படைக் குணங்கள். விமர்சகர்களைப் பற்றியும் அவர்களுடைய அபிப்பிராயங்களைப் பற்றியும் நான் கவலைப்படவில்லை. அவர்களால் படைப்பாளி என்ற முறையில் எனக்கு எந்தப் பயனும் இல்லை.

அலசல் பார்வையில் எனக்கு அக்கறையில்லை. "எஸ்தெடிக் ப்ளெஷர்" அழகியல் ரஸானுபவம் படைப்பாளிக்கும் வாசகனுக் கும் ஏற்படுமானால் அதைப் பற்றிச் சில குறிப்பிட்ட பதச் சேர்க்கையினால் ஒரு அபிப்பிராயத்தை வெளியிட்டு விடுவத னாலேயே அதனுடைய கலைத் தன்மையைக் குறைத்துவிட முடியுமா?

உலகத்தில் இறைவனின் படைப்பில் எத்தனை கோடி மக்கள் இருக்கிறார்களோ, அத்தனை கோடிக் குரல்களும் இருக்கத்தானே செய்கின்றன. இந்தப் படைப்பு வினோதத்தை என்னவென்பது? எந்த ஒரு கலையுமே மாறுபட்ட பல நிலைகளை உடையதாய் இருப்பதே அதன் வளர்ச்சிக்கு அறிகுறி. அதை நமது அறிவுக்கு உட்பட்ட ஒரு குறுகிய சட்டத்திற்குள், வார்ப்புக்குள் திணித்துப் பார்க்க முயல்வது எப்படிச் சரியாகும்? பூர்ணமான ரசானுபவம் ஏற்படுவதுதான் படைப்பின் பயன். இதை முன்னூறு கோடி வழிகளில் செய்ய முடியும்.

தமிழ்நாட்டு சங்கீத மேடை பற்றித் தங்கள் கருத்து என்ன?

நம்முடைய கர்நாடக சங்கீதம் நுட்பமானது. அதன் அடிப்படையே சுருதியில்தான் இருக்கிறது. நம் சங்கீதத்தை மேனாட்டு சங்கீதத்துடன் ஒப்பிடுவது சரியல்ல. சுருதியென்ற அற்புதமான அடிப்படையில் வளர்ந்துள்ள அருஞ்சிறப்புப் பெற்ற நம்முடைய சங்கீதமானது இன்று தேக்கமான நிலையில் உள்ளது. இதற்கு காரணம் "சென்ஸ் ஆஃப் எஷர்" (விச்ராந்தி) என்று சொல்லக்கூடிய ஒரு உணர்வு மூர்ச்சை போட்டுக் கிடப்பதால்தான்.

சென்னை போன்ற பெரிய நகரங்களில் உள்ள சபாக்களில் அங்கம் வகிக்கும் சிறிய பெரிய மனிதர்களின் பொழுது போக்கிற்காக என்று சங்கீதம் பாடப்படுகிறது. அதுவும் குறிப்பிட்ட கால வரையறைக்குள் பல பாட்டுக்களைப் பாட வேண்டிய கட்டாயத்திற்கு நம் சங்கீத வித்துவான்கள் உட்பட வேண்டி உள்ளது. சமுதாயத்தில் தங்கள் செல்வ பலத்தினால் ஒரு அந்தஸ்தைப் பெற்றுவிட்டவர்களுக்காகவும் கலை உணர்வு அற்ற ஃபிலிஸ்டைன்ஸீகளுக்காகவும் மேடையேற்றப்படும் எந்தக் கலையும் எப்படிக் கலை அம்சத்தைப் பெற்றிருக்க முடியும்? கலைஞனுக்குப் பூரண சுதந்திரம் இருக்கவேண்டும். ஆத்ம லயிப்புடன் அவன் அதில் ஈடுபட்டுச் செயல்புரிய வேண்டும். வட இந்தியப் பாடகர்கள் நம் நவீன கர்நாடக இசைஞர்கள் போல இந்த அடிமைத்தனத்திற்கு ஆளாகவில்லை. சந்தோஷமாகத் திளைக்கிறார்கள்.

மோகமுள், அம்மா வந்தாள் ஆகிய நவீனங்களைப் படைக்கத் தங்களுக்கு ஆதர்சமாக இருந்த துறைகள், அனுபவங்கள்?

நான் இளம் வயதில் நாலைந்து ஆசிரியர்களிடம் இசை பயின்றேன். உமையாள்புரம் சுவாமிநாதய்யரிடம் சிறிது காலம் பயின்றேன். பயின்றேன் என்பதைவிட அவரைப் பார்த்துக் கொண்டு நிற்கும் பாக்கியம் பெற்றேன் என்று சொல்லலாம். அவர் நாதோபாசனையின் வடிவம்.

நான் சென்னைக்கு வந்த பிறகு பத்தமடை சுந்தரம் அய்யரிடம் சங்கீதம் பயின்றேன். அபூர்வமான கலைஞர், காணக் கிடைக்காத மனிதர். தகுந்த போஷிப்பு இன்றி "அரசியலும்" வியாபார முறைகளும் மலிந்த கர்நாடக இசை உலகில் அவர் கஷ்டப்பட்டார். கர்நாடக இசை உலகில் அவர் புறக்கணிக்கப் பட்டதும் வறுமையினால் ஒடிந்து, கடைசியில் நல்ல பருவத்தில் உயிர் விட்டதும் ஆச்சரியங்களல்ல.

என்னுடைய தந்தையார் சங்கீதத்திலும் நல்ல ரசிகர். அவரும் நான் 'மோகமுள்' எழுத ஒரு தூண்டுதலாக இருந்தார். வாழ்க்கையில் நேர்ந்த பல்வேறு நிகழ்ச்சிகளும் பகைப்புலனாக அமைந்தன.

சிறு வயது முதலே என்னுடைய மனத்தில் "கன்வென்ஷன்" என்று சொல்லும்படியான கட்டுப்பாடுகளை எதிர்க்கும்படியான ஒரு மனோபாவம் உருவாயிற்று. நம்முடைய மக்கள் மரபையும் (டிரெடிஷன்) கட்டுப்பாட்டையும் ஒன்று சேர்த்து குழப்பிக் கொள்கிறார்கள் என்று நினைக்கிறேன். கட்டுப்பாடுகள் காலத்துக்கு ஏற்றபடி மாறும் தன்மையுடையன. ஆனால் அவைகளுக்கு நம்முடைய அன்றாட வாழ்வில் நிரந்தரமான ஒரு இடத்தை அளிக்க முற்படும்போதுதான் தனிமனித சுதந்திரம் வெகுவாகப் பாதிக்கப்படுகிறது. ஒரு சமுதாய நாகரிகத்தின் உயிர்ப்பு சக்தியுடன் கூடிய ஜீவனானது இம்மாதிரியான கட்டுப்பாடுகளினால் நசித்துப்போக ஏது இருக்கிறது.

மனித உணர்ச்சிகளைப் பற்றி, மன விகாரங்களைப் பற்றி எழுத முற்படும்போது கட்டுப்பாடுகளை அறுத்தெறிய வேண்டி யிருக்கிறது. 'அம்மா வந்தாள்' பற்றி எனக்கு வேறு சொல்லத் தோன்றவில்லை. படைப்பு என்ற முறையில் அது தோல்வியா முழுமை அற்றதா என்பது விவாதத்திற்கு உரியது. ஆனால் என் மனத்தில் பட்டதைக் கோடிகாட்ட நான் முயன்றிருந்தேன.

இலக்கியத்தில் "சப்ஜெக்டிவ்", "அப்ஜெக்டிவ்" என்றழைக்கப்படும் அகநோக்கு, பொதுநோக்கு இவைகளைப் பற்றி என்ன நினைக்கிறீர்கள்?

படைப்பாளி தான் வாழும் உலகத்தை முழுப்பிரக்ஞை உணர்வுடன் பார்க்கிறான். வாழ்க்கைதான் எவ்வளவு இன்பமானது. சிருஷ்டி வினோதத்தைப் புரிந்துகொள்ள முயலும்போது நமக்கு ஏற்படும் உணர்வை என்னவென்பது?

எழுத்தாளன் ஓரளவிற்காவது "ஆனார்கிஸ்ட்" ஆக இருப்பது நல்லது என்பது என் கருத்து. தன்னுடைய தனித்துவ சுதந்திரத்தை அவன் உணர்ந்து, தன் இடத்தைப் பலமாக ஆக்கிரமித்துக்கொள்ள வேண்டும். தன்னுடைய பிரக்ஞை உணர்வினால் உலகைப் பார்க்கும் அவனுடைய கலைப் பார்வையில் அவனுடைய 'அகம்' இடம்பெற்றபோதும், அது ஒரு பொதுத் தன்மையின்பாற்பட்டதாக இருப்பது சாத்தியமானதே. எந்த ஒரு தனிமனிதன் பார்வையும் அக நோக்கின் சாயலைப் பெற்றுத்தான் இருக்க முடியும். ஒரே நிகழ்ச்சியைக் காணும் இரண்டு எழுத்தாளர்கள் அதை வெவ்வேறான வடிவில் எழுதலாம். பகைப்புலன் ஒன்றானபோதும் அவரவருடைய அகத்தன்மையைப் பொறுத்தே படைக்கப்படும் விஷயம் வடிவம் பெறுகிறது என்பேன்.

சாஹித்ய அகாடமியைப் பற்றித் தங்கள் கருத்து என்ன?

இந்த ஸ்தாபனங்களைப் பற்றி எனக்கு அக்கறையில்லை.

'தீபம்' பற்றி தங்கள் அபிப்பிராயத்தை அறியலாமா?

இலக்கிய உணர்வோடு வரும் 'தீபம்' நன்கு வளர வேண்டும். பல புதிய எழுத்தாளர்களை அறிமுகம் செய்யும் தீபத்தின் பணி போற்றுதற்குரியது. பல புதிய முறைகளைப் பரீட்சார்த்த முறையில் படைக்கப்படும் இலக்கியங்களுக்கும் வரவேற்பு கொடுக்கிறது, மேலும் கொடுக்க வேண்டும். பல தரப்பட்ட படைப்பாளிகளின் சுதந்தரத்துக்கு மதிப்புக் கொடுப்பதுதான் ஒரு அசல் இலக்கியப் பத்திரிகையின் யோக்கியதாம்சம்.

○○○

திரு. ஜானகிராமன் தம்முடைய கருத்துக்களை தீபம் வாசகர்களுடன் பங்கிட்டுக்கொள்வதற்கு நன்றி தெரிவித்தேன். மனிதனாக வாழ வேண்டும் என்ற அவருடைய தத்துவம் வளர்ந்துவரும் இளம் கலைஞர்களுக்கு ஓர் அறிவுரையாக அமையும் என்பதில் ஐயமில்லை. அன்னாரின் இலக்கியப் படைப்புகள் இன்றுபோல் என்றும் பல்கிப் பெருக இறைவன் அருள்வானாக.

தீபம், செப்டம்பர்: 1966
சந்திப்பு கிருஷ்ணமணி

எனக்கு ஈஃபில் டவர் முக்கியம் அல்ல!

"நீங்கள் ஓர் அற்புதமான கலைஞர். ஆனால் திரும்பத் திரும்ப ஒரே விஷயத்தை – அடல்ட்ரி பற்றி எழுதுகிறவர் என்று குறை சொல்லப்படுகிறதே?"

"பிரபல விமர்சகர் க.நா. சுப்ரமண்யம்கூட என்னைப் பற்றி அப்படித்தான் சொல்கிறார். செக்ஸ், வாழ்க்கையின் அடிப்படையான விஷயங்களில் ஒன்று. அதைப் பற்றி எப்படி எழுதாமல் இருக்க முடியும்? வாழ்க்கையின் அடிப்படை விஷயங்கள் தான் உங்களைப் பிடித்துக்கொள்கின்றன. அவற்றுடன்தான் நீங்கள் அப்ஸஸ் ஆகிறீர்கள்!"

"அது ஒரு பலவீனம் இல்லியா?"

"எது பலம், எது பலவீனம் என்பது நம் மனோபாவத்தைப் பொறுத்தது. சுருதி சுத்தமான சங்கீதம் கெட்டால் நான் அழுதுவிடுகிறேன். தாரை தாரையாகக் கண்ணீர் விடுகிறேன். இரண்டு நாள் முன்பு அப்படி நடந்துவிட்டது. என் வீட்டில் இருக்கிற எல்லோருக்கும் என்னடா இத்தனை பலவீனமான மனதாய் இருக்கிறானே என்று கவலை யாய்ப் போய்விட்டது. எனக்கு அப்படியில்லை."

"ஆஸ்திரேலியாவிற்கு என்ன காரியமாய்ப் போயிருந்தீர்கள்?"

"நாலைந்து வருடங்களுக்கு முன்னால் காமன்வெல்த் நாடுகளில் இருக்கிற கல்வி

ஒலிபரப்பாளர்களை எல்லாம் அழைத்திருந்தார்கள். நான் இந்தியக் குழுவில் ஒருவனாகப் போயிருந்தேன்."

"நாலைந்து வருடங்கள் முன்பு என்று சொல்கிறீர்களே, எப்படி எழுதப்போகிறீர்கள்? ஞாபகம் இருக்குமா? குறிப்புகள் ஏதாவது வைத்துக்கொண்டிருக்கிறீர்களா?"

"தினம் டைரி எழுதுகிற வழக்கம் உண்டு. அதுவும் தவிர நான் அங்கிருக்கிற கட்டிடங்கள், தெருக்கள் பற்றி எழுதப் போவதில்லை. என்னுடைய அனுபவங்கள் ரியாக்ஷன்கள் பற்றி எழுதப் போகிறேன். ஒரு நாட்டிற்குப் போனால் அந்த நாட்டின் கட்டிடங்கள் என்னைக் கவர்வதில்லை. விஞ்ஞானம் வளர்ந்துவிட்ட காலத்தில் அந்த மாதிரிக் கட்டிடங்கள் எங்கேயும் சாத்தியம். அதைக் காண்பிக்க ஒரு போட்டோ போதும். நான் தென்அமெரிக்கா, ஆப்ரிக்கா தவிர மற்ற எல்லா இடங்களுக்கும் போய் வந்துவிட்டேன். பாரிஸ் வழியாக நாலைந்து தடவை போய் வந்திருக்கிறேன். ஈபில் டவரைப் போய் பார்த்ததில்லை. பயணக் கட்டுரையில் ஈபில் டவரைப் பார்க்கிறவர்களின் அனுபவம் எப்படி என்பதுதான் எனக்கு முக்கியமே தவிர, ஈபில் டவர் அல்ல!

இலக்கியம் என்பதே அதுதானே? ஒரு படைப்பாளி தனக்கு வாய்த்த ஒரு சந்தர்ப்பத்தில் எப்படி ரியாக்ட் பண்ணுகிறான் என்பதுதானே!"

சந்திப்பு: மாலன்
திசைகள் 11.1.1981

பின்னிணைப்பு – 2

ஜானகிராமன் செய்த ஜாலம்

லால்குடி ஜெயராமன்

நான் தி. ஜானகிராமனின் பரம ரசிகன். ஒரு நண்பர் அவருடைய நாவல்களைக் கொண்டுவந்து கொடுத்தார். அன்றிலிருந்து எனக்கு ஒரே பிரமிப்பு. சங்கீதத்தில் அவருக்குள்ள ஞானம் என்னை அசர வைக்கிறது.

மோகமுள் கதையில், ரங்கண்ணா என்ற பாத்திரத்தை ஒரு பாகவதராய் வைத்து, கதைக்கு இடையில் மிகவும் அருமையான கருத்துகளைச் சொல்லியிருக்கிறார்.

ஓரிடத்தில் 'தம்பூராவின் நாதம் அலையலையாய் எழுந்து, அங்கிருந்தவர்களின் செவியையும் இதயத்தையும் நிறைத்தது. அப்பழுக்கில்லாத நாதம் கூடம் முழுவதும் கமழ்ந்தது. சுருதி பரிபூரணமாகச் சேர்ந்திருந்தது. தீயும் சூடும் போலவும், இரவும் இருளும் போலவும், நிலவும் தண்மையும் போலவும், வைகறையும் தூய்மையும் போலவும் சேர்ந்திருந்தது. மகாகவியின் சொற்களில் எழுவதுபோல, சொல்லாத காந்தாரமும் சேர்ந்து தொனித்தது. புலன்களைக் கூட்டி ஒருமுகப்படுத்திற்று அந்த நாதம். புறத்தின் நினைவை அகற்றி உள்ளததை மீள முடியாமல் கவ்விச் சென்றது' என்று எழுதியிருக்கிறார்.'

இன்னோர் இடத்தில், 'பாலுவுக்கு உள்ளம் நெகிழ்ந்துவிட்டது. பைரவி ராகத்தில் 'மாபகாரீ

சநீதபமா' என்று வீணை கீழே இறங்குவது கேட்டது. 'என்னடா இப்படிச் செய்துவிட்டாயே' என்று பொறுமையாகவும் இடித்துக் கேட்பது போலவும் எழுந்த அந்த ஸ்வர வரிசை நெஞ்சில் பாய்ந்து, வயிற்றைக் கலக்கிற்று.

அந்த ஸ்வர வரிசையை ஒரு தடவை நானும் பாடிப் பார்த்தேன் – ஐயோ! என்னடா இப்படிப் பண்ணிட்டே? என்று நிஜமாகவே யாரோ கேட்பதுபோலவே தோன்றியது. இந்த உணர்ச்சியை எப்படித் தான் தி. ஜானகிராமன் எழுத்தில் கொண்டுவந்தாரோ! சங்கீதம் தெரிந்தவர்களுக்கு, பைரவி வர்ணம் அறிந்தவர்களுக்கு, இதன் உவமானப் பொருத்தம் ரொம்பவும் நன்றாய்ப் புரியும். ரசிக்க முடியும்.

இன்னோர் இடத்தில் சொல்கிறார்: 'உள்ளமும் உயிரும் ஒன்றிவிட்டன. சுருதி சுத்தமாய் இருந்தது அந்த வீணை இசை. நிஷாதத்தை அசைத்து அசைத்து, மத்தியமத்தைத் தொட்டுத் தொட்டு ஓலமிட்ட அந்த வரிசை, உள்ளத்தை உலுக்கி, உடலைச் சிலிர்க்க அடித்தது. மாநிதபமா, நீதபமா, பதமா என்று கெஞ்சி இறைஞ்சி அந்த வரிசை அவனைக் குற்றம் சாட்டிற்று. அவன் செய்தது தவறில்லையா என்று தீனமாக மன்றாடிக் கேட்டது.

சங்கீதத்தை எவ்வளவு உயர்வாய் ரசித்திருக்கிறார் தி. ஜானகிராமன்! அவர் எழுத்தில் மண்வாசனை பிரமாதமாக இருக்கும் என்று சிறப்பித்துச் சொல்வார்கள். இசையை இவ்வளவு ரசனை யுடன் எழுதியிருப்பது இன்னும் பெரிய சிறப்பு என்பது என் கருத்து.

_கல்கி_ இதழில் எழுதிய குறிப்பு

கற்புக்கனல் சீதை

தேவங்குடி தியாகராஜ சாஸ்திரிகள்[1]

கற்பை ஒரு தவமாக, ஒரு லக்ஷ்யமாக, ஒரே சமயத்தில் சாத்யமாகவும், சாதனமாகவும் போற்றி வருகிற தனிச் சிறப்பு நம்முடைய நாட்டுக்கு உண்டு. பெண்ணினத்தை அடிமைப்படுத்திய திறமைக்குக் கற்பு என்று பெயர் வைத்து, கண்ணில் பொடி தூவியிருப்பதாக மற்ற நாட்டவர்களோ, ஆராய்ச்சிக் காரர்களோ வியாக்யானம் செய்யலாம். ஆனால் அவர்கள் நம் சமூக லக்ஷ்யங்கள் பலவற்றிற்குச் செய்த பல தவறான வியாக்யானங்களில் இதுவும் ஒன்று என்றுதான் சொல்ல வேண்டும். நம்முடைய நாட்டில் கற்பு ஒரு தவம், ஒரு யோகம். அந்த யோகினிகளில் முடிமணியாக நிற்பவள் சீதை. அருந்ததி, அனசூயை, லோபாமுத்ரா, சாவித்ரி, கண்ணகி, நளாயினி, தமயந்தி – என்று நம் பெண்ணினத்துக்கு இன்றும் வழிகாட்டிவரும் யோகினிகள் இந்த நாட்டின் மண்ணுக்கே உரித்தான பயிர்கள். ஆனால் எல்லோரையும்விட சீதைக்கு ஒரு தனிச் சிறப்புண்டு. வால்மீகியின் சீதை ராமனைப் போல் ஒரு மனிதப் பெண்ணாகப் படைக்கப்பட்டவள். அவள் யமனுடன் போராடிக் கணவனின் உயிரை மீட்கவில்லை. சூரியன் வருவதை நிறுத்தி இரவை நீடிக்கச் செய்யவில்லை. சோதிக்க வந்த யாரையும் குழந்தைகளாக்கவில்லை. எல்லாக் கற்புக்கரசிகள் புரிந்த அதிமானுட மாயைகள்

---

1. தி. ஜானகிராமனின் தந்தை.

புரியவில்லை. அவள் புரிந்த மாயமெல்லாம் சகிப்புத்தன்மை ஒன்றுதான். கணவனுக்காக வாழும் லக்ஷ்யத்திற்காக அவள் கண்டதெல்லாம் இன்னல்கள்தான். இன்னலாக மற்றவர்களுக்குப் படும். ஆனால் அந்தக் கஷ்டத்தில் அவள் ஆனந்தத்தைக் கண்டவள்.

சீதையின் கஷ்டம் பிறந்தமுதலே தொடங்கிவிட்டது. கணவனைக் கைப்பிடிக்க வில்லொன்று தடையாகக் கிடந்தது. இந்த வில்லை வளைக்கும் வீர்யத்தைப் பணயமாக வைத்து விட்டோமே என்று ஜனகனே ஒருமுறை கலங்கிவிட்டான்.

கணவனைக் கைப்பற்றிய பிறகு விரைவில் கானக வாழ்வு வந்துவிட்டது. கல்லும் முள்ளும் மண்டிய கானகத்தைச் சாக்கிட்டு ராமன் அவளை நகரிலேயே இருக்கச் சொன்னபொழுது, “நீங்கள் என்ன பெண்ணா?” என்று ஒரு இளநகைப்பில் அவனுடைய வற்புறுத்தலை மடக்கிப்போட்டு அவனுடன் காட்டுவழி நடந்தாள் சீதை. பதின்மூன்று ஆண்டு காட்டில் வாழ்ந்த வாழ்வுதான் சீதை கண்ட வாழ்க்கை. பின்பு அசோக வனத்திலிருந்து மீட்கப்பட்டுத் திரும்பி வந்தும், மீண்டும் கானக வாழ்வுதான் கிடைத்தது அவளுக்கு. ஆனால் ராமனை விட்டுப் பிரிந்து வாழ்வதற்காகச் சென்ற காடு அது. அதுவும் கணவனை மகிழ்விக்க மேற்கொண்ட நோன்புதான். கணவன்தான் அவளுடைய விரதம். அந்த விரதத்தில் தன்னையே கடைசியில் அழித்துக்கொண்டும்விட்டாள். சோகத்திலும் தியாகத்திலும் லட்சியத்திலும் ஈடு இணையற்றது அவள் வாழ்க்கை. அதனால் தான் வால்மீகி தன்னுடைய காவியத்தை சீதையின் மகத்தான சரிதம் என்று அழைத்துவிட்டார்.

ராமன் வில்லை ஒடித்ததைக் கண்டு பிரமிப்பிலும் அவன் அழகிலும் குணத்திலும் வீர்யத்திலும் மூழ்கிக் கிடந்த சீதைக்கு அப்போதே ஒரு சிறு அதிர்ச்சி. ஜனகன் தன் கனவு பலித்த பரபரப்பில் ராமனிடம் ஓடி “சீதையை நீ ஏற்க வேண்டும்” என்று கூறியபோது, ராமன் “அது என் தந்தை முடிவு செய்ய வேண்டிய செய்தி. வில்லை வளைப்பதுடன் என் பொறுப்பு முடிந்துவிட்டது” என்று பதில் உரைக்கிறான். கணவனுக்காகத் தன்னை அழித்துக் கொண்ட சீதை, பின்பொருமுறை பெருமிதத்துடன் இந்தச் சம்பவத்தைச் சொல்லிக்கொள்கிறாள்.

அவள் வாழ்க்கையின் ஒவ்வொரு நிலையிலும் இந்தத் தியாகம் மேலோங்கி நிற்கிறது. ஜயந்தன் மார்பைக் கொத்தியபோது அவள் ராமனுடைய துயிலைக் கெடுக்க முயலவில்லை. பொறுத்துக் கொண்டாள்.

அசோகவனத்தில் ஹனுமான் சென்ற அன்று ஒரு நிகழ்ச்சி. மனம் நிர்மலமாகத் தெளிந்து பிரபஞ்சத்தின் அழகிலும் இறைவனின் குளிர்ந்த நினைவிலும் உள்ளம் தானாக மூழ்கிவிடும் விடியற்காலையில் ராவணனுக்குக் காமப் பித்தேறுகிறது (இந்த அகால காமமே அவனுடைய அரக்கத் தன்மைக்குச் சான்று). சீதையிடம் வந்து கெஞ்சுகிறான், புலம்புகிறான், மிரட்டுகிறான், கடைசியில் காமம் பலிக்காத கோபத்தில் கொல்லவும் பாய்கிறான். அப்போது சீதையின் கற்புக் கனல் அவனை எரித்திருக்க முடியும். ஆனால் அவள் எரிக்கவில்லை.

சிறிது நேரம் கழித்து அனுமான் நற்செய்தியும் மோதிரமும் கொண்டுவந்து நிற்கிறான். ராமனையே தியானித்து ஏங்கி நிற்கும் சோக வடிவைக் கண்டு பிரமித்து நிற்கிறான். ராமன் பெரியவனா, சீதை பெரியவளா என்று அந்த மேதைக்குப் புரியவில்லை.

கடைசியில் அவன் கேட்கிறான். "எதற்கு இந்த இன்னல்? நான் உங்களைச் சுமந்துகொண்டு ராமனிடம் கொண்டு விட்டு விடுகிறேன். நீங்கள் வந்துவிடுங்கள்" என்று கெஞ்சுகிறான். தன் எல்லையில்லாத பலத்தையும், உருவத்தில் வளர்ந்து, அவள் நம்புவதற்காகக் காட்டுகிறான். "சரி" என்றிருந்தால் ஒரு நொடியில் அவள் துயரம் எல்லாம் தீர்ந்திருக்கும். ராமனிடம் சேர்ந்திருக்கலாம். ஆனால் ராமனுக்கு அதில் என்ன பெருமை? இந்த உலகத்தில் எந்தக் காரியத்தையும் பிறர் யோசனையின்றித் தானே முடிவு செய்யும் மகாபுருஷனுக்கு அதில் என்ன பெருமை? ஸ்திதப்ரக்ஞனான கணவனின் உள்ளத்தையும் வீரத்தையும் அனுபவித்திருந்த சீதை ஹனுமானின் வேண்டுகோளை மறுக்கிறாள்.

"நல்லது. உன் பக்தியும் அன்பும், எனக்குப் புரிகின்றன. ஆனால் இது ராமனுடைய வீரத்துக்கு உகந்ததல்ல. அவர் இங்கு வந்து, இந்த அரக்கர்களைப் பூண்டோடு அழித்து என்னை மீட்பதுதான் அவர் வீரத்துக்கு உரியது. அவர் சீக்கிரம் வந்து அந்த வெற்றியைப் பெறும் வாய்ப்பைக் கூட்டிவை. அது ஒன்றே நீ செய்யும் பேருதவி" என்கிறாள்.

இதைக் கேட்டதும் அனுமானின் மெய் சிலிர்க்கிறது. இவ்வளவு கஷ்டத்தில் ஒரு பெண் சொல்லக்கூடிய வார்த்தைகளா இவை? ராமனிடம் எவ்வளவு நம்பிக்கை! அவள் ராமனைப் புரிந்துகொண்டிருக்கும் வியப்பு. அவளுடைய உறுதி எல்லாம் அவனைத் திகைக்க வைக்கின்றன. "உலகில் வேறு எந்த ஸ்திரீ

தான் இத்தகைய பதிலைக் கூற முடியும்?" என்று தன் பிரமிப்பை வெளியிடுகிறான்.

வேறு எந்தப் பெண்ணும் எந்தக் காவியத்திலும் இந்தப் பதிலைச் சொல்லவில்லை. அக்னிக்கே உடல் எரியும்படியாகச் செய்த கற்புக் கனலான சீதைதான் இந்த பதிலைச் சொன்னாள். அவளுடைய கற்பு தனிப்பட்டது. தர்க்க வாதிகளின் கோட்பாடுகளுக்கு அப்பாற்பட்டது. அது தவம், யோகம், வெறும் அறிவினால் அறியப்படுவது மட்டும் அல்ல. தியாகத் தவத்தினருக்கே புலனாகும் விந்தை.